अल्पबचत नियोजन (बचत गट)

प्रा. डॉ. एम. यू. मुलाणी

डायमंड पब्लिकेशन्स

अल्पबचत नियोजन (बचत गट)
प्रा. डॉ. एम. यू. मुलाणी

Alpabachat Niyojan (Bachat Gat)
Prof. Dr. M. U. Mulani

प्रथम आवृत्ती : नोव्हेंबर २००८

ISBN : 978-81-8483-092-7

© डायमंड पब्लिकेशन्स

मुखपृष्ठ
शाम भालेकर

प्रकाशक
डायमंड पब्लिकेशन्स
२६४/३ शनिवार पेठ, ३०२ अनुग्रह अपार्टमेंट
ओंकारेश्वर मंदिराजवळ, पुणे-४११ ०३०
☎ ०२०-२४४५२३८७, २४४६६६४२
info@diamondbookspune.com

ऑनलाईन पुस्तक खरेदीसाठी भेट द्या
www.diamondbookspune.com

प्रमुख वितरक
डायमंड बुक डेपो
६६१ नारायण पेठ, अप्पा बळवंत चौक
पुणे-४११ ०३० ☎ ०२०-२४४८०६७७

हार्दिक शुभेच्छा

ग्रामीण भागातल्या पीडित, वंचित व अर्धबेरोजगारीने ग्रासलेल्या कुटुंबाचे आयुष्यमान उंचावण्यासाठी ॲग्रीकल्चरल डेव्हलपमेंट ट्रस्ट, बारामती गेली तीन दशके कार्यरत आहे. तांत्रिक ज्ञान, उच्च शिक्षण, कुशल व्यवस्थापन, कृषी शिक्षण, व्यावसायिक शिक्षण, महिला सक्षमीकरण आणि लोकांचा 'सक्रिय सहभाग' यांचा सुयोग्य मिलाफ करून सद्य परिस्थितीत उपलब्ध असलेली ग्रामीण, नैसर्गिक साधने विकसित करून गावातच कायमस्वरूपी स्वयंरोजगार निर्माण करण्यावर संस्थेचा कटाक्ष आहे.

समाज परिवर्तनाच्या प्रक्रियेत महिलांचे सहकार्य, सातत्याने सहभाग, उत्स्फूर्त प्रतिसाद राखण्यासाठी त्यांचे संघटन, कार्यक्रम चिरकाल टिकण्यासाठी त्यांना सधन करण्यासाठी संस्थेच्या माध्यमातून डॉ. मुलाणी महंमदरफीक उमराव हे गेली १५ वर्षे या संदर्भात काम करतात. गावागावात उत्साही महिलांची निवड करून बचत गट स्थापन करतात, प्रशिक्षण देतात, स्वावलंबी बचत गटाची बांधणी, स्वरूप, कार्यपद्धती, कार्याच्या नोंदी, बाजारपेठ अशा अनेक मुद्यांवर पुस्तिकेत मार्गदर्शन केले आहे.

'सूक्ष्म वित्त नियोजन' हे पुस्तक डॉ. मुलाणी एम्. यू. यांनी अतिशय अभ्यासपूर्ण व संशोधनवृत्तीने लिहून या विषयात पीएच.डी. पदवी प्राप्त केलेली आहे. त्यांच्या संशोधन कार्याच्या अनुभवावर पुस्तक असल्याने बचत गट अभ्यासक, संशोधक यांना निश्चित उपयुक्त वाटेल असा विश्वास आहे.

डॉ. प्रा. मुलाणी एम.यू. यांच्या या अतिशय दुर्मीळ संशोधनामुळे केवळ महाराष्ट्रातच नव्हे तर, भारतातील शहरी व ग्रामीण भागातील विशेषत: कष्टकरी महिला, विविध भूमिकेत जगत असताना तिचे परावलंबित्व दूर होऊन ती अधिकाधिक आर्थिक दृष्ट्या सबला व स्वावलंबी बनून स्वत:चे राहणीमान बदलून देशाच्या प्रत्येक योजनेत स्वयंपूर्णतेने व निर्भयतेने सहभागी होईल अशी मनोमन खात्री वाटते.

डॉ. प्रा. मुलाणी एम्. यू. यांच्या महत्त्वपूर्ण संशोधनास व लिखाणास आणि भविष्याच्या वाटचालीस मन:पूर्वक हार्दिक शुभेच्छा !

सौ. सुनंदा पवार
विश्वस्त, ॲग्रीकल्चरल डेव्हलपमेंट ट्रस्ट, बारामती,
सदस्या, व्यवस्थापन परिषद, पुणे विद्यापीठ, पुणे.

प्रस्तावना

डॉ. मुलाणी एम. यू. यांनी 'सूक्ष्म वित्त नियोजन' (बचत गट) हे पुस्तक लिहीत असताना नवीन संशोधनास उपयुक्त ठरेल असाच विषय निवडला. महिला स्वयं-साहाय्यता बचत गटाच्या माध्यमातून समाजातील विविध थरातील स्त्रिया एकत्र येऊन, स्त्री शक्ती निर्माण करून छोटे-छोटे उद्योगधंदे, व्यवसाय करून आपला उदरनिर्वाह करू लागल्या आहेत.

डॉ. मुलाणी यांचे संशोधनाचे कार्य हे संशोधनकाळापुरतेच मर्यादित राहिले नसून आपल्या संशोधनाचा उपयोग प्रत्यक्ष महिला बचत गटांना व्हावा म्हणून ते प्रयत्नशील आहेत. अॅग्रीकल्चरल डेव्हलपमेंट ट्रस्ट संचलित शारदा महिला संघाच्या वतीने बचत गटांचे काम संस्थेने हाती घेतले आहे. त्या कामातही त्यांचा सहभाग सुरुवातीपासून आहे. बचत गटांच्या उत्पादनांना उत्तम बाजारपेठ मिळावी म्हणून गेल्या दोन वर्षांपासून शारदा महिला संघाच्या वतीने 'भीमथडी जत्रेचे' आयोजन केले जाते. या जत्रेतही सहभागी होऊन आपल्या संशोधनाचे महत्त्वपूर्ण योगदान त्यांनी दिलेले आहे.

संशोधन हे समाजाच्या उपयोगी पडल्यास त्या संशोधनास अधिक मोल प्राप्त होते. ग्रामीण भागातील महिलांच्या स्वयंपूर्णतेमधील बचत गटांचे महत्त्व लक्षात घेऊन डॉ. मुलाणी यांनी महिलांच्या सबलीकरण चळवळीला हातभार लावलेला आहे.

सदर पुस्तक संशोधक, स्वयंसेवी संस्था, महिला मंडळे यांना बचत गटांचे कार्य करीत असताना अत्यंत उपयुक्त ठरेल असा विश्वास वाटतो.

डॉ. अशोक देवीकर
अॅग्रीकल्चरल डेव्हलपमेंट ट्रस्टचे
शारदाबाई पवार महिला महाविद्यालय,
शारदानगर, बारामती

अल्पबचत नियोजन निमित्ताने

मी अर्थशास्त्र विषयाचा प्रपाठक व संशोधक या नात्याने गेल्या १५ वर्षांत महिलांच्या आर्थिक सबलीकरणाच्या विविध पैलूंना अर्थशास्त्राच्या चौकटीत बसवून डॉ. महंमद युनूस–नोबेल ॲवॉर्ड प्राप्त–यांच्या कार्याच्या आदर्शाने वाटचाल करीत आहे. महिलांच्या आर्थिक व सामाजिक सबलीकरणात बचत गट, उन्नतीचं ध्येय, स्वप्न पाहताना अनुभवताना बचत गट स्थापनेसाठी केलेल्या परिश्रमाचे व बचत गटावर केलेल्या संशोधनाचे मोल झाल्याचा आनंद सुखावतोय !

लोकशाही मूल्यांचे संरक्षण व संवर्धन करून समान आर्थिक व सामाजिक विकास प्रस्थापनेसाठी 'अल्पबचत नियोजन' तत्त्वांचा स्वीकार होत असल्याचे प्रसादचिन्ह दिसत आहे. भारतीय ग्रामीण अर्थव्यवस्थेच्या पुनर्रचनेच्या प्रक्रियेसाठी स्व. बचत गटाचे तत्त्वज्ञान आगळेवेगळे व महत्त्वपूर्ण कामगिरी करत असून त्यांच्या तत्त्वज्ञानाचा अभ्यास व अंमलबजावणी शास्त्रीय दृष्टिकोनातून होणे ही काळाची गरज आहे. याकरिता शैक्षणिक क्षेत्रात या विषयाचे अध्ययन अध्यापन होऊ लागले ही अभिनंदनीय घटना आहे. म्हणून स्व. ब. गटाच्या तत्त्वांची आंतरराष्ट्रीय व राष्ट्रीय पातळीवर प्रगती कशी होते याचे ज्ञान विद्यार्थी, प्राध्यापक, संशोधक, स्वयंसेवी संस्था, सहकारी संस्था, वित्तीय संस्था आणि सामाजिक, राजकीय कार्यकर्ते, महिला मंडळ आणि शासनप्रणाली यांना या गोष्टीचे सम्यक दर्शन व्हावे व गोडी निर्माण व्हावी, या उद्देशाने 'अल्पबचत नियोजन' ऊर्फ 'महिला बचत गट' या पुस्तकाचा घाट घातला आहे.

प्रस्तुत पुस्तकात स्व. ब. गटाचे तत्त्वज्ञान, प्रकार, मार्गदर्शक तत्त्वे, सूक्ष्म वित्त स्वरूप, व्यवस्थापन, सभासदत्व, पदाधिकाऱ्यांच्या जबाबदाऱ्या, कर्तव्ये, सबलीकरण, बाजारपेठ उपलब्धता, बचत कर्ज, विमा, मूल्यांकन, गट अहवाल, संशोधनाच्या पद्धती व निष्कर्ष या घटकांचा ऊहापोह साध्या व सोप्या भाषेत केला आहे.

प्रस्तुत पुस्तकाच्या लिखाणास मा. राजेंद्र पवार, चेअरमन, मा. सुनंदाताई पवार, विश्वस्त ॲग्रीकल्चर डेव्हलपमेंट ट्रस्ट, बारामती यांनी प्रोत्साहन दिले, त्यांचेबद्दल कृतज्ञता. त्याचप्रमाणे मा. सौ. मंगल सराफ, नगराध्यक्षा बारामती यांनी सहकार्य केले. मी त्यांच्या ऋणात राहू इच्छितो. पुस्तक लिखाणाचे कौतुक करणारे

मा. प्रा. डॉ. अशोक देवीकर, सहकारी प्राध्यापक वृंद, शिक्षकेतर सेवक, ग्रंथापाल, मित्र परिवार व स्नेही मा. प्राचार्य दिनेश मोरे या सर्वांचे मार्गदर्शन लाभले. सर्वांचे आभार.

माझे साहित्य लेखन माझे पिता, माता आणि सासू-सासरे यांच्या आशीर्वादाने पूर्ण करू शकलो. त्यांच्या ऋणानुबंधात असतोच. तसेच कौटुंबिक जबाबदारी सांभाळून मला लिखाणास पूर्ण मोकळीक दिल्यामुळे हे काम वेळेत पूर्ण करू शकलो. त्याबाबत सहचारिणी सौ. अर्जुमंदबानू, कन्या नसरीन व चिरंजीव अर्शद यांना धन्यवाद !

पुस्तक जुळणी, छपाई, बांधणी करणारे आणि मुखपृष्ठ सजावट करणारे श्री शाम भालेकर यांच्या उत्कृष्ट कामाचे कौतुक आहे. या पुस्तक प्रकाशनाची जबाबदारी स्वीकारणारे प्रकाशक मा. दत्तात्रेय पाष्टे, डायमंड पब्लिकेशन्स, पुणे यांचे आभार. त्याचप्रमाणे या पुस्तकाचा प्रकाशन समारंभ संपन्न करणारे 'भीमथडी जत्रा २००८, पुणे'चे आयोजक यांचे शतशः आभार. या पुस्तकाचे आपण मनापासून स्वागत कराल अशी अपेक्षा आहे. काही उणीवा असल्यास निदर्शनास आणून दिल्यास विनम्रपणे स्वीकारू.

डॉ. महंमदरफीक मुलाणी

लेखक परिचय

प्रा. डॉ. मुलाणी महंमदरफीक उमराव
एम्.ए., एम्. फील., पीएच.डी.
प्रपाठक; अर्थशास्त्र विभाग प्रमुख
शारदाबाई पवार महिला महाविद्यालय,
शारदानगर, ता. बारामती, पुणे.

* २० वर्ष पदवी व पदव्युत्तर अध्यापन.

* पुणे विद्यापीठ, पुणे व टिळक महाराष्ट्र विद्यापीठाचे एम्.फील. मार्गदर्शक.

* 'स्वयं-साहाय्यता महिला बचत गट' पुस्तक प्रकाशन.

* योजना मासिक, अर्थसंवाद, दैनिक वृत्तपत्रे, दिवाळी अंक, Social Welfare
  या मासिकातून संदर्भ, अग्रलेख प्रकाशित.

* राष्ट्रीय, राज्यस्तरीय आणि विद्यापीठ स्तरीय परिषदांमध्ये शोधनिबंध
  वाचन व सहभाग.

* ॲग्रीकल्चरल डेव्हलपमेंट ट्रस्टच्या शारदा महिला संघात व भीमथडी
  जत्रा, बचत गट प्रदर्शन आयोजनात सहभाग.

* ॲग्रीकल्चरल डेव्हलपमेंट ट्रस्ट सेवक सहकारी पतसंस्थांचे संस्थापक
  संचालक.

* बारामती व इंदापूर तालुक्यात एकूण ३० महिला बचत गट व ५ पुरुष
  बचत गटांची स्थापना.

* महिला बचत गटांच्या मेळाव्यात व प्रदर्शनात सतत व्याख्याने.

* महाविद्यालयातील विद्यार्थिनी मिनी बँक समन्वयक.

अनुक्रमणिका

प्रकरण १

सूक्ष्म वित्त
Micro Finance

१.१ प्रस्तावना, १.२ सूक्ष्म वित्ताची पार्श्वभूमी, १.३ सूक्ष्म वित्त संकल्पना, १.४ सूक्ष्म वित्तसंस्थांची नोंदणी, १.५ सूक्ष्म वित्तसंस्थांची उद्दिष्टे, १.६ सूक्ष्म वित्तसंस्थांचे कार्य, १.७ सूक्ष्म वित्तवाढीची कारणे

१.१ प्रस्तावना (Introduction)

समाजातील दुर्बल, मध्यमवर्गीय घटकांच्या आशेचा किरण म्हणून सूक्ष्म वित्त याकडे पाहिले जाते. दारिद्र्य निवारण करण्यासाठी स्वीकारलेल्या अंशलक्षी किंवा सूक्ष्म वित्त दृष्टिकोनामध्ये दिग्दर्शित पतपुरवठा दृष्टिकोनातील लक्ष्य निश्चितीसारखे मूलभूत वैशिष्ट्य समाविष्ट करण्यात आलेले आहे. या दृष्टिकोनासाठी वित्तीय सेवांची पूर्ण व कार्यक्षम बाजारपेठ आवश्यक असते. काळजीपूर्वक नियोजन केलेले वित्तीय कार्यक्रम हे कमी गुंतवणूक – कमी उत्पन्न – कमी गुंतवणूक या दुष्ट चक्राचा नाश करून गरीब कुटुंबांना दारिद्र्यरेषेच्या वर आणतात. याकरिता यूनोचे सेक्रेटरी मा. कोपीअन्नन यांनी सन २००५ हे वर्ष 'आंतरराष्ट्रीय सूक्ष्म वित्त वर्ष' म्हणून घोषित केले आहे. या वर्षात गरीब, मध्यमवर्गीय, पतहीन समाज यांना लहान व्यवसाय, जलद पतपुरवठा, बचत, इत्यादीसाठी वित्तीय सुविधा पुरविणाऱ्या घटकांवर प्रकाश टाकला आहे. या सूक्ष्म वित्त वर्षापासून दारिद्र्य निर्मूलन करणे, गरिबांसाठी चांगल्या वित्तीय व आर्थिक सेवांची निर्मिती करणे, सूक्ष्म वित्त संकल्पना रुजविणे, त्यांचे दीर्घकालीन चांगले परिणाम मिळू शकतील या दृष्टिकोनातून सूक्ष्म वित्त वर्ष जाहीर करण्यात आले आहे. त्यामुळे सूक्ष्म वित्तचे चांगले परिणाम जागतिक पातळीवर दिसून येत आहेत.

१.२ सूक्ष्म वित्तची पार्श्वभूमी (Background of Micro Finance)

गरीब समाजाला उत्पन्न व खर्च यांचा ताळमेळ घालण्यासाठी आधार घ्यावे लागतात. गरीब जनतेला उत्पन्नाची मर्यादा असल्यामुळे मूलभूत गरजा (अन्न, वस्त्र, निवारा, आरोग्य, शिक्षण) भागविताना दमछाक होते. उत्पन्न व खर्च यात तूट निर्माण होते. ही तूट भरून काढण्याकरिता कर्जे घ्यावी लागतात.दारिद्र्यातील लोकांची कर्जे अनुत्पादक असतात. अशा कर्जातून उत्पन्नात भर पडत नाही. अशा कर्जाची परतफेड जास्तीची मेहनत करूनही होत नाही. तसेच कर्जासाठी तारण व्यवस्था नसते. म्हणून गरीब समाज अशा कर्जापासून वंचित राहतो. अशी अनुत्पादक कर्ज देणारी परंपरागत व्यवस्था सावकार, सोनार, दलाल यांचेकडे त्यांना जावे लागते. ही मंडळी स्थानिक असल्यामुळे गरीब जनतेला घरबसल्या अंगठा घेऊन कर्ज देतात. अशा सावकारांना गावातील प्रत्येकाची इत्यंभूत माहिती असल्यामुळे कर्ज सहज व दामदुप्पट व्याजाने देतात. ही सावकारी कर्ज दामदुप्पट व्याजाची असली तरी सहज उपलब्ध, विनाकागदपत्र, विनातारण, कर्ज व हप्त्यात सवलती या कारणामुळे लोकप्रिय झाली आहेत.

सावकारी कर्जात भरमसाठ व्याज आकारणी, आगाऊ कपाती, हिशोबातील घोटाळे, गुलामगिरी करणे असे दोष असले तरी ग्रामीण भागात जनमानसावर सावकारी कर्जाचा पगडा आहे.

समाजाची सावकारी पाशातून मुक्तता व्हावी याकरिता आर्थिकदृष्ट्या दुर्बलांनी एकत्र येऊन सहकार चळवळ सुरू केली. लोकशाही प्रणालीवर आधारित सहकार चळवळ भारतात सन १९०४चा कायदा करून आणली गेली. इंग्रजांनी ही चळवळ फोफावण्याकरिता प्रेरणा अनुदाने सुरू केली. सहकारी पतसंस्था खेडोपाडी निर्माण झाल्या. या संस्था बचत, पत, विमा, खरेदी, विक्री अशा वित्तीय सेवा देणारी खेडूत बँक बनावी, परंतु कालमानाप्रमाणे ही कल्पना मागे पडून या पतसंस्था केवळ कर्जसमित्या बनल्या. सहकार व्यवस्था हळूहळू भ्रष्टाचार, गलिच्छ राजकारण, दप्तरदिरंगाई, धनिकांची बटीक या दोषांनी बदनाम झाली आहे. अशी सहकारी चळवळ कालांतराने सरकारी चळवळ बनली आहे. त्यामुळे सरकारी हस्तक्षेपामुळे सहकाराचा आत्मा नष्ट झाला आहे. त्यामुळे सावकारीला पर्याय देण्याऐवजी सरकारमान्य सावकारी सुरू झाली आहे. त्यामुळे गरीब वर्ग आर्थिक सुविधांपासून वंचित राहिला आहे.

वित्तीय व्यवहारातील एक औपचारिक व्यवस्था म्हणजे व्यापारी बँका होय. सन १९६९ मध्ये बँकांचे राष्ट्रीयीकरण करून व्यापारी बँकांचे जाळे ग्रामीण भागात पसरविले आहे. परंतु अवाढव्य भौतिक विस्तार होऊनही सर्वसामान्य जनतेपर्यंत पोहोचण्याचे प्रमाण तुलनेने कमी राहिले. सन २००१ च्या आकडेवारीनुसार बँकिंग

लाभ घेणाऱ्या कुटुंबांचे प्रमाण फक्त ३५.५% राहिले. याविषयी बँकिंग क्षेत्रात गंभीर दोषामुळे बहुसंख्याक घटक बँकिंग सेवांच्या लाभापासून वंचित राहिलेले आहेत.

व्यापारी बँका नावाप्रमाणे व्यापार व उदिमाकरिता कर्ज देऊ लागल्या. या बँका घरगुती अडीअडचणीत वेळेला कर्ज देत नाहीत, अनुत्पादक कर्ज देत नाहीत त्यामुळे कर्जदार कर्जकारण खोटं सांगून कर्ज घेऊ लागला. थकबाकीचे चक्र फिरू लागल्यामुळे बँक व्यवसाय तोट्यात आला. तसेच बँका तारण, अनेक कागदपत्रांची मागणी जामीनदाराची गरज, दप्तरदिरंगाई, कर्जाच्या पाठपुराव्यासाठी हेलपाटे या सबबीमुळे गरीब कर्जदार बँक सुविधांपासून दूर राहिला आहे. त्याचप्रमाणे भारतात स्त्रीला कसलेही आर्थिक अधिकार नसल्याने व पत नसल्याने या स्त्री समाजाला बँकांचे दरवाजे बंदच होते. शिवाय व्यापारी बँका लहान रकमेचे कर्ज देऊ शकत नाहीत. अशा लहान कर्जाचा व्यवहार जास्त असतो. शिवाय व्यापारी बँका रिझर्व्ह बँकेच्या मार्गदर्शक तत्त्वांनुसार फक्त प्राधान्यक्रम क्षेत्राला वित्तपुरवठा करण्यात धन्यता मानत असतात. अशा प्रकारे १९७५ ते १९९० सालापर्यंत बँकांचे व शासकीय संस्थांचे उत्पादक कर्ज-पत धोरणाचे प्राबल्य दिसून येत होते. शिवाय बँका दारिद्र्यात खितपत पडलेल्या सर्वसामान्य जनतेला प्राधान्य देत नव्हत्या.

भारतात ग्रामीण अर्थव्यवस्थेत १९८५ पर्यंत सावकारी शोषण, बँकांचे जाचक नियम व प्रक्रिया, सहकाराला सरकारी स्वरूप अशा त्रिकोणी जाळ्यात अडकलेल्या दरिद्री लोकांसाठी सुवर्णमध्य म्हणून 'सूक्ष्म वित्त' (Micro finance) चा अवलंब सुरू झाला.

सूक्ष्म वित्तमध्ये अत्यंत छोट्या रकमांचा अंतर्भाव असलेल्या वित्तीय सेवा आणि उत्पादनाची आवश्यकता अशा गृहीतकानेच सूक्ष्म वित्त योजनांचा प्रभाव झाला आहे.

सूक्ष्म वित्तमध्ये सावकाराप्रमाणे सुलभ कर्जे, कर्ज व्यवहारात दिरंगाई न करणारी, उत्पादक, अनुत्पादक कर्जे देणारी, कागदी गुंता नसणारी, कर्जकारणाचा समन्वय साधणारी, पारदर्शकता, बचत, पतनिर्माण, लोकशाही मार्गाचे व्यवहार, स्वेच्छा सभासदत्व असे अनौपचारिक सहकारचे अंग म्हणून सूक्ष्म वित्तांचा अवलंब करण्यात आला.

भारतामध्ये १९८०च्या मध्यामध्ये प्रेरणा अनुदान कर्ज सुरू झाली होती. त्यांचा धनिकांना फायदा होत होता. अशा टीका सुरू झाल्यामुळे १९८० नंतरच्या दशकात 'सूक्ष्म वित्त' संस्था (Micro finance institutions) निर्माण झाल्या आहेत. भारतात सूक्ष्म वित्तसंस्था प्रथम टप्प्यात तामिळनाडू (करमरकर-१९९९) गुजरात (शैलेंद्रा-१९९९) आणि महाराष्ट्रात (नाबार्ड-१९९७) सुरू केल्या आहेत. या संस्था स्वयं-साहाय्यता बचत गटांतील गरिबांना सहज वित्तीय सुविधा निर्माण करून देत आहेत.

सन १९९२ मध्ये बँक संलग्न कार्यक्रमास प्राधान्य देऊन जलद विकास म्हणून ५०० सूक्ष्म वित्तसंस्था प्रायोगिक तत्त्वावर स्थापन करण्यात आल्या. सन १९९४ मध्ये R.B.I ने ८०० सूक्ष्म वित्तसंस्थांची नोंदणी बँकेतर संस्था म्हणून केली आहे.

सूक्ष्म वित्तसंस्था बिगरसरकारी संघटन असून बचत, कर्ज व पत हे सहकारी, राष्ट्रीयीकृत बँका आणि बँकेतर वित्तीय संस्थाप्रमाणे आहेत. सूक्ष्म वित्तसंस्थांचा ग्राहक हे स्वयंरोजगार निर्मितीधारक, निम्न उत्पन्नातील व्यावसायिक, व्यापारी, फिरता विक्रेता, सीमांत व अल्पभूधारक शेतकरी, शेतमजूर, सेवाक्षेत्रातील केशकर्तनालय, लॉन्ड्री, रिक्षा ड्रायव्हर, चर्मकार, लोहार, सुतार, लहान उत्पादक, शेळी पालन, दुग्ध उत्पादक असे दैनंदिन रोख पैसा मिळविणारे गरीब लोक असे विविध प्रकारचे ग्राहक आहेत. या ग्राहकांकडे कर्ज घेण्यासाठी फारसे तारण नसल्यामुळे सूक्ष्म वित्तसंस्था स्वयंसाहाय्यता बचत गट स्थापन करून वित्तसाहाय्य करीत आहेत.

भारतामध्ये कंपनी कायद्याखालील विभाग २५ प्रमाणे सूक्ष्म वित्तसंस्था नोंदणी करून बचत, कर्ज व विमा व्यवहार करीत आहेत. या संस्था धनव्यवहाराबरोबर मनव्यवहार करीत आहेत. बचत, कर्ज, विमा याबरोबर उत्पन्नवृद्धीसाहाय्य, मनुष्यबळ विकास, सामुदायिक विकास, परस्परावलंबी समूह निर्माण करण्याचे कार्य करीत आहेत. भारतामध्ये या संस्था महिलांच्या सामुदायिक विकास हेतूने प्रेरित होऊन कार्य करीत आहेत. ग्रामीण भारतात खेडोपाड्यात स्वयंसेवी संस्थामार्फत अशा सूक्ष्म वित्तसंस्था कार्यरत आहेत.

सरकार व आंतरराष्ट्रीय संस्था गरिबांना स्वस्त पतपुरवठा करणे, लहान शेतकऱ्यांना शेतीसाठी शेतमजूरांना इ. प्राधान्याने पतपुरवठा करणे याकरिता सूक्ष्म वित्तांचा अवलंब करण्यात आला आहे. आंतरराष्ट्रीय पातळीवर असा अनुभव होता की, मोठ्या रकमांचे कर्ज दिल्याने परतफेड होत नाही. याकरिता नवीन दृष्टिकोन म्हणून सूक्ष्म वित्तकडे वळण्यात आले. सन १९८० च्या दशकात दीर्घकालीन उत्पन्नवृद्धीसाठी बांगला देशात डॉ. महंमद युनूस यांनी प्रायोगिक तत्त्वावर सूक्ष्म वित्तसंस्था स्थापन करून स्वयंसाहाय्यता समूह निर्माण करून ग्रामीण ट्रस्ट मार्फत वित्तसाहाय्यास प्रारंभ केला होता. त्यानंतर ग्रामीण बँकेत रूपांतर करण्यात आले. तसेच या दरम्यान लॅटिन अमेरिकेत हा प्रायोगिक प्रयत्न करण्यात आला. तसेच बँकेने (Microfinance institutions) इंडोनेशियात अनुदानावर पतपुरवठा केला. हा प्रयोग इंडोनेशियात यशस्वी झाला आहे. मार्च १९९५ मध्ये कोपनहेगन येथे सामाजिक विकासासाठी पार पडलेल्या जागतिक शिखर परिषदेत सूक्ष्म वित्तपुरवठ्यावर वाढत्या स्वरूपात भर देण्यात आला. या परिषदेत लहान उत्पादक, भूमिहीन शेतकरी, अल्प उत्पन्न असलेल्या व्यक्ती, विशेषतः महिला व दुर्बल व उपेक्षित गट यांना पतपुरवठा करण्यावर आणि तसा पतपुरवठा करू शकणाऱ्या यंत्रणेवर भर

देण्यात आला.

संयुक्त राष्ट्रसंघाने १९९६ हे वर्ष दारिद्र्य निर्मूलनाचे आंतरराष्ट्रीय वर्ष जाहीर केले आणि १९९७ मे २००६ हे दशक दारिद्र्य निर्मूलनाचे पहिले आंतरराष्ट्रीय दशक जाहीर केले. त्याकरिता सूक्ष्म वित्तपुरवठ्याचा अवलंब करण्यावर भर दिला. त्याप्रमाणे १९९७ मध्ये वॉशिंग्टन येथे जागतिक अंशलक्षी पतपुरवठा शिखर परिषद भरली होती. त्यामध्ये जगातील १०० दशलक्ष गरीब कुटुंबांना विशेषत: महिलांना त्यांच्या स्वयंरोजगारासाठी व इतर व्यावसायिक सेवांसाठी इ.स. २००५ पर्यंत सूक्ष्म वित्तपुरवठा केला जाईल असे जाहीर केल्याने सूक्ष्म वित्त संकल्पना आंतरराष्ट्रीय मान्यताप्राप्त झाली. त्यामुळे सर्वच देशांनी या संकल्पनेचा पुरस्कार केला आहे.

भारतात सूक्ष्म वित्तसंस्था बँका आणि स्वयंसेवी संस्था व विविध कंपन्या या क्षेत्रात आढळतात.

सूक्ष्म वित्तने समाजाच्या मागणीला प्रतिसाद देऊन ग्राहकांना आकलन होईल अशी साध्या उत्पादनाची निर्मिती व सुलभ व्यवस्थापन प्राप्त करून दिले. त्यामुळे बांगला देश, इंडोनेशिया व बोलिव्हिया अशा भौगोलिकदृष्ट्या भिन्न प्रदेशांमध्ये सूक्ष्म वित्तसंस्थांचा प्रसार झाला. गरिबांना त्यांच्या मागणीनुसार वित्तीय सेवा मोठ्या प्रमाणात पुरविल्यामुळे औपचारिक बँकिंग व्यवस्थेपासून दुरावलेला समाज एकवटलेला आहे. काळानुसार या सूक्ष्म वित्तसंस्था जगभर विखुरल्यामुळे या संस्थांनी चळवळीचे स्वरूप धारण केले आहे. विशेष म्हणजे विकसनशील देशात झपाट्याने विस्तारलेले आहे. तसेच विकसित देशामधील गरीब वस्त्या, भागामध्ये पोहोचले आहे. आज जगभरात ७००० सूक्ष्म वित्तसंस्थांनी १ कोटी ३० लाख छोट्या कर्जदारांना ७ अब्ज डॉलर सूक्ष्म वित्तने वितरण केले आहे. या कर्जाची ९७% परतफेड झालेली असून ३०% वार्षिक विकासदर नोंदविला आहे. सूक्ष्म वित्त वार्षिक उलाढाल सुमारे २.५ अब्ज डॉलर एवढी असून जगातील १० कोटी कुटुंबांना सूक्ष्म वित्त २१.६ अब्ज डॉलर एवढ्या निधीची गरज आहे. असे अंदाज जागतिक शिखर परिषदेत मायक्रो क्रेडिट समिट २००५ मध्ये व्यक्त केले होते.

सूक्ष्म वित्तपुरवठा हे स्वयं-साहाय्यता गटाद्वारे करण्याची पद्धत अवलंबतात. या जागतिक अनुभवावरून भारताने १९९० मध्ये सूक्ष्म वित्तसंस्था स्थापन करण्याचे दिशेने नाबार्डच्या माध्यमातून प्रयत्न सुरू केले. स्वयंसाहाय्यता गटाच्या माध्यमातून पथदर्शी प्रकल्प राबवून यशस्वी झाला. नाबार्ड सूक्ष्म वित्त बँकेच्या जाळ्यात आल्याने ही संकल्पना प्रगती पथावर गेली आहे. देशभरात सिडबीने (भारतीय लघुउद्योग बँकेने) ही संकल्पना प्रथम विकसित केली. 'सिडबी सूक्ष्म वित्तपुरवठा प्रतिष्ठान' या बिगर शासकीय संघटनांच्या माध्यमातून सुरू केले. या संस्थेने मार्च २००६ अखेर २२७

सूक्ष्म वित्तसंस्थांमार्फत ७६१.८१ कोटी रु. २६ लाख २५ हजार लाभार्थींना वितरित केले आहेत. या सूक्ष्म वित्त चळवळीच्या यशाने प्रथम आयसीआयसीआय, नंतर खासगी बँका व परदेशी बँका या क्षेत्रात प्रवेश करून सूक्ष्म वित्त क्षेत्र विकसित करीत आहेत.

१.३ सूक्ष्म वित्त संकल्पना (Concept of micro finance)

सूक्ष्म वित्त संकल्पना लहान कुटुंबे, दुर्बल व आर्थिकदृष्ट्या गरीब महिला आणि लहान व्यावसायिक व उद्योजक यांच्या आर्थिक देवाणघेवाण, दैनंदिन पतविषयक गरजा व मोठी विक्रीय विकास संस्था बनलेली आहे. हे सर्वसामान्य विकासाचे प्रभावी साधन असून आत्मनिर्भर व स्वयंरोजगार आणि सामाजिक प्रतिष्ठा प्राप्त करून दिलेली असली आणि सूक्ष्म वित्त संकल्पना व्यापक असली तरी समर्पक अशी व्याख्या करण्याचा प्रयत्न केलेला आहे. त्या व्याख्या पुढीलप्रमाणे -

(१) टास्क फोर्स रिपोर्टच्या नुसार - काटकसर (Thrift) पत आणि इतर वित्तीय सेवा व उत्पादन, लहान प्रमाणात बचत, ग्रामीण व निमशहरी लोकांच्या उत्पन्नात वाढ, राहणीमान स्तर उंचावणे या गोष्टी अंतर्भूत असतात त्यास सूक्ष्म वित्त म्हणतात.

(२) सूक्ष्म वित्त म्हणजे सक्तीची बचत, लघुकर्ज, खेळते भांडवल, उपभोग कर्ज, गुंतवणूक, स्वयंरोजगार, प्रशिक्षण विमा, विद्यावेतन, विपणन, पुनर्वित्त, वित्तीय शिस्त, कर्जफेड, कमी खर्च कर्ज वितरण या गोष्टी अंतर्भूत असतात त्यास सूक्ष्म वित्त म्हणतात.

(३) आर्थिक दृष्टिकोनातून निम्न उत्पन्न गटातील स्त्री-पुरुषांना वित्तीय सेवांची तरतूद, स्वयंरोजगारनिर्मित बचत/पत, विमा, वेतनसेवा असून सामाजिक दृष्टिकोनातून गट स्थापना, वित्तीय साक्षरता, आत्मविश्वास, प्रशिक्षण, व्यवस्थापन क्षमता इ. घटकांचा समन्वय असतो, त्या सूक्ष्म वित्त होय.

(४) बचत + कर्ज + विमा + विपणन या सेवा जेव्हा एकाच मंचावरून दिल्या जातात तेथे वित्त असतो. या सेवा पुन:श्च गटागटांतर्गत दिल्या जातात. त्यास सूक्ष्म वित्त म्हणतात.

(५) फक्त बचत + कर्ज + विमा + विपणन या सेवा देऊन भागत नाही तर कर्ज वापराची क्षमता वाढविणाऱ्या कृती कराव्या लागतात. तसेच पतप्रक्रिया + तंत्र साहाय्य + व्यवस्थापन कौशल्य + व्यवसाय साहाय्य या सेवांचा समावेश होतो त्यास सूक्ष्म वित्त म्हणतात.

(६) Micro finance which is the provision of thrift, credit and other financial services and products of very small amounts, to the poor, in rural, semi urban or urban areas for enabling them to raise their income levels and improve living standards thrifts implies saving created by postponing almost necessary consumption while saving implies the existence of surplus wealth

(७) सूक्ष्म वित्त म्हणजे मर्यादित कर्ज विनातारण कर्जे, समूहकर्जे, बचतीबरोबर कर्ज, अनुत्पादन कर्ज, अडलंनडलं कर्ज, मागताक्षणी कर्जे, वेळेवर बचत, कर्जात लवचीकता, कागदी गुंतागुंत नसणारी, व्यक्तिगत पत, पारदर्शकता, बचत संकलन करणे, व्याजदर कमी, बँकाप्रमाणे नोंदी ठेवणारी, खर्च कमी ठेवणारी अशा मिश्र व्यवस्था असणारी व्यवहार संकल्पना म्हणजे सूक्ष्म वित्त होय.

वरील व्याख्यांवरून स्पष्ट होते की, सूक्ष्म वित्त संकल्पना व्यापक असून धन व्यवहाराबरोबर मन व्यवहाराला प्राधान्य देणारी आहे.

१.४ सूक्ष्म वित्तसंस्थांची नोंदणी

(Registration of micro finance institutions)

सूक्ष्म वित्तसंस्थांची नोंदणी तीन पद्धतीने करता येते

(१) Public Trust Act 1882 and section 25 - Company act 1956 नुसार सूक्ष्म वित्तची स्थापना केली जाते. नफा विरहित म्हणून नोंदणी केली जाते. Registered under Societies registered Act 1860 or Similar State Act प्रमाणे नोंदणी केली जाते.

(२) Mutual Benefit MFI include-Co-Operative Societies Act 1894, Mutual Trust or Nidhis under section 620 of the Companies Act 1956.

(३) For profit MFI include Non Banking Finance Company (NBFC) Registered under act, company 1956 (Mahajan act 200) नुसार नोंदणी करता येते. तसेच भारतीय भागीदारी कायदा १९३२ मधील तरतुदीनुसार सूक्ष्म वित्तसंस्थांची नोंदणी करता येते.

१.५ सूक्ष्म वित्तसंस्थांची उद्दिष्टे

(१) **ठेवीचे संरक्षण** : सूक्ष्म वित्तसंस्था विनिमयन करताना ठेवीदारांचे संरक्षण करणे, गरीब लोक बचतीच्या स्वरूपात ठेवी ठेवतात त्या ठेवींचे संरक्षण करणे अशी जबाबदारी या संस्थांची आहे. या ठेवी स्वयंसेवी संस्था आणि स्वयंसाहाय्यता गट संकलन करतात.

(२) **बचतीच्या सेवा** : सूक्ष्म वित्तसंस्था स्वयंसाहाय्यता गटांना बचतीच्या सवयी लावण्याकरिता प्रबोधन करणे, तसेच बचतीबाबत सतत जागृत राहणे कारण बचतीवर गुंतवणूक केली जाते. म्हणून बचतीचे व्यवस्थापक म्हणून जबाबदारी पार पाडतात.

(३) **निधीची सुरक्षितता** : सूक्ष्म वित्तसंस्था स्वयंसाहाय्यता बचत गटाचा निधी सांभाळण्याची जबाबदारी पार पाडतात. या संस्था निधी मागताक्षणी परत करतात.

(४) **पूर्नवित्त** : सूक्ष्म वित्तसंस्था कमीत कमी खर्चात पूर्नवित्त करण्याचे कार्य करतात. भारतात अनेक सूक्ष्म वित्तसंस्था स्वयंसाहाय्यता बचत गटांना पूर्नवित्त करीत असतात.

(५) **क्षमता बांधणी** : सूक्ष्म वित्तसंस्था स्वयंसेवी संस्थांमार्फत स्वयंसाहाय्यता बचत गटाच्या व्यवस्थापनातील उणीवा संरचनात्मक बांधणी, व्यावसायिक आणि वित्तीय क्षमता बांधणी करतात. त्यामुळे गटाचे सबलीकरण होते.

(६) **सरकारी हस्तक्षेपास अटकाव** : सूक्ष्म वित्तसंस्थांच्या कार्यात सरकारी हस्तक्षेपास अटकाव करतात. या संस्था वित्तीय क्षेत्रात स्वयंचलित कार्यपद्धती अवलंबतात. सरकार फक्त धोरण व आराखडा तयार करून देते. प्रत्यक्ष व्यवहारात हस्तक्षेप करत नाही.

(७) **स्वयंसाहाय्यता गटबांधणी** : सूक्ष्म वित्तसंस्था ग्रामीण भागात महिलांचे व पुरुषांचे स्वयंसाहाय्यता बचत गट बांधणी करतात. त्या गटाद्वारे वित्तसाहाय्य करतात.

(८) **विशेष सेवांची पूर्तता** : सूक्ष्म वित्तसंस्था दारिद्र्य निर्मूलन करताना गटांच्या कामकाजात शिक्षण, आरोग्य, विमा या सेवांच्या बरोबर बचत, विपणन मदत, उत्पादन प्रशिक्षण, गटाविषयी इतर सेवा पुरवितात.

(९) **बहुविध सेवांना प्राधान्य** : सूक्ष्म वित्तसंस्था आर्थिक क्षेत्राप्रमाणे समाजविकास दृष्टिकोनातून बहुविध सेवा पुरवितात. या सामाजिक सेवांमध्ये शिक्षण, आरोग्य, वातावरण निर्मिती, महिलांना हक्क व कर्तव्याबाबत सेवा,

गटाचे प्रदर्शन, मेळावे, सांस्कृतिक कार्यक्रम अशा सेवांना प्राधान्य देत असतात.

(१०) दारिद्र्य निर्मूलन : सूक्ष्म वित्तसंस्थांचे मुख्य उद्दिष्ट म्हणजे ग्रामीण भागातील विशेषत: महिलांमधील दारिद्र्य निर्मूलन करण्यासाठी स्वयंसाहाय्यता महिला बचत गटामार्फत सूक्ष्म वित्त पुरवठा विविध व्यवसायांना करून उत्पन्न साधन प्राप्त करून देतात. त्यामुळे दारिद्र्य निर्मूलनास मदत झाली आहे.

१.६ सूक्ष्म वित्तसंस्थांचे कार्य (Functions of micro finance instutions)

(१) दारिद्र्य निर्मूलन करण्यासाठी गरीब कुटुंबांना विनातारण कर्जपुरवठा करणे.

(२) दारिद्र्यरेषेखालील कुटुंबांची उत्पन्नपातळी वाढविण्यासाठी आणि त्यांच्या राहणीमानाच्या दर्जात सुधारणा होण्यासाठी काटकसर, विपणनसेवा, वित्तीय सेवा इ. पुरविणे.

(३) वित्तीय सेवांबरोबर सामाजिक सेवांची पूर्तता करणे.

(४) उत्पादन, बचत आणि सुरक्षितता यांना प्राधान्य देणे.

(५) विपणन, उत्पादक, पॅकिंग, उद्योजक इ. बाबत प्रशिक्षण देणे.

(६) समाजात स्त्री-पुरुष समानता प्रस्थापित करण्यासाठी महिलांना सामाजिक व वित्तीय सेवा पुरविणे. त्याद्वारे महिलांचे सबलीकरण करणे.

(७) महिलांचे स्वयंसाहाय्यता बचत गट स्थापन करून गटांच्या विकासासाठी मार्गदर्शन व प्रोत्साहन देणे.

(८) स्वयंसाहाय्यता बचत गटातील महिलांचे मेळावे व गटांच्या उत्पादित वस्तूंचे प्रदर्शन आयोजित करणे.

(९) कमीत कमी खर्चात गटांची देखरेख, नियंत्रण करून कर्जवसुली करणे.

(१०) महिलांना उद्योजकीय विकास सेवा देऊन त्यांच्या कौशल्यवृद्धीला महत्त्व देणे.

(११) स्वयंसाहाय्यता महिला बचत गटांना अनुत्पादक व पुर्नवित्त कर्जपुरवठा करणे.

(१२) सूक्ष्म वित्त परिकल्पनेची धनको व ऋणको या दोहोंना माहिती देऊन त्यांच्यात सूक्ष्म वित्तची प्रेरणा देण्यासाठी हस्तक्षेप करणे.

(१३) प्रतिकूल निवड व नैतिक अध:पतन या समस्येची माहिती देऊन त्यांच्या परिणामांची कल्पना देणे.

(१४) सूक्ष्म वित्त विनिमयन करताना ग्राहक व संस्था कृतिशील निर्णय, निर्बंधात्मक निर्णय विनियमन-व्यवहार किंवा देवाण-घेवाण या गुणाबाबत निष्णात करणे.

(१५) धनकोच्या निधीची कर्जफेड क्षमतेची जाण ऋणकोला करून देण्याचे कार्य करते.

१.७ सूक्ष्म वित्तवाढीची कारणे (Causes of growth of micro finance)

(१) **दारिद्र्य निर्मूलनाचे वचन** : निम्न उत्पन्न गटातील कुटुंबांना उत्पन्नवृद्धी करण्यासाठी, उद्योजकता निर्माण करण्यासाठी सूक्ष्म वित्तचे सहकार्य, मार्गदर्शन मिळते, त्यातून व्यवसाय व रोजगारनिर्मिती होते. उत्पन्नाचे साधन प्राप्त होते. त्यामुळे हमखास दारिद्र्य निर्मूलन होते.

(२) **वित्तीय आधाराचे वचन किंवा वातावरण** : सूक्ष्म वित्त वित्तीय व्यवहाराची वचनपूर्ती करतात. तसेच वित्तीय सुबत्ता, स्वयंक्षमता, अनुदान, व्याजदर इ. स्थानिक पातळीवर तडजोड करतात. तसेच वित्तीय बाबीबाबत सल्लामसलत करून योग्य मार्ग काढतात. त्यामुळे विश्वासार्हता प्राप्त होते.

(३) **परंपरागत पद्धतीची संभाव्य बांधणी** : सूक्ष्म वित्तसंस्थांचे व्यवहार विश्वासावर असतात. बचत व कर्ज परिक्रमणे विश्वासावर होतात. शिवाय बदलते नियम, सूक्ष्म व परंपरागत उद्योजकाची बांधणी, जास्तीत जास्त सवलती, परंपरागत वस्तूंचे उत्पादन व व्यवसाय याची बांधणी करण्यास मदत करतात. त्यामुळे व्यावसायिक खर्च कमी राहतो. या कारणामुळे सूक्ष्म वित्त वाढलेले आहे.

(४) **नवप्रवर्तन आणि वित्तीय निकालाची उपलब्धता** : सूक्ष्म वित्त हे नवप्रवर्तन असल्याने वित्तीय पूर्तता करून दाखविली आहे. शिवाय नवप्रवर्तनाच्या समस्या सोडविण्याचे, उणीवा दूर करण्याचे सामर्थ्य, कर्जसमस्या निर्मूलन, कर्जपरतफेडीची वारंवारता, सामाजिक दबाव, क्षमता वृद्धी या गोष्टी सिद्ध केल्या आहेत. त्यांचा निकाल जनतेला प्राप्त झाला आहे. या कारणांनी सूक्ष्म वित्त वाढलेले आहे.

(५) **सबलीकरणाची सत्यता** : सूक्ष्म वित्त महिलांचे समाजातील आर्थिक, सामाजिक, राजकीय, आरोग्य विषयक, शैक्षणिक विषयक, सांस्कृतिक इत्यादीबाबत सबलीकरण दाखवून दिले आहे. त्यामुळे महिलांनी आत्मनिर्भरपणा व स्वाभिमान आणि धाडसीपणा सिद्ध केला आहे. महिलांना समाजात मानाचे स्थान प्राप्त करून दिले आहे.

(६) **लोकशाही कार्यप्रणाली** : सूक्ष्म वित्तसंस्थांनी स्वयंसाहाय्यता गटांना लोकशाही तत्त्वे, कौशल्याचे मूल्यमापन, सामुदायिक निर्णय, समान हक्क, अंत:प्रेरणा उर्मी, व्यावहारिक कार्यपद्धती, फिरता निधी, फिरते नेतृत्व,

काटकसर, सहकार्य, समानता अशी लोकशाहीची तत्त्वप्रणाली घालून दिलेली आहे.

(७) **स्वयंसाहाय्यता गटांची वाढती संख्या** : सूक्ष्म वित्ताच्या मदतीमुळे जागतिक पातळीवर महिला बचत गटांची संख्या दिवसेंदिवस वाढत आहे. त्यातून आर्थिक विकासाची प्रचालना प्राप्त झाली आहे. त्यांची विश्वासार्हता वाढली आहे. त्यामुळे सूक्ष्म वित्तसंस्था वाढलेल्या आहेत.

(८) **स्वयंसेवी संस्थांची विश्वासार्हता** : स्वयंसेवी संस्थांनी स्वयंसाहाय्यता बचत गट स्थापना, क्षमता बांधणी, प्रशिक्षण, समान संधी, विपणन व्यवस्था, प्रदर्शन, मेळावे या गोष्टी खात्रीपूर्वक करून वित्तपुरवठा मार्गदर्शन व उपलब्धता या बाबींची पूर्तता केल्यामुळे समाजात अशा स्वयंसेवी संस्थांची विश्वासार्हता वाढलेली आहे. त्यामुळे सूक्ष्म वित्ताचा विस्तार झाला आहे.

(९) **वाढत्या यशोगाथा** : भारतामध्ये ग्रामीण भागात सूक्ष्म वित्तच्या यशोगाथा सतत वाढत आहेत. कारण सूक्ष्म वित्तच्या साहाय्याने अनेक स्वयंसाहाय्यता समूहाद्वारे महिलांचे व्यवसाय निर्माण होऊन महिला सबलीकरण होत आहे. याची यशोगाथा सतत वाढत आहे.

(१०) **ग्रामीण अर्थव्यवस्थेची पुनर्बांधणी** : सूक्ष्म वित्ताच्या साहाय्याने ग्रामीण भागात वाड्यावस्त्या, गावोगावी, स्वयंसाहाय्यता बचत गट प्रगतीपथावर आहेत. ग्रामीण भागातील समग्र बचतीमुळे भांडवल निर्मितीचा वेग वाढला आहे. त्यामुळे ग्रामीण अर्थव्यवस्थेची वित्तीय गरज पूर्ण होत आहे. शिवाय ग्रामीण कार्यकारणाची सूत्रे महिलांच्या हातात येऊ लागली आहेत. त्यामुळे सूक्ष्म वित्तचे महत्त्व वाढलेले आहे.

❐

प्रकरण २

स्वयं-साहाय्यता बचत गटाची ऐतिहासिक पार्श्वभूमी आणि प्रगती

Historical Background and Progress of Self Help Groups

२.१ प्रस्तावना, २.२ जागतिक स्वयं-साहाय्यता बचत गट चळवळीचा उगम व विकास, २.३ भारतातील स्वयं-साहाय्यता बचतगट चळवळीचा उगम व प्रगती, २.४ स्वयं-साहाय्यता बचत गटाची बँक संलग्नता, २.५ भारतातील क्षेत्रनिहाय आणि सदस्यनिहाय स्वयं-साहाय्यता बचत गट प्रगती, २.६ बँकांचा सहभाग, २.७ स्वयं-साहाय्यता बचत गट व बँक वित्तपुरवठा आणि प्रगती, २.८ सहभागी स्वयंसेवी संस्था, २.९ शेतकरी मंडळ, २.१० भारतातील प्रदेशनिहाय स्वयं-साहाय्यता बचत गटाची प्रगती, २.११ महाराष्ट्रातील स्वयं-साहाय्यता बचत गटाची प्रगती, २.१२ महाराष्ट्रातील स्वयं-साहाय्यता बचत गटांना वित्तपुरवठा

२.१ प्रस्तावना (Introduction)

स्वयं-साहाय्यता बचत गट हे एकमेकांस साह्य करण्याचे संघटन असून १० ते २० सभासदांचा समूह असून मदत करणे हे मूलभूत तत्त्व आहे. दारिद्र्य निर्मूलन करणे आणि महिलांचे आर्थिक, सामाजिक, शैक्षणिक, आरोग्य याबाबत सबलीकरण करणे ही दोन मूलभूत स्वरूपाची उद्दिष्टे स्वयं-साहाय्यता बचत गटाची आहेत. या उद्दिष्टांपैकी दारिद्र्यनिर्मूलन करणे हे फार मोठे आव्हान स्वयं-साहाय्यता गटासमोर असून त्या

आव्हानावर यशस्वीपणे स्वयं-साहाय्यता बचत गट मात करीत आहेत. दारिद्र्यनिर्मूलन केल्याशिवाय समाजाची प्रगती होणार नाही. याकरिता स्वयं-साहाय्यता बचतगट चळवळ निम्नस्तरावर सुरू झालेली आहे.

जागतिकदृष्टीने सर्वच देशात कमी-जास्त प्रमाणात दारिद्र्य दिसून येते. भारताची लोकसंख्या जागतिक लोकसंख्येपैकी १४% असून या लोकसंख्येपैकी ३७.६% लोकसंख्या दारिद्र्यात जीवन जगत आहे. या गरीब लोकांची आर्थिक, सामाजिक परिस्थिती सुधारणे आवश्यक आहे. दारिद्र्यामुळे निरक्षर, अज्ञानी, अंधश्रद्धाळू, दैववादी, व्यसनाधीन असतात त्यामुळे अशांतता निर्माण होते. यातून मुक्ती मिळविण्यासाठी स्वयं-साहाय्यता बचत गटाचा मार्ग अतिशय सुकर आहे. म्हणून नोबेल पारितोषिक प्राप्त अर्थतज्ज्ञ डॉ. महंमद युनूस म्हणतात की, दारिद्र्याच्या दुष्टचक्रावर उत्तम उपाय स्वयं-साहाय्यता बचत गट आहे. म्हणून प्रथम स्वयं-साहाय्यता गटाची पार्श्वभूमी पाहणे अगत्याचे आहे.

२.२ जागतिक स्वयं-साहाय्यता बचत गट चळवळीचा उगम आणि विकास

(Origin and development of SHGs movement in world)

जगामध्ये स्वयं-साहाय्यता बचत गटाची चळवळ लघुवित्त बचतगट, शेजारगट स्वयं-साहाय्यता समूह गट, महिला बचत गट या वेगवेगळ्या संकल्पनेतून साकार होत आहे. या संकल्पनेच्या मुळात 'महिला सक्षमीकरण' असून जगभर ही चळवळ जोमात फोफावत आहे. जागतिक पातळीवर मागासराष्ट्र म्हणून बांगलादेशाची प्रतिमा असली तरी अशा देशात स्व. बचत गटाचे मूळ दिसून येत आहे. बांगला देशातील चितगाव विद्यापीठातील अर्थशास्त्र विषयाचे अध्यापक व जगप्रसिद्ध ग्रामीण बँकेचे प्रणेते आणि सन २००६चे जागतिक शांतता नोबेल पुरस्काराचे मानकरी असणारे प्रा. डॉ. महंमद युनूस यांनी प्रथम स्वयं-साहाय्यता गटाची मुहूर्तमेढ रोवली. प्रा. डॉ. महंमद युनूस हॉवर्ड विद्यापीठात अर्थशास्त्राची पदवी घेऊन याच विद्यापीठात काही काळ अध्यापनाचे काम करून मातृभूमीच्या ओढीने १९७६ मध्ये बांगला देशात परतले. आपल्या ज्ञानाचा फायदा मायदेशातील विद्यार्थी व समाजाला व्हावा या हेतूने चितगाव विद्यापीठामध्ये प्राध्यापक असताना विद्यापीठ परिसरातील गरीब गावकऱ्यांच्या कर्जाच्या प्रश्नाचे निर्मूलन करण्याचा इरादा करून त्यांनी कार्यास सुरुवात केली.

बांगला देशात १९७४ मध्ये दुष्काळाची आपत्ती कोसळली होती. तसेच खेड्यांमध्ये भयानक दारिद्र्य नजरेस येत होते. चितगाव विद्यापीठाच्या जवळ 'जोबरा' भूमिहीनांचे गावात महिला जगण्यासाठी धडपडत होत्या. सावकारी पाशात अडकलेल्या लोकांना कसलाही आर्थिक आधार नव्हता. म्हणून डॉ. महंमद युनूस यांनी जोबरा

गावातील ४० जणांना आपल्या खिशातून कर्जरूपात पैसे दिले. ही कर्जे अत्यल्प होती. कोणतीही बँक अशी कर्जे देत नाही. अशा विनातारण कर्जाची परतफेड वेळेत करण्यात आली. गरिबांना दिलेली कर्ज बुडणारच ही कल्पना बँकांची होती. परंतु डॉ. महंमद युनूस यांनी ती फोल ठरवली. त्यांच्या मते, गरिबांना दिलेली कर्जे ते पूर्ण रकमेसह वेळेत परत करतात. याचा अनुभव जोबरा गावात आला.

बांगला देशातील जोबरा गावातील गरीब जनतेला वर्षानुवर्षे बँकांनी नाकारल्यामुळे प्रत्येत व्यक्ती सावकाराच्या विळख्यात अडकलेली होती. या दारिद्र्यातील जनतेची सावकारी पाशाच्या जोखडातून सुटका करण्यासाठी त्यांना अर्थकारणाच्या मुख्य प्रवाहात आणण्यासाठी रोजगारसंधी प्राप्त करण्यासाठी स्वयं-साहाय्यता समूहाची कल्पना डॉ. महंमद युनूस यांनी राबविली. डॉ. महंमद युनूस हे जोबरा गावातील आठवड्याच्या बाजारातील व्यवहार अतिशय बारकाईने पाहत होते. त्या आठवडे बाजारात ५ ते ६ लोक एकत्र येऊन परस्पर विश्वासाने आर्थिक व्यवहार करीत होते. अशा ५ ते ६ लोकांचा एक गट बनून ७ ते ८ गट आर्थिक व्यवहार करीत होते. या गटातील ४० लोक मतभेदाविना एकत्र येऊन दर आठवड्यास व्यवहार करीत होते. हाच धागा पकडून डॉ. महंमद युनूस यांनी येथेच स्वयं-साहाय्यता गटाची सुरुवात केली असली तरी तिचे बँकेत रूपांतर व्हायला तब्बल सहा वर्षे लागली.

डॉ. महंमद युनूस जोबरा गावातील आठवडे बाजारातील ४० लोकांचा आर्थिक व्यवहार बारकाईने अभ्यासत होते. या समूहाला बांगला देशातील कृषी बँकेशी जोडण्याच्या दिशेने त्यांनी वाटचाल केली. या गरीब लोकांनी काटकसर करून बँकेत बचत केली तर हे लोक कर्जासाठी लायक ठरू शकले असते. परंतु कृषी बँक अधिकाऱ्याला ही कल्पना तत्त्वत: मान्य झाली असली तरी सरकारी खाक्याप्रमाणे टोलवण्याचा प्रयत्न झाला. परंतु डॉ. महंमद युनूस यांनी खचून न जाता जोबरा गावात बँक सुरू करण्यात, मतपरिवर्तन करण्यात यश संपादन केले. त्यानुसार १९८३ साली कायदा करून ग्रामीण बँकेची स्थापना करण्यात आली. बांगला देशात शेकडो कर्जदार-खातेदार, या ग्रामीण बँकेचे भागधारक, महिलाच आहेत. शिवाय गरिबातील गरीब या बँकेचा खातेदार आहे. डॉ. महंमद युनूस यांनी महिलांना सहभागी करून आर्थिक कार्यक्रमात महिलांचा सहभाग ही सामाजिक क्रांती करून महिलांचे सबलीकरण केलेले आहे. ५ ते १० महिलांचे बचतगट करून प्रत्येकीला कर्ज दिले जाते. कर्जफेडीचे सामाजिक बंधन बचतगटावर असते. कर्ज गटांना विश्वासाने व विनातारण कर्ज देत असल्यामुळे कर्जफेड ९८% झाली. अशा तऱ्हेने गरीब व्यक्ती कर्जफेडीस लायक असते हे डॉ. महंमद युनूस यांनी जगाला सिद्ध करून दाखवले आहे. याकरिता ग्रामीण बँकेची माहिती घेणे आवश्यक आहे.

तक्ता २.१
ग्रामीण बँकेची प्रगती

१.	भागभांडवल	१००%
	(अ) महिला कर्जदार-खातेदार	९४%
	(ब) बांगला देश सरकार	६%
२.	बँकशाखा	२२२६
३.	संगणकीकृत बँकशाखा	१८६९
४.	बँक विस्तार विभाग	३५
५.	बँकेच्या कार्यक्षेत्रातील खेडी	७१३७१
६.	बँक कर्मचारी	१८७९५
७.	कर्जदार संख्या	६६ लाख
८.	कर्जवितरण	६.६१ अब्ज डॉलर
९.	कर्जवसुली	९८.८५%
१०.	कर्ज व्याजदर स्तर	
	(अ) व्यवसायासाठी	२०%
	(ब) घरबांधणी	८%
	(क) विद्यार्थी	५%
	(ड) भिकारी	०%

या तक्त्यावरून स्पष्ट होते की, या बँकेने महिला वर्गासाठी कर्जपुरवठा विनातारण केला आहे. या बँकेची खातेदार थकबाकीदार झाल्यास खटला दाखल केला जात नाही. शिवाय कायदेशीर कागदपत्रावर स्वाक्षरी करावी लागत नाही.

बागंलादेशामध्ये ५८% दारिद्र्यनिर्मूलन झालेले आहे. कर्जफेड वेळेत होत नसेल तर फ्लेक्झिबल लोन जाहीर केले जाते. पहिल्या वर्षी ५०% दुसऱ्या वर्षी ५०% करून कर्ज राईट ऑफ करण्याची तरतूद आहे. या काळात विलंबाने कर्ज देत राहिले तर तिसऱ्या वर्षी कर्जफेड शून्यावर येते.

ग्रामीण बँकेने बचतगटांबरोबरच शैक्षणिक शिष्यवृत्ती २००६ मध्ये २७ हजार विद्यार्थ्यांना ७ लाख डॉलर दिली आहे, तसेच टेलिफोन लेडीज योजना म्हणून २.५ लाख महिलांना मोबाईल फोनसाठी कर्जे दिली आहेत. बांगलादेशात खेडेगावात वीजनिर्मितीसाठी भाडेतत्त्वावर सोलर पॅक युनिट दिले आहे. अशा विविध स्तरावर

ग्रामीण बँक कार्यरत असल्यामुळे बँकेला नोबेल पुरस्काराने सन्मानित केले गेले आहे. या बँकेने आर्थिक कल्याणाबरोबर सामाजिक कल्याणाची योजना राबवून बांगला देशातील गरीब महिलांना जगात मानाचे स्थान निर्माण करून दिले आहे.

आंतरराष्ट्रीय स्तरावर बांगलादेशातील दारिद्र्यनिर्मूलन कार्यक्रमाला संयुक्त राष्ट्र संघटनेने पाठिंबा दिला आहे. संयुक्त राष्ट्र संघटनेने विकासाच्या कार्यक्रमात बचत गटावर भर देऊन, जागतिक बँक, प्रादेशिक बँक इत्यादींनी गरीबांना कर्ज कसे देता येईल याबाबत विकसित देशातील ६०० संसद सदस्यांना शिफारस केली आहे. याची परिणती म्हणून जगभरातील १५० देशांनी बचतगट चळवळ अमलात आणली आहे.

डॉ. महंमद युनूस यांचा हा प्रयोग जगभर फोफावण्यासाठी अमेरिकेचे तत्कालीन अध्यक्ष बिल क्लिंटन व हिलरी क्लिंटन यांच्या गुड फेथ संघटनेने प्रोत्साहन दिले होते. त्यांनी बांगलादेशातील ग्रामीण बँकेला 'गरीब बांगला महिलांचा लघुवित्त' असे संबोधले आहे. याच धर्तीवर बुश प्रशासनानेही अमेरिकेत कायदा संमत केला आहे.

आर्थिकदृष्ट्या दुर्बलांकरिता एकता, शिस्त, साहस व कठोर परिश्रम आणि शांतता यांचा मिलाप साधून मलेशियन अर्थतज्ज्ञ माजी अध्यक्ष प्रा. गिब्बन्स यांनी मलेशिया राष्ट्रात स्वयं-साहाय्यता बचत गट योजना राबविली आहे. तसेच भारतासह श्रीलंका, फिलिपाईन्स, आफ्रिकेतील देश, आखाती देश, दक्षिण अमेरिकेतील देश या चळवळीचे कार्य करीत आहेत. त्याचप्रमाणे जागतिक पातळीवरील शहीदूर खांडकर, पीट आणि कार्टराईट या तिघांनी ग्रामीण बँकेच्या योगदानाचा सखोल अभ्यास केला आहे. त्यांच्या मते बांगलादेशात बचतगटामुळे महिलांमध्ये आर्थिक, राजकीय व सामाजिक जाणीव निर्माण झालेली आहे.

बचत गट ही संकल्पना जगात वेगवेगळ्या स्वरूपात फंड, भिशी या स्वरूपात सुरू होती. दक्षिण अमेरिका व आफ्रिका देशात ROSCA (Rotating saving and credit association) हा बचतीचा प्रकार भिशीशी संबंधित होता. हा प्रकार ग्रामीण बँकेच्या धर्तीवर विकसित करण्यात सुरुवात झाली. तसेच इंडोनेशिया जीटीझेड या जर्मन एजन्सीने हा प्रयोग केला आहे.

२.३ भारतातील स्वयं-साहाय्यता बचत गट चळवळीचा उगम व प्रगती
(Origin and progress of SHGs movement in India)

भारतात १९५१ पासून नियोजनबद्ध सामाजिक आर्थिक विकास घडवून आणण्याचा प्रयत्न सुरू आहे. पंचवार्षिक योजनाकाळात दारिद्र्यनिर्मूलन योजना राबवून रोजगार निर्मितीवर भर दिला आहे. एकात्मिक ग्रामीण विकास योजना सर्वप्रथम सूक्ष्मवित्त पुरवठा करणारी योजना होती. यापूर्वी गरिबी निर्मूलनासाठी तसेच महिला

सबलीकरणासाठी अनेक योजना राबविल्या गेल्या. परंतु मूल्यमापन पातळीवर निराशा पदरी आली. त्या सर्व योजनांचे एकत्रीकरण करून १ एप्रिल १९९९ पासून स्वर्णजयंती ग्रामरोजगार योजनांतर्गत स्वयं-साहाय्यता बचत गटांना प्रोत्साहन देण्यास सुरुवात झाली. त्याद्वारे गरजू व दारिद्र्यरेषेखालील कुटुंबातील सभासदांना कर्ज व अनुदान योजना राबविली. त्याचप्रमाणे नियोजन समितीने स्वयंसेवी संस्था, शासकीय संघटना इत्यादींनी दारिद्र्याची दखल घेतली. सातव्या योजनेच्या काळात स्वयं-साहाय्यता गट हे बचत संकलनाचे व दारिद्र्यात खितपत असलेल्या सदस्यांना कर्जासाठी मदत करणारे प्रभावी साधन मानले जाऊ लागले. तसेच ग्रामीण व शहरी भागातही दारिद्र्यनिर्मूलनाचा उत्तम कार्यक्रम म्हणून स्वयं-साहाय्यता बचत गटाकडे लोक पाहू लागले.

भारतामध्ये स्वयं-साहाय्यता बचत गटाची चळवळ 'म्हैसूर पुनर्निर्धारण आणि विकास एजन्सी' (मायराडा) (Mysore resettlement and development agencies MYRADA) या संस्थेने १९८५मध्ये सुरू केली. त्यांनी 'पतव्यवस्थापन गट' (Credit management group) निर्माण केले. सन १९९० मध्ये भारताच्या निमंत्रणावरून डॉ. महंमद युनूस यांनी नेहरू विद्यापीठ दिल्ली येथे स्वयं-साहाय्यता बचत गटावर मार्गदर्शन केले होते. सन १९९२ मध्ये Asia pacific rural and agricutural credit association च्या साह्याने भारतामध्ये स्वयं-साहाय्यता बचत गट राबविण्यास सुरुवात झाली. त्यानंतर १९९३ मध्ये रिझर्व्ह बँकेने कायदेशीर मान्यता दिली. या चळवळीत महिलांचा सहभाग लक्षणीयरीत्या वाढत गेल्यामुळे प्रादेशिकदृष्ट्या चळवळीचे संदर्भ बदलत गेले. उदा. काही भागात महिलांची चळवळ म्हणून महिला बचतगट असे संदर्भ घेत चळवळ फोफावत आहे. भारतामध्ये महाराष्ट्र, राजस्थान, तामिळनाडू, केरळ ही राज्ये स्वयं-साहाय्यता गटाच्या संदर्भात आघाडीवर आहेत. त्याचप्रमाणे मायराडा संस्थेच्या निष्कर्षाची परिणती म्हणून पद्मश्री जया अरुणाचलम यांनी नाबार्डच्या माध्यमातून आंध्रप्रदेश, तामिळनाडू, अरुणाचलम् राज्यात महिला बचतगट सुरू केले.

सन १९९२ मध्ये नाबार्डने ५०० स्वयंसाहाय्यता गटांना बँकेशी जोडण्याचा पथदर्शक प्रकल्प सुरू केला. तसेच रिझर्व्ह बँकेने स्वयं-साहाय्यता बचत गटांना वित्तासाठी मार्गदर्शक तत्त्वे वितरित करून १९९६ मध्ये स्व. ब. गटांना बँक संलग्नता (Bank linkage) साठी बँकिंग क्षेत्राच्या प्राधान्यक्रम कर्जाच्या क्षेत्रात समावेश केला. त्यामुळे स्वयं-साहाय्यता बचत गटाच्या बँक संलग्नता संख्येत वाढ होत गेली.

भारतात वित्तीय संस्थांबरोबर स्वयंसेवी संस्थांचे स्वयं-साहाय्यता बचत गटाच्या सक्षमीकरणात फार मोठे योगदान आहे. दक्षिणेत सधन फौंडेशन आसा, महाराष्ट्रात अन्नपूर्णा ग्रामीण महिला व बालक विकास मंडळ, चैतन्य संस्था यांचे योगदान उल्लेखनीय

आहे. तसेच १९९८-९९ पासून प्रत्येक वर्षी केंद्रीय अंदाजपत्रकात स्वयं-साहाय्यता बचत गटाबाबत तरतुदी केल्या आहे. त्याचप्रमाणे शैक्षणिक क्षेत्रात विद्यापीठ पातळीवर स्वयं-साहाय्यता बचत गटाच्या अभ्यासक्रमाला मान्यता देण्यात आली आहे. अशा प्रकारे भारतात लोकसहभागातून मिनी सहकार म्हणून ही चळवळ फोफावत आहे.

भारतामध्ये स्वयं-साहाय्यता बचत गटाची प्रगती खालील तक्त्यावरून स्पष्ट होते.

तक्ता २.२

भारतातील स्वयं-साहाय्यता बचत गटाची प्रगती

२००२-०३ ते २००५-०६   **(रु. दशलक्ष)**

क्र.	तपशील	२००२-०३	२००३-०४	२००४-०५	२००५-०६
१.	औपचारिक एजन्सीने नवीन गट स्थापना स्व.ब.गट संख्या	५१५,४७७	९२,७७४	३५२,५७५	७८१,९५८
	टक्केवारी	७५.५१%	४६.६२%	३३.००%	
२.	स्वयंसेवी संस्थेने नवीन स्थापना स्व. ब. गट संख्या	१६७.०९८	१०६.२२८	७१६.१२२	
	टक्केवारी	२४.४९	५३.३८%	६७.००%	
	एकूण टक्केवारी	६८२.५७५ १००%	१९९.००२ १००%	१०६८.६९७ १००%	७८१,९५८ १००%

या तक्त्यावरून असे स्पष्ट होते की, सन २००२-०३ ते २००५-०६ या कालावधीत सुमारे ८७.२९% इतकी वाढ स्वयं-साहाय्यता गटात झालेली आहे. म्हणजे चार वर्षांच्या काळात स्वयं-साहाय्यता बचत गटाची संख्यात्मक वाढ कौतुकास्पद झाली आहे. स्वयंसेवी संस्था आणि औपचारिक एजन्सी स्व. ब. गट स्थापन करण्यात महत्त्वपूर्ण भूमिका बजावत आहेत.

२.४ स्वयं-साहाय्यता बचत गटाची संलग्नता

(SHG bank linkage)

भारतामध्ये ग्रामीण भागातील स्वयं-साहाय्यता बचत गटांना बँकेद्वारे जोडण्याचे अभियान मोठ्या प्रमाणात राबविले जात आहे. सन १९८४ मध्ये बँकॉक व डिसेंबर १९८५ मध्ये काठमांडू येथे झालेल्या पाचव्या जनरल असेंब्ली आणि आशिया पॅसिफीक रुरल अॅन्ड अॅग्रीकल्चरल क्रेडिट असोसिएशन या पाचव्या जनरल असेंब्लीमध्ये ग्रामीण भागातील गरीब आणि लहान उद्योजकांना कमी खर्चात प्रभावी वित्तीय मध्यस्थ प्रणाली (financial intermediater system) यावर चर्चा करण्यात आली. याची परिणती म्हणून गरिबांच्या गरजांची पूर्तता करण्यासाठी नवीन दृष्टिकोन स्वीकारण्यात आला.

भारतामध्ये स्वातंत्र्यानंतर शासनाने विविध योजनांच्या माध्यमातून दारिद्र्यनिर्मूलन करण्यासाठी वित्तीय मदत बँकांच्यामार्फत देण्यास सुरुवात केली. भारतात गरिबांना संस्थात्मक कर्जपुरवठा व्हावा, बिगर संस्थात्मक कर्जाच्या (दलाल, सावकार) विळख्यातून मुक्तता व्हावी याकरिता बँकांचे राष्ट्रीयीकरण करून तळागाळात शासकीय मदत पोहोचावी म्हणून एकात्मिक ग्रामीण विकास योजनांसारखे कार्यक्रम सुरू केले होते. परंतु या कार्यक्रमातून ग्रामीण गरीब जनता बँकांच्या सेवेपासून वंचित होती. भारतीय रिझर्व्ह बँकेच्या ऑल इंडिया रुरल डेट अॅन्ड इनव्हेस्टमेंट सर्व्हे १९९१ अहवालानुसार असे दिसून आले की ३६% ग्रामीण कुटुंबे कर्जविषयक गरजांसाठी बिगरसंस्थात्मक (सावकार, जमीनदार, दलाल) व्यक्तींवर अवलंबून होती. दारिद्र्यरेषेतील कुटुंबामध्ये हे प्रमाण ६०%च्या दरम्यान होते. त्यामुळे ही कुटुंबे दारिद्र्याच्या दुष्टचक्रात अडकली होती. त्यांची दारिद्र्याच्या विश्वातून सुटका झालीच नाही. ग्रामीण भागातील जनता आजही सावकारावर अवलंबून असल्याचे दिसून येते. त्याची कारणे पुढीलप्रमाणे -

१. बँक कर्जासाठी तारण लागते. सावकारी कर्जाला तारणाची गरज नसते.
२. बँक कर्जासाठी कागदपत्रांची पूर्तता करावी लागते, परंतु सावकारी कर्ज बिगर कागदपत्राने मिळतात.
३. बँकांपेक्षा सावकारी कर्ज लवकर मिळतात.
४. बँक कर्जाला जामीनदाराची आवश्यकता असते. गरीब लोकांना विनाजामीन जामीनदार मिळत नाही म्हणून सावकारी कर्ज मिळतात.
५. बँकांचे कर्ज उत्पादक कारणासाठी मिळते, परंतु दारिद्र्यातील लोकांना दवाखाना, शिक्षण, सण, धार्मिक विधी, विवाह या अनुत्पादक कारणांसाठी कर्जे लागतात. या कारणाकरिता सावकार सहज कर्ज देतात.

६.   गरिबांना छोट्या रकमेची कर्जे लागतात. बँकांना अशी कर्जे देणे परवडत नाही. कारण कर्जखर्च जास्त येतो. शिवाय अशा कर्जफेडीचे प्रमाण कमी आहे. अशा कर्जांमुळे बँकांचा तोटा होतो. म्हणून गरिबांना बँका फारशा कर्ज देत नव्हत्या.

या कारणांमुळे दारिद्र्यनिर्मूलन झाले नाही. या पार्श्वभूमीचा विचार करून बँकसेवा उपलब्ध व्हावी याकरिता स्वयंसेवी संस्थांच्या माध्यमातून स्वयं-साहाय्यता बचत गट स्थापन करणे या माध्यमातून बँकांनी स्वयं-साहाय्यता बचत गटांना कर्ज द्यावे त्याकरिता नाबार्डने बँकांसाठी मार्गदर्शक तत्त्वे तयार केली. तसेच (SHG bank linkage pilot project) स्व. ब. गटांना बँक कर्जाद्वारे जोडण्याचा पथदर्शी प्रकल्प १९९२ मध्ये सुरू केला. त्यावेळी ५०० स्वयं-साहाय्यता बचत गटांना कर्जे दिली.

बँकांद्वारे बचतगटातील सदस्यांच्या विकासाचे निर्देशक तयार करून गटांना कर्जवितरण लघुप्रमाणात केले. प्रायोगिक तत्त्वावरील स्वयं-साहाय्यता बचत गट पत ग्रुपला मान्यता देऊन बचत गटांना बँक ग्राहक म्हणून मान्यता देण्यात आली. त्यामुळे ग्रामीण भागातील दारिद्र्यरेषेखालील स्वयं-साहाय्यता बचत गटांना बँकेकडून वित्तीय मदत मिळू लागली. त्यातून विविध व्यवसाय निर्माण होऊ लागले. त्याद्वारे रोजगार प्राप्त झाल्याने दारिद्र्यनिर्मूलनास साह्य झाले आहे. नाबार्डने स्वयं-साहाय्यता बचतगट संलग्नता अभियान राबवून अनेक स्वयं-साहाय्यता बचत गटांना वित्तीय पुरवठा केला आहे.

तसेच १९९६ मध्ये रिझर्व्ह बँकेने बँकांनी स्वयं-साहाय्यता बचत गटांना कर्ज देण्यासाठी मार्गदर्शक तत्त्वे तयार केली. एवढेच नव्हे तर स्वयं-साहाय्यता बचत गट कर्जवितरणाला प्राधान्य मानण्यात यावे असे आदेश दिले त्यामुळे बँकांनी स्व. ब. गटांना मोठ्या प्रमाणात कर्जपुरवठा केला आहे. हे पुढील आकडेवारीवरून स्पष्ट होईल.

तक्ता क्र. २.३

स्वयं-साहाय्यता बचतगटाची बँक संलग्नता प्रगती १९९२ ते २००६

मार्चअखेर	वित्तपुरवठा गटसंख्या		बँक कर्ज (दशलक्ष)	
	स्व. गटसंख्या	टक्केवारी	रक्कम रु.	टक्केवारी
१९९२-९९	३२.९९८	१.४७%	५७१	०.५०
१९९९-२०००	८१७८०	३.६५	१३५९	१.२०
२०००-०१	१४९,०५०	६.६५	२८७९	२.५४
२००१-०२	१९७,६५३	८.८३	५४५४	४.८०
२००२-०३	२५५,८८२	११.४४	१०२२४	८.९८
२००३-०४	३६१,७३१	१६.१६	१८५५५	१६.२८
२००४-०५	५३९,३६५	२४.०९	२९९४३	२६.३०
२००५-०६	६२०,१०९	२७.७०	४४९१०७	३९.३९
एकूण	२,२३८,५६५	१००%	१,१३,९७५	१००%

वरील तक्त्यावरून असा निष्कर्ष काढता येतो की, १९९२ ते २००० या ८ वर्षांत वित्तपुरवठा झालेली गटसंख्या ५.१२% वरून २००५-०६ पर्यंत २७.७०% पर्यंत वाढलेली आहे. तसेच या गटांना दिलेले बँक कर्ज १.७०% वरून ३९.३९% पर्यंत वाढलेले आहे. म्हणजे भारतात स्वयं-साहाय्यता बचत गटात दरवर्षी वाढ व वित्त वाटप यात लक्षणीय प्रगती झालेली आहे. भारतात गेल्या १८ वर्षांत एकूण २,२३८,५६५ स्वयं-साहाय्यता बचत गटांना रु. ११३९७५ मिलियन कर्जपुरवठा बँकांनी केलेला असून सरासरी प्रत्येकी रु. १९६४.०० इतके कर्ज मिळाले आहे. याचाच अर्थ भारतात स्वयं-साहाय्यता बचत गटांना बँकाना कर्जवितरण करण्यास फार मोठी संधी आहे.

२.५ भारतातील क्षेत्रनिहाय आणि सदस्यनिहाय स्व. ब. गट प्रगती

(Progress of area wise and member wise coverage of SHG in India)

भारतामध्ये सन २००० ते २००६ या कालखंडाचा विचार करता स्व. ब. गटाने फार मोठे उड्डाण सर्वच क्षेत्रात घेतलेले दिसून येत आहे. भारतात भौगोलिकदृष्ट्या

व सदस्यदृष्ट्या अनेक राज्ये व संस्था या चळवळीत सहभागी झालेल्या आहेत. स्व. ब. गटाच्या चळवळीचा आवाका खालील आकडेवारीवरून स्पष्ट होतो.

तक्ता २.४

सन २०००-०१ ते २००५-०६ पर्यंतची क्षेत्रनिहाय व सदस्यनिहाय प्रगती

क्र.	तपशील	२०००-०१	२००१-०२	२००२-०३	२००३-०४	२००४-०५	२००५-०६
१.	भौगोलिक क्षेत्र						
	(अ) घटकराज्ये व केंद्रशासित प्रदेश संख्या	२७	३०	३०	३१	३१	३१
	(ब) व्यापलेली जिल्हा संख्या	४१२	४८८	५०२	५६३	५७२	५८३
२.	सहभागी स्वयंसेवी संस्था	१०३०	२१५५	२८००	३०२४	४३२३	४८९६
३.	बँक कर्जे मिळालेली गरीब कुटुंब संख्या (मिलियन)	४.५	७.८	११.६	१६.७	२४.३	३२.९८
४.	सहभागी महिला संख्या	९०%	९०%	९०%	९०%	९०%	९०%
५.	प्रतिमाननिहाय संलग्नता						
	(अ) स्वयंसेवी संस्था गट स्थापना बँकेकडून कर्ज	७६%	७५%	७२%	७२%	७२%	७४%
	(ब) बँक गटस्थापना व बँक कर्ज	१३%	१६%	२०%	२०%	२१%	२०%

(क) बँकेतर्फे स्वयंसेवी संस्थेमार्फत गटांना कर्जे	११%	९%	८%	८%	७%	६%
एकूण	१००%	१००%	१००%	१००%	१००%	१००%

या तक्त्यावरून असे स्पष्ट होते की भारतात मार्च २००० पासून २००६ पर्यंत सर्व घटकराज्यात स्व. ब. गटाची स्थापना झालेली आहे. सन २०००-२००१ मध्ये ४१२ जिल्ह्यात आणि २००५-२००६ पर्यंत ५८३ जिल्ह्यात म्हणजे १४१% वाढ झालेली आहे. तसेच स्व. ब. गटाच्या या चळवळीमध्ये स्वयंसेवी संस्थांची संख्या ४७५% ने वाढलेली आहे.

स्व. ब. गटाच्या चळवळीचा फायदा झालेल्या गरीब कुटुंबाची संख्या ७३२ पटीने वाढलेली असून ९०% महिला सहभागी झालेल्या आहेत. स्वयंसेवी संस्थांच्या माध्यमातून बचतगट निर्मितीचे प्रमाण ७४% इतके आहे. म्हणजे स्वयंसेवी संस्थांचे स्व. ब. गटामध्ये महत्त्वपूर्ण योगदान आहे. कारण या संस्थांच्या माध्यमातून ग्रामीण दारिद्र्य विशेषत: महिलांचे दारिद्र्य कमी करण्यात महत्त्वपूर्ण भूमिका बजावत आहेत.

२.६ बँकांचा सहभाग (Participation of banks)

बँकांच्या सहभागावर स्व. ब. गटाचा चळवळीचा मनोरा उभा राहात आहे. कारण दारिद्र्य निर्मूलनात बँकांचा सहभाग असणे अगत्याचे आहे. म्हणून भारतात राष्ट्रीयीकृत व्यापारी बँका प्रादेशिक ग्रामीण बँका आणि जिल्हा मध्यवर्ती सहकारी बँका सहभागी झालेल्या आहेत. बँकांना किफायतशीर व्यवसायासाठी गटांना कर्ज देणे ही फार मोठी संधी आहे. कारण गटामध्ये ९०% महिला सहभागी आहेत. महिलांमुळे कर्ज थकबाकीचे प्रमाण अतिशय नगण्य राहणार आहे. महिलांवर विश्वास टाकून बँका आव्हानात्मक स्वरूपात कर्ज देत आहेत. त्याची वसुली ९०%च्या वर आहे. बँकांनी स्व. ब. गटांना सशक्तीकरणासाठी मुख्य कार्यालयात महिला लघुऋण कक्ष (Women's micro credit section) सुरू केले आहेत. त्यामुळे स्व. ब. गटाच्या चळवळीचा सकारात्मक परिणाम बँकांना दिसून आल्यामुळे बँका कर्ज देण्यास आग्रही आहेत.

स्व. ब. गटाच्या चळवळीत सहभागी झालेल्या बँकांची गेल्या पाच वर्षांतील संख्यात्मक वाढ खालील तक्त्यावरून स्पष्ट होते.

तक्ता क्र. २.५
स्वयं-साहाय्यता बचत गटांच्या चळवळीत सहभागी बँकांची संख्या

अ.क्र.	बँका	२०००-०१		२००१-०२		२००२-०३		२००३-०४		२००४-०५		२००५-०६	
		संख्या	%	संख्या	%	संख्या	%	संख्या	%	संख्या	%	संख्या	%
१.	व्यापारी बँका	४३	१३.७९	४४	९.९०	४८	९.५०	४८	८.५७	४७	८.२१	४७	८.५९
२.	प्रादेशिक ग्रामीण बँका	१७७	५६.३६	१९१	४३.०३	१९२	३८.०१	१९६	३५.००	१९६	३४.००	१५८	२८.८८
३.	सहकारी बँका	९४	२९.९३	२०९	४७.०७	२६५	५२.४७	३१६	५६.४३	३३०	५७.५९	३४२	६२.५३
	एकूण	३१४	१००	४४४	१००	५०५	९९.९८	५६०	१००	५७३	१००	५४७	१००

वरील तक्त्यावरून स्पष्ट होते की भारतात स्व. ब. गटाच्या चळवळीत ५४७ बँका सहभागी झाल्या आहेत. स्व. ब. गटाच्या चळवळीत सहकारी बँका उशीरा सहभागी झाल्या असल्या तरी २००५-२००६ मध्ये त्यांची संख्या सर्वाधिक आहे. एकूण बँकांपैकी ६२.५३% वाटा सहकारी बँकांचा दिसून येत आहे. म्हणजे सहकारी बँका स्व. ब. गटांना वित्तीय सेवा देण्यात आग्रही भूमिका बजावत आहेत. त्यानंतर प्रादेशिक ग्रामीण बँकांचा क्रमांक लागत आहे. बँकांच्या सहभागामुळे बचत गटांना कमी वेळेत कर्ज मिळू लागले आहे. तसेच बँका स्वत: गट स्थापन करतात. मार्गदर्शन करतात शिवाय उत्पादन विक्रीला मदत करतात. शिवाय महिला ग्राहकांची संख्या बँकेत वाढू लागली आहे. असे फायदे बँकांच्या सहभागामुळे झाले आहेत.

२.७ स्वयं-साहाय्यता बचत गट व बँक वित्तपुरवठा आणि प्रगती
(Progress bank finance and SHGs)

भारतामध्ये नाबार्डच्या मार्गदर्शक सूचनांनुसार बँका स्वयं-साहाय्यता बचत गटांना विविध निकषाच्या आधारे मुदत कर्ज व कॅश क्रेडिट या दोन प्रकारचे कर्ज देऊन दारिद्र्य निर्मूलन करण्यात व महिलांचे सबलीकरण करण्यात मोलाची भूमिका बजावत आहेत. तसेच बँका स्व. ब. गटाची निर्मिती व संगोपन करून कर्ज पुरवठा करतात. म्हणजे बँका गटस्थापनेतही सहभागी होतात. त्यामुळे स्व. ब. गटाची प्रगती उल्लेखनीय आहे. बँकांनी गेल्या वर्षात वित्तसाह्य केलेली गटसंख्या व कर्जरकमेची प्रगती पुढीलप्रमाणे आहे.

तक्ता क्र. २.६

सन २००२–०३ ते २००५–०६ या कालावधीतील प्रगती (मिलियन)

क्र.	तपशील	२००२–०३		२००३–०४		२००४–०५		२००५–०६	
		संख्या	रु. रक्कम	संख्या	रु. रक्कम	संख्या	रु. रक्कम	संख्या	रु. रक्कम
१.	व्यापारी बँका टक्केवारी	३६१,०६१ ५०.३४%	११,४९५ ५६.११%	१७७,३६० ४९.३%	११,०५३ ५९.५६%	३०५,०५१ ५६.५५%	१९,०४२ ६३.५९%	१,१८८,४० ५३.०६०	६९,८७४.४९ ६१.३०%
२.	प्रादेशिक ग्रामीण बँका टक्केवारी	२७७,३४० ३८.६६%	७२७२ ३५.४९%	१२८,६५८ ३५.५६%	५५११ २९.७०%	१५७,८४८ २९.२६%	८२१३ २७.४३%	७४००२४ ३३.०७%	३३२,२११.४७ २९.१५%
३.	सहकारी बँका टक्केवारी	७८,९५९ ११.००%	१७२० ८.४०%	५५,७१२ १५.४%	१९९१ १०.७४%	७६,४६६ १४.१९%	२६८७ ८.९८%	३१०,५०१ १३.८७%	१०८७९.४७ ९.५५%
	एकूण टक्केवारी	७१७,३६० १००%	२०,४८७ १००%	३६१,७३१ १००%	१८५५५ १००%	५३९,३६५ १००%	२९,९४२ १००%	२२,३८,५६५ १००%	११३,९७५.४३ १००%

या तक्त्यावरून स्पष्ट होते की, व्यापारी बँकांनी सर्वाधिक कर्ज पुरवठा गटांना केला आहे. तसेच कर्जवितरणात सतत वाढ होत आहे. त्याचप्रमाणे प्रादेशिक ग्रामीण बँकांच्या कर्जपुरवठ्यात वाढ होत आहे. सहकारी बँकांच्या कर्जवितरणात वाढ झाल्याचे दिसत आहे. स्वयं-साहाय्यता बचत गटाच्या प्रगतीत व्यापारी बँकांची भूमिका महत्त्वपूर्ण आहे.

२.८ सहभागी स्वयंसेवी संस्था (Participation of Voluntary Organisations)

गटस्थापना, गटनिर्मिती, गटाचे संगोपन याबाबत स्वयंसेवी संस्था महत्त्वपूर्ण भूमिका बजावतात. स्व. ब. गटाच्या चळवळीचा प्रसार, विस्तार, वाढ ही स्वयंसेवी संस्थांमुळे झाली आहे. शासकीय यंत्रणेपेक्षा स्वयंसेवी संस्थांनी महत्त्वपूर्ण भूमिका बजावली आहे. कारण या संस्था गावाची निवड करणे, कुटुंबाची निवड, सर्व्हे करणे, महिलांना बचतगटाविषयी प्रशिक्षण, बाजारपेठ उपलब्धता, महिला प्रश्नांची मांडणी शासकीय पातळीवर करून प्रश्न सोडवणूक करतात. त्याचप्रमाणे निम्नस्तरातील महिलांच्या शिक्षण, आरोग्य, कौटुंबिक छळ अशा प्रश्नांची सोडवणूक बचत गटाच्या माध्यमातून करतात. त्याचप्रमाणे बचतगट व बँका यामधील दुवा म्हणून बचतगटाचे मूल्यांकन करून त्यांना कर्ज उपलब्ध करून देतात. तसेच गटाचे खाते उघडून बँका गटाची कर्जफेडीची जबाबदारी घेतात. या महत्त्वपूर्ण कार्यामुळे स्व. ब. गटाची चळवळ गावपातळीवर पोहोचली आहे.

स्वयंसेवी संस्था स्वत: गटाची निर्मिती करून संस्थेच्या माध्यमातून गटांना वित्तीय मदत उपलब्ध करून देतात. त्यामुळे बचत गटांचा अशा संस्थांवर विश्वास निर्माण झाल्याने बचत गटाची चळवळ उभी राहात आहे.

व्यापारी बँका स्व. ब. गटांना करताना स्वयंसेवी संस्थांची मदत घेतल्याशिवाय कर्जवाटप करत नाही. कारण गटाची स्थापना, संगोपन, स्वयंसेवी संस्था करतात. त्यामुळे बँका स्वयंसेवी संस्थांच्या मार्फत कर्जपुरवठा करतात. तसेच काही स्वयंसेवी संस्था बचतगटाच्या फेडरेशन स्थापन करून कर्जपुरवठा करतात. म्हणून स्व. ब. गटाच्या चळवळीची नाळ ही स्वयंसेवी संस्थांशी जोडलेली आहे. स्वयंसेवी संस्थांना आर्थिक पाठबळ मिळावे, म्हणून शासनाने अशा संस्थांना स्व. ब. गटाच्या कार्यासाठी अनुदानाची तरतूद केलेली आहे. या संस्थांना दारिद्र्यरेषेखालील बचत गटांच्या सर्वांगीण विकासासाठी अनुदान दिले जाते. हे अनुदान टप्प्याटप्प्याने दिले जाते. त्यामुळे स्वयंसेवी संस्था कार्यक्षमपणे बचत गटाचे कार्य करतात.

भारतामध्ये स्व. ब. गटाच्या चळवळीत स्वयंसेवी संस्थांची प्रगती किंवा योगदान पुढील तक्त्यावरून स्पष्ट होते.

तक्ता २.८

सन २००२-०३ ते २००५-०६ या कालावधीतील स्वयंसेवी संस्थांची स्व. ब. गटातील प्रगती

		मिलियन	
वर्ष	अनुदान प्राप्त स्वयंसेवी संस्था	अनुदान मंजूर रक्कम	स्व. ब. संख्या स्थापन
२००२-०३	२४३	३६.५	२४,३३२
२००३-०४	२२१	४७.३९	३७,२६८
२००४-०५	३१७	४२.६६	२४,२३४
२००५-०६	३३७	६२.७०	२५,०८७

वरील आकडेवारीवरून स्पष्ट होते की, भारतात स्वयंसेवी संस्था बचत गटाचे कार्य करीत असल्यामुळे त्यांच्या अनुदान प्राप्त संस्था संख्येत तसेच रकमेत वाढ होत आहे. स्वयंसेवी संस्था अनुदानाच्या अभिलाषामुळे बचतगट निर्मितीची संख्या वाढवित आहेत.

२.९ शेतकरी क्लब (Farmers club)

भारतामध्ये स्व. ब. गटाच्या चळवळीमध्ये शेतकरी क्लब समाविष्ट झाले आहेत. नाबार्डने शेतकरी क्लबच्या माध्यमातून स्व. ब. गट स्थापन करण्यासाठी प्रोत्साहन दिले आहे. शेतकरी क्लबने मार्च २००६ अखेरपर्यंत १२,६५९ स्व. ब. गटाची स्थापना करून ६.५०९ दशलक्ष रु. कर्ज प्राप्त करून दिले आहे. याचाच अर्थ असा की स्व. ब. गटाच्या चळवळीचा सर्वच क्षेत्रात जोमाने प्रसार होत आहे. या शेतकरी क्लबच्या माध्यमातून शेतकरी व शेतमजूर महिलांचे सबलीकरण करण्याचा प्रयत्न केला जात आहे.

२.९ भारतातील प्रदेशनिहाय स्व. ब. गटाची प्रगती

(Region wise progress of SHGs in India)

भारतामध्ये स्व. ब. गटाच्या प्रगतीत फार विषमता दिसून येते. भारतातील २००२ ते २००६ या वर्षाच्या कालावधीत प्रादेशिक प्रगती खालीलप्रमाणे –

तक्ता २.९

२००२–०३ ते २००५–०६ मधील प्रादेशिक प्रगती

मिलियन

क्र.	तपशील	२००२–०३		२००३–०४		२००४–०५		२००५–०६	
		संख्या	कर्ज	संख्या	कर्ज	संख्या	कर्ज	संख्या	कर्ज
१.	उत्तर विभाग	१५६०२	३९८.१८	१७,४७३	५५२.३०	३३६२२	१०७१.५९	४७०७९	१५९०.६७
	भारताशी प्रमाण	६.०९%	३.९८%	१.६१%	२.९७%	६.२३%	३.५७%	७.५९%	३.५३%
२.	ईशान्य	२५७९	३४.९२	८२०९	१४१.८२	२१९६०	८१७.४७	२८२७९	६३७.४०
	भारताशी प्रमाण	१.००%	०.३४%	०.७६%	०.७६%	४.०७%	२.७३%	४.५६%	१.४१%
३.	पूर्व विभाग	४५००१	७३६.८३	१५८,२३७	१२०४.३४	१०७,३९१	२५७७.९८	१२८,७२३	४१७१.१३
	भारताशी प्रमाण	१७.५८%	७.२०%	१४.६६%	६.४९%	१९.९१%	८.६०%	२०.७५%	९.२७%
४.	मध्यवर्ती	३३४०२	८७८.३५	१२७,००९	१३१५.७९	७०३५६	२२५१.३१	७०,५५०	३०३५.५१
	भारताशी प्रमाण	१३.०५%	८.५९%	११.७६%	७.०९%	१३.०४%	७.५१%	४.३७%	६.७४%

५.	पश्चिम विभाग भारताशी प्रमाण	१२८६२ ५.२०%	३५४.०० ३.४६%	५४८१५ ५.०७%	५३९.६९ २.९०%	४१४५१ ७.६८%	१५४१.९६ ५.१४%	६९,९८८ ११.२८%	२३००.६२ ५.११%
६.	दक्षिण विभाग भारताशी प्रमाण	१४६४३६ ५७.२२%	७८२१.१० ७६.५५%	६७४,३५६ ६२.४९%	१४६०४.९७ ७८.७१%	२६४५८५ ४९.०५%	२१६८२.२१ ७२.४१%	२७५.४९० ४४.४२%	३३२५५.५० ७३.९१%
	एकूण टक्केवारी	२५५,८८२ १००%	१०,२२३३८ १००%	१०७९०९१ १००%	१८५५५.३१ १००%	५३९,३६५ १००%	२९९४२.५२ १००%	६२९.१०९ १००%	४४९९०.८३ १००%

वरील तक्त्यावरून स्पष्ट होते की भारतातील एकूण स्व. ब. गटापैकी ५०% गट हे दक्षिण भारतात आहेत, शिवाय एकूण कर्जापैकी ७०% कर्जपुरवठा दक्षिण भारतातील स्व. ब. गटांना झाला आहे. ३०% कर्जपुरवठा इतर प्रादेशिक विभागात झालेला दिसतो. म्हणजे ५०% गट इतर प्रदेशात दिसून येतात. कारण दक्षिण भारतात स्वयंसेवी संस्थांच्या माध्यमातून फार मोठी प्रगती झालेली दिसून येते. तसेच दक्षिण भारतामध्ये आंध्रप्रदेश या राज्यात स्व. ब. गटाची संख्या सर्वाधिक असून सर्वात जास्त वित्तपुरवठा झालेला आहे. आंध्रप्रदेशनंतर तामिळनाडू राज्यात ही चळवळ प्रगती पथावर आहे.

दक्षिण भारतानंतर पश्चिमेकडील राज्यात या चळवळीने उल्लेखनीय प्रगती केलेली आहे. पश्चिम भारतामध्ये महाराष्ट्र हे घटकराज्य स्व ब. गटाच्या बाबत प्रगतीवर आहे.

भारतात स्व. ब. गटाची चळवळ सर्व घटक राज्यात विखुरलेली दिसून येते. भारताच्या कानाकोपऱ्यात ही चळवळ जोमात सुरू आहे हे आकडेवाडीवरून स्पष्ट होते.

२.११ महाराष्ट्रातील स्वयं-साहाय्यता बचत गटाची प्रगती

(Progress of SHGs in Maharashtra)

महाराष्ट्र राज्य हे भारतामध्ये पुरोगामी विचारांचे राज्य असून महिला धोरणाचे मार्गदर्शन सर्व भारतभर केलेले राज्य आहे. महिला धोरणाला प्रथम पुरस्कृत करणारे राज्य असून महिला धोरणात स्वयं-साहाय्यता गटाला प्राधान्य दिलेले आहे. स्वयं-साहाय्यता महिला गट बांगला देशाच्या धर्तीवर महाराष्ट्रातील सर्व जिल्ह्यामध्ये सुरू केलेले आहेत. महाराष्ट्रामध्ये ग्रामीण विकासाबरोबर महिलांचा विकासात सहभाग वाढविण्यासाठी १९९४ मध्ये सर्वंकष महिला धोरण जाहीर करून सबलीकरणासाठी महिला स्वयं-साहाय्यता संकल्पना स्पष्ट करण्यात आली.

महाराष्ट्रात स्वयं-साहाय्यता गटाची संकल्पना नवीन नाही. १९४७ मध्ये अमरावती जिल्ह्यात काही सासू-सुनांनी एकत्र येऊन २५ पैसे बचतीचा गट सुरू केला होता. तसेच आजच्या बचत गटांची पार्श्वभूमी महाराष्ट्रात १९७० पासूनच तयार झाली होती. कारण १९७०च्या दरम्यान 'इलाबेन भट' यांनी 'महिला व सूक्ष्मवित्तपुरवठा' या विषयांची मांडणी केली होती. तसेच गडचिरोलीमधील वडसा तालुक्यात १९८४-८५ मध्ये गट सुरू झाल्याचे आढळते. १९८८ नंतर बचतगटांनी चळवळीचे रूप धारण केल्याचे दिसते.

महाराष्ट्रात १९९४ मध्ये आंतरराष्ट्रीय कृषि विकास निधीच्या साहाय्याने व केंद्र सरकारच्या मदतीने महाराष्ट्र ग्रामीण पतपुरवठा प्रकल्प नमुना म्हणून चार जिल्ह्यात

राबविण्यात आला. या योजनेत महिला विकासाचा समावेश करून ती राबविण्याची जबाबदारी महिला आर्थिक विकास महामंडळावर होती. या कार्यक्रमांतर्गत महिला स्वयं-साहाय्यता गट स्थापनेस सुरुवात झाली.

महाराष्ट्रात बचत गट चळवळीबाबत चैतन्य संस्था, अन्नपूर्णा महिला मंडळ, महिला बाल व ग्रामीण विकास मंडळ, या स्वयंसेवी संस्थांचा नामोल्लेख आवश्यक ठरतो. चैतन्य संस्थेने ग्रामीण व आदिवासी भागात ही चळवळ जोमात चालविली आहे.

महाराष्ट्रामध्ये महिला विकासासाठी महिला मंडळे, रोजगार हमी मजूर संघटन, वनौषधी प्रशिक्षण अशा विविध माध्यमातून स्व. ब. गट सुरू आहेत. आर्थिक कल्पनेला सामाजिक कार्याची जोड दिली आहे. परंतु अशा सुविधा असतानाही बचत गटांची सुरुवात झाली, कारण स्त्रिया महिला मंडळाचे काम करताना महिला विकासासाठी उद्योग व्यवसाय करण्यासाठी वित्त उभारणीचा प्रश्न चर्चिला जात होता. त्यासाठी बचतगट संकल्पनेला सुरुवात झाली. महाराष्ट्रामध्ये बचत गटांच्या आर्थिक चळवळीला सामाजिक उपक्रमाची जोड आहे. हे महाराष्ट्राचे वैशिष्ट्य मानले जाते.

महाराष्ट्रात या चळवळीत बँका व स्वयंसेवी संस्थांचे योगदान महत्त्वपूर्ण आहे. स्वयंसेवी संस्थेमध्ये चैतन्य ही संस्था महत्त्वपूर्ण आहे. कारण महाराष्ट्रामध्ये चैतन्याच्या पुढाकाराने स्वयंसेवी संस्थांमार्फत 'चालना व्यासपीठ' प्रत्येक जिल्ह्यात सुरू केले आहे. चालनाच्या मार्फत स्वयं-साहाय्यता गटांना सक्षम बनविण्यासाठी स्वगती प्रकल्प सुरू आहेत. चालनाचे प्रत्येक जिल्ह्यात विभागीय कार्यालय असून दरमहा सभा होते. चालनाद्वारे स्वयं-साहाय्यता गट चळवळीला योग्य दिशा देण्याचे, सहभागीदारांच्या क्षमतावाढीसाठी प्रभावी प्रशिक्षण देण्याचे काम करीत आहेत. त्यामुळे महाराष्ट्रात स्वयं-साहाय्यता समूह चळवळ सर्व भागात फोफावत आहे.

महाराष्ट्रामध्ये सन १९७० च्या दशकापासून स्वयं-साहाय्यता बचत गट चळवळ सुरू असली तरी, १९९३ मध्ये ग्रामीण पतपुरवठा योजनांतर्गत हेतुपुरस्सर चालना देण्यात आली. तसेच १९९९ मध्ये स्वर्णजयंती ग्राम स्वयंरोजगारांतर्गत दारिद्र्यनिर्मूलनासाठी ग्रामीण भागात स्व. ब. गटाची अनुदान तत्त्वावर जोमात सुरुवात झाली आहे. मार्च २००६ अखेर महाराष्ट्रात १३१,४७० स्व. ब. गट असून त्यांना रु. ३९५१.६७ मिलियन वित्तसाहाय्य केले गेले आहे. या चळवळीत महाराष्ट्रात ४३७० बँक शाखा आहेत. महाराष्ट्रात स्व. ब. गटाच्या चळवळीत चंद्रपूर जिल्हा प्रथम क्रमांकावर आहे. महाराष्ट्रात स्व. ब. गटाची व्याप्ती ३५ जिल्ह्यात आहे.

महाराष्ट्रातील गेल्या पाच वर्षातील स्व. बचत गटाची प्रदेशनिहाय प्रगती पुढीलप्रमाणे आहे.

तक्ता क्र. २.१०

महाराष्ट्रात २००१-०२ ते २००५-०६ प्रादेशिक जिल्हा प्रगती

मिलियन

क्र.		२००२-०३		२००३-०४		२००४-०५		२००५-०६	
	विभाग	स्व.ब.ग.	वित्तपुरवठा रु.	संख्या	वित्तपुरवठा रु.	संख्या	वित्तपुरवठा रु.	संख्या	वित्तपुरवठा रु.
१.	कोकण	४१८	८.९४	९२८	३५.२२	२१२७	८६.२८	२२५३	६४.७६
२.	पुणे	११११	४१.१६	१७०७	१००.४४	६५७५	२०८.४२	१९५५७	४३४.४४
३.	नाशिक	६७०	२८.९	८९९	५२.२५	३२२६	१२२.५५	३९०६	१८३.१५
४.	औरंगाबाद	१५५६	३९.८७	१६१५	६२.९७	५५५६	१९७.५१	१०८६२	३३३.७१
५.	नागपूर	३२७०	१०९.४२	३९२६	१३८.६१	१२६८०	३७०.०३	१३८१६	४७०.८८
६.	अमरावती	१४१३	४५.७१	१३९५	५३.२१	२४४७	१०७.२२	९९३०	२७६.५१
	एकूण	८४४६	२७४.००	१०४७०	४३९.०८	३२६११	१०९८.०१	६०३२४	१७१७.५६

या तक्त्यावरून स्पष्ट होते की महाराष्ट्रात गेल्या चार वर्षात स्व. ब. गटामध्ये (२००२-२००३ ते २००५-२००६) ८४४६ वरून ६०३२४ पर्यंत वाढ झाली आहे. म्हणजे १४% वार्षिक वाढ झालेली आहे. प्रादेशिकदृष्ट्या विचार करता कोकण विभागात ५.३८ पट, नाशिक विभागात ५.८२ पट, पुणे विभागात १७.४७ पट, औरंगाबाद ६.९८ पट, नागपूर विभागात ४.२२ वर, तर अमरावती विभागात ७.२ पटीने वाढ झालेली आहे. सर्वाधिक वाढ पुणे विभागात तर सर्वात कमी वाढ नागपूर विभागात झालेली आहे. जिल्ह्यांचा विचार करता सन २००५-२००६ या वर्षात पुणे जिल्हा प्रथम क्रमांकावर असून दुसऱ्या क्रमांकावर चंद्रपूर जिल्हा आहे. सर्वात खालचा क्रमांक नंदुरबार या जिल्ह्याचा लागतो.

महाराष्ट्रात स्वं. ब. गटांना होणाऱ्या वित्तपुरवठ्यात फरक दिसून येतो. वित्तपुरवठ्यात सन २००२-२००३ ते २००५-२००६ पाच पटीने वाढ झालेली आहे. म्हणजे स्व. ब. गटाच्या चळवळीचा विस्तार होत आहे. सर्वाधिक वित्तपुरवठा पुणे विभागात तर सर्वात कमी वित्तपुरवठा कोकण विभागात झालेला दिसतो. म्हणजे स्व. ब. गटाचा विकास असमतोल स्वरूपात होत आहे.

पुणे विभागात मा. विभागीय आयुक्त यांनी स्व. ब. गटाचे अभियान राबविल्यामुळे ही वाढ झालेली आहे. महाराष्ट्रात खासदार सुप्रिया सुळे यांनी यशस्वनी प्रकल्पाअंतर्गत स्वयं-साहाय्यता बचत गट चळवळ जोमात सुरू केली आहे.

२.१२ महाराष्ट्रातील स्व. ब. गटांना बँक वित्तपुरवठा
(Bank finance to SHG in Maharashtra)

महाराष्ट्रामध्ये स्व. ब. गटाच्या चळवळीमध्ये व्यापारी बँका, प्रादेशिक ग्रामीण बँका आणि सहकारी बँका महत्त्वपूर्ण योगदान देत आहेत. या बँका गटांची निर्मिती करून, गटांचे संगोपन करून वित्तीय मदत करतात.

स्व. ब. गटांना विविध व्यवसाय करण्यासाठी या बँका अल्पमुदतीचे, दीर्घमुदतीचे कर्ज देऊन ग्रामीण भागात रोजगार निर्मिती करण्यास सहकार्य करतात. शिवाय महिलांच्या बचत गटांना विविध व्यवसायाचे पॅकिंग, बाजारपेठ इ. प्रशिक्षण देत असतात. त्याचप्रमाणे शासकीय मदत बचत गटांना पुरविण्यात बँका महत्त्वपूर्ण भूमिका बजावत आहे.

महाराष्ट्रात स्व. ब. गटांना बँकांनी केलेल्या वित्तसाहाय्याची प्रगती पुढीलप्रमाणे.

तक्ता क्र. २.११

सन २००२–२००३ ते २००५–२००६ या कालावधीतील वित्तीय मदत व गटसंख्या

क्र.	तपशील	२००२–०३		२००३–०४		२००४–०५		२००५–०६	
		संख्या	कर्ज रक्कम रु.	संख्या	कर्ज रक्कम रु.	संख्या	कर्ज रक्कम रु.	संख्या	कर्ज रक्कम रु.
१.	व्यापारी बँका	१४९८९	४१३.१	१८७६९	६५५.४७	३५८५१	१३३५.३६	६६३२६	२१९२.८४
	%	५३.४%	५९.३३%	४८.७%	५७.६५%	२८.५२%	३२.२८%	५०.४४%	५५.५०%
२.	प्रादेशिक ग्रामीण बँका	९३३९	२०३.९२	१२५१४	३१९.९५	१८७११	५६५.५७	२८११५	१०२२.३८
	%	३३.२७%	२९.३२%	३२.४७%	२८.१७%	१४.८८%	१३.६६%	२१.३९%	२५.९०%
३.	सहकारी बँका	३७३७	७९.७९	७२५२	१६०.६८	७११४६	२२३४.११	३७०२९	७३६.४५
	%	१३.३३%	११.३५%	१८.८३%	१४.१८%	५६.५९%	५४.०४%	२८.१७%	१८.६३%
	एकूण	२८०६५	६९६.८१	३८५३५	११३६.१	१२५७०८	४१३५.०४	१३१४७०	३९५१.६७
	%	१००%	१००%	१००%	१००%	१००%	१००%	१००%	१००%

या तक्त्यावरून असे स्पष्ट होते की, स्व. ब. गटांना सर्वाधिक आर्थिक मदत व्यापारी बँकांनी केली आहे. ५०% पेक्षा जास्त कर्ज या बँकांनी दिले आहे. व्यापारी बॅकांमध्ये सर्वाधिक कर्जपुरवठा करणारी बँक स्टेट बँक असून त्यानंतर बँक ऑफ महाराष्ट्रने कर्जपुरवठा केला आहे. शिवाय त्यांच्या कर्जपुरवठा रकमेत वाढ होत आहे.

प्रादेशिक ग्रामीण बँकांनी २५% पेक्षा जास्त वाटा स्व. ब. गटांना कर्जवितरणात उचलला आहे. या बँकांमध्ये मराठवाडा ग्रामीण बँक यांनी सर्वाधिक कर्जपुरवठा केला असून त्या खालोखाल चंद्रपूर, गडचिरोली प्रादेशिक ग्रामीण बँकांनी कर्जवितरण केले आहे.

महाराष्ट्रात स्व. ब. गटांच्या चळवळीत सहकारी बँका विलंबाने आल्या असल्या तरी त्यांनी २५% पर्यंत कर्ज वितरण केले आहे. चंद्रपूर जिल्हा मध्यवर्ती सहकारी बँकेने सर्वाधिक कर्ज वितरण केले आहे. त्यानंतर कोल्हापूर जिल्हा मध्यवर्ती सहकारी बँकेचा क्रमांक लागतो. या बँकेला स्वयं-साहाय्यता बचत गटाच्या चळवळीत महाराष्ट्रात महत्त्वपूर्ण योगदान केल्यामुळे सन २००४-०५ मधील केंद्र सरकारचा उत्कृष्ट सहकारी बँक म्हणून पुरस्कार प्राप्त झाला आहे.

महाराष्ट्रामध्ये स्व. ब. गटाची चळवळ आर्थिक प्रणालीवर अवलंबून असली तरी सामाजिक जबाबदारीची जोड दिलेली आहे. त्यामुळे बचत गट सामाजिक कार्य मोठ्या प्रमाणात करीत आहेत. महाराष्ट्रामध्ये स्वयंसेवी संस्था म्हणून चैतन्य संस्था खेड, पुणे, स्वयंसिद्धा कोल्हापूर, ग्रामीण महिला बालक विकास मंडळ पुणे, अ‍ॅग्रीकल्चरल डेव्हलपमेंट ट्रस्ट बारामती-पुणे, अन्नपूर्णा महिला मंडळ, पुणे या कार्यरत आहेत. त्याचप्रमाणे महाराष्ट्र राज्यसरकार व राजकीय नेते सतत स्व. ब. गटाच्या चळवळीस प्रोत्साहन व मार्गदर्शन करीत आहेत. महाराष्ट्रामध्ये सन २००८ मध्ये स्वयं-साहाय्यता बचत गटांना ४% व्याजदराने कर्जपुरवठा करण्याचे धोरण स्वीकारल्यामुळे गटांना व्यवसाय सुरू करणे सोपे झाले. त्याद्वारे गटांचे आणि महिला सदस्यांचे सबलीकरण होण्यास मदत झाली आहे.

❐

प्रकरण ३

स्वयं-साहाय्यता बचत गट : संकल्पना, स्वरूप आणि वैशिष्ट्ये

SHGs Concept and Characteristics

३.१ प्रस्तावना, ३.२. स्वयं-साहाय्यता बचत गटाचे तत्त्वज्ञान, ३.३ संकल्पना, ३.४ स्वयं-साहाय्यता बचत गटाची वैशिष्ट्ये, ३.५ स्वयं-साहाय्यता बचत गटाची आवश्यकता, ३.६ भारतीय अर्थव्यवस्थेत स्वयं-साहाय्यता बचत गटाचे महत्त्व, ३.७ स्वयं-साहाय्यता बचत गटाची तत्त्वे, ३.८ स्वयं-साहाय्यता बचत गटाचे प्रकार, ३.९ स्वयं-साहाय्यता बचत गटाचे स्वरूप, ३.१० स्वयं-साहाय्यता बचत गटाचे फायदे, ३.११ बँकांमुळे स्वयं-साहाय्यता बचत गटांना मिळणारे फायदे.

३.१ प्रस्तावना (Introduction)

जगप्रसिद्ध तत्त्ववेत्ता ॲरिस्टॉटल यांनी म्हटल्याप्रमाणे मानव हा समाजप्रिय प्राणी असून समाजप्रियता कुटुंब, धर्म, व्यवसाय, समूह यांच्याशी निगडित असून त्याच्या साहाय्याने मानवाला सुखी जीवन जगण्याची अंत:प्रेरणा मिळालेली असते. या अंत:प्रेरणेतून मानव एकत्र येतो. समूहाने राहतो. सद्सद्बुद्धीचा वापर करून व्यवहार करतो. सहजीवनाची प्रेरणा व भावना निर्माण होते. सहजीवनातून समाजाच्या सुसंस्कृतपणाचा विकास होत असतो. हा सुसंस्कृतपणा स्वयं-साहाय्यता समूहात असतो. या सुसंस्कृतपणामुळेच महिलांचे गट जास्त होत आहेत. स्वयं-साहाय्यता समूहात सुसंस्कृत भावना असून त्याद्वारे मानवाचे समूह, संघटन व समाजरचना मजबूत केली

जात आहे. समूह हा मानवाची उपजत प्रेरणा असल्यामुळे तो समूहाने व्यवहार करून उन्नती करीत आहे. त्यातून कल्याण साधण्यासाठी तो एका ध्येयाने व निष्ठेने संघटित होतो. त्यांच्या मुळाशी स्वयं-साहाय्यता भावना आहे. भारतामध्ये स्वयं-साहाय्यता समूह कल्पना ऋग्वेदापासून चालत आलेली आहे. प्रत्येकजण एकमेकांना साह्य तसेच गटागटांना साह्य करीत आहे. त्यास स्वयं-साहाय्यता गट म्हणतात. या स्वयं-साहाय्यता गटांना सामाजिकतेबरोबर आर्थिक घटकाची जोड दिलेली आहे. म्हणून त्यास बचत गट म्हणतात. त्याचप्रमाणे सुसंस्कृतपणा व शिस्तबद्धता या गुणामुळे महिलांकरिता गट निर्माण झाले, त्यास महिला बचत गट म्हणतात.

३.२ स्वयं-साहाय्यता बचत गटाचे तत्त्वज्ञान (SHGs Philosophy)

विश्व मानवाच्या पाच महान समस्या सर्व स्तरावर प्रकर्षाने जाणवत आहेत. ह्या समस्या, जातीयवाद, अनीती, युद्ध, दारिद्र्य, महिलांची दर्जाहीनता सोडविण्याच्या मुळाशी स्वयं-साहाय्यता समूह हे साधन आहे. त्या समस्यांचे विश्लेषण खालील प्रतिमानात केले आहे.

आकृती बंध					
१. समस्या	१. जातीयवाद	२. अनीती	३. युद्ध	४. दारिद्र्य	५. महिलांची दर्जाहीनता
२. समस्या सोडविण्याचे मार्ग	↓ लोकशाही	↓ चारित्र्य	↓ शांतता	↓ विकास	↓ शिक्षण, आर्थिक स्वावलंबन
३. कर्तव्य अंमलबजावणी	↓ १. राजकीय इच्छाशक्ती २. मूल्यांची जपणूक ३. समता ४. स्वातंत्र्य ५. विश्वबंधुत्व	↓ १. वैयक्तिक इच्छा २. सत्य ३. प्रामाणिकपणा ४. सचोटी ५. निष्ठा	↓ १. सामाजिक कर्तव्य २. समानता ३. स्वातंत्र्य ४. न्याय ५. मदत	↓ १. आर्थिक कार्य २. रोजगार संधी ३. उत्पन्न स्त्रोत ४.सुरक्षितता ५. सहभाग	↓ १. निर्णयात सहभाग २. राजकीय ३. सामाजिक संस्था सहभाग ४. आर्थिक संस्था व सत्ता सहभाग
	स्वयंसाहाय्यता बचत गट तत्त्वज्ञान				

वरील आकृतीबंधाचे थोडक्यात विश्लेषण म्हणजे जातीयवाद समूळ नष्ट करण्यासाठी समानतावादी लोकशाही हा मार्ग असून राजकीय इच्छाशक्तीच्या द्वारे मूल्यांची जपणूक, समता, स्वातंत्र्य, विश्वबंधुत्व, अनीती ही विश्वसमस्या दूर करण्यासाठी

चारित्र्यसंपन्न होण्याकरिता वैयक्तिक इच्छेद्वारे सत्य, प्रामाणिकपणा, सचोटी, निष्ठापूर्वक काम या तत्त्वांच्या आधारे करता येते.

युद्धाच्या समस्येवर शांतता हा अंतिम उपाय असून, सामाजिक कर्तव्यातून समानता, स्वातंत्र्य, न्याय, मदत इ. द्वारे शांतता प्रस्थापित होईल. त्यासाठी दारिद्र्य दूर करावे लागेल. त्याकरिता प्रत्येकाला रोजगारसंधी, उत्पन्न स्त्रोत, सुरक्षितता, सहभाग इ. कर्तव्य करून आर्थिक संपन्नता साधता येईल. जागतिक पातळीवर महिलांची दर्जाहीनता असून त्याकरिता महिलांना शिक्षण, आर्थिक स्वावलंबनाद्वारे समानता प्रस्थापित करता येईल. त्याकरिता महिलांना निर्णयात सहभाग राजकीय, आर्थिक, सामाजिक संस्थांमध्ये सहभाग वाढविता येईल. या सर्व समस्या दूर करण्यासाठी स्वयं-साहाय्यता बचत गट तत्त्वज्ञान उपयुक्त आहे.

विश्वमानव जातीच्या समस्यांपैकी महिलांची दर्जाहीनता ही समस्या गंभीर असून महिलांना सक्षम, सबल स्वयं-साहाय्यता बचत गटाद्वारे करता येते आणि समान दर्जा प्राप्त होऊ शकतो. त्याचप्रमाणे महिला ही ग्रामीण शक्ती प्रचंड असून ती सजग व कार्यान्वित करण्यासाठी व महिलांना आर्थिक, सामाजिक बळ देण्याकरिता, नारीशक्ती एका संघटनेत बांधण्याकरिता तसेच महिलांच्या काटकसरवृत्ती, संचितवृत्ती, प्रामाणिकपणा, नेतृत्व, उद्योजकता या गुणांना बळकटी देण्याकरिता स्वयं-साहाय्यता महिला बचत गट हे तत्त्वज्ञान उपयुक्त ठरत आहे. तसेच ग्रामीण अर्थकारण व सामाजिक स्तर यामध्ये परिवर्तन होत असून बलशाली समाज बनत आहे. म्हणून प्रस्तुत प्रकरणात स्वयं-साहाय्यता बचत गटांच्या व्याख्या, वैशिष्ट्ये, स्वरूप आणि फायदे-तोट्यांचा ऊहापोह केला आहे.

३.३ संकल्पना (Concept)

स्वयं-साहाय्यता बचत गट संकल्पनेची एक सर्वसमावेशक व्याख्या करणे कठीण आहे. गटाच्या प्रकारानुसार, उद्दिष्टानुसार व्याख्या वेगवेगळ्या केलेल्या आहेत. स्वयं-साहाय्यता बचत गटाला महिला बचत गट, समूह गट, शेजार गट, सूक्ष्म वित्त, स्वल्प वित्त समूह, स्वावलंबी बचत गट, काटकसर व कर्जगट, दारिद्र्यरेषेखालील गट, बिगर दारिद्र्यरेषेवरील गट, पुरुषांचे बचत गट या वेगवेगळ्या संकल्पनेतून स्वयं-साहाय्यता बचत गट साकारत आहेत. तसेच समाजसुधारकांच्या व संतांच्या दृष्टीने स्वयं-साहाय्यता बचत गट हे समाजसुधारणांचे माध्यम, शासनाच्या दृष्टीने आर्थिक वृद्धीचे साधन, धर्मशास्त्राच्या दृष्टीने परोपकाराचे माध्यम, नीतीशास्त्राच्या दृष्टीने मूल्यांचे व संस्कृतीचे जतन या दृष्टिकोनातून स्वयं-साहाय्यता बचत गटाची संकल्पना स्पष्ट होत आहे.

महिला स्वयं-साहाय्यता बचत गट हे नाव देण्याचे कारण की, या संकल्पनेत खालील अंतर्गत ऊर्मी दिसून येते.

म = मर्यादित संख्या / महान

हि = हिम्मत वाढविणारा

ला = लाभ मिळवून देणारा / लागेबंध

स्व = स्वत:च्या ताकदीवर / बचतीवर

यं = यातना सहन करणारा / दूर करणारा

स = सर्वानुमते निर्णय

हा = हाकेला मदत

य्य = यश मिळवून देणारा

ता = ताकद वाढविणारा

ब = बरोबरीचा हक्क

च = चणचण दूर करणारा / चाचपणी

त = तत्त्वांचे पालन/तत्त्वनिष्ठ

ग = गरजेच्या वेळी मदत / गर्जना

ट = टप्प्याने विकास

वरील अंतर्उर्मीमुळे महिला स्वयं-साहाय्यता बचत शीर्षक देण्यात आले आहे. तसेच महिला नावामध्ये मोठी शक्ती आहे, शिवाय खालील अंगभूत गुण आहेत.

म = स्वत:ला महान समजणारी / दुसऱ्याला महान बनवणारी

हि = हिम्मतवान, कर्तृत्ववान

ला - दुर्गुणाची लाज वाटणारी

त्यामुळे महिला हे नाव दिलेले आहे. स्वयं-साहाय्यता बचत गट हे वेगवेगळ्या संकल्पनातून साकारत असले तरी खालील व्याख्या करण्यात आल्या आहेत.

१. समान गरजा असलेल्या व्यक्तींनी एकत्र येऊन समान आर्थिक उद्दिष्टे व सामाजिक उद्दिष्टे साध्य करण्यासाठी एकाच प्रदेशात व भागातील व्यक्तींनी एकत्र येऊन समूह स्थापना व वृद्धिंगत करून स्वेच्छेने सहभागी होणे याला स्वयं-साहाय्यता बचत गट म्हणतात.

२. एकाच गावातील व वाडीवस्तीवरील, समान, आर्थिक, सामाजिक स्तरामधील समविचारी, समान गरजा असणाऱ्या १० ते २० महिलांच्या समूहास स्वयं-साहाय्यता महिला बचत गट म्हणतात.

३. समान प्रादेशिकता असलेल्या समविचारी समान गरजा, समान अपेक्षा असलेल्या १० ते २० महिलांनी स्वल्प बचत करून, बचतीचा विनियोग उपभोगासाठी करून, कर्ज घेऊन व्यवसाय करणाऱ्या व लोकशाही संघटन प्रणाली असलेल्या समूहास स्वयं-साहाय्यता बचत गट म्हणतात.

४. ज्या समूहात १० ते २० सभासदांची निवड करून नियमित बचत करून सभासदांच्या गरजा, अडचणी सोडविण्यासाठी आणि जीवनमूल्ये उंचावण्यासाठी कर्जस्वरूपात अर्थसाह्य केले जाते, व्यवसाय उभा केला जातो, सर्वानुमते निर्णय घेऊन संघटन शक्ती वाढविली जाते, परस्पर सहकार्य, सहभाग, नेतृत्व व कर्तव्य, विचारांची देवाणघेवाण, सातत्यपूर्ण व प्रयत्नशील सदस्यांच्या समूहाला स्वयं-साहाय्यता बचत गट म्हणतात.

५. सर्वार्थाने साधर्म्य असणाऱ्या सभासदांनी वाजवी संख्येने, स्व इच्छेने एकत्र येऊन सर्वांगीण उन्नतीकरिता बनविलेल्या व चालविलेल्या समूहास स्वयं-साहाय्यता बचत गट म्हणतात.

६. परावलंबनाकडून स्वावलंबनाकडे, स्वावलंबनाकडून परस्परावलंबनाकडे जाण्याकरिता स्वेच्छेने, सहमतीने, सामुदायिकपणे बचतीच्या निमित्ताने केलेली वाटचाल म्हणजे स्वयं-साहाय्यता समूह होय.

७. दारिद्र्य निर्मूलन कार्यक्रमाचे पुरोगामी – सहभागी – प्रतिगामी दुवे साधणारा मंच म्हणजे स्वयं-साहाय्यता बचत गट होय.

८. स्वेच्छेने एकत्र येऊन जीवनाच्या सर्वांगीण विकासाकरिता महिलांनी परस्पर सहकार्यातून चालवलेली लोकशाही संघटना म्हणजे स्वयं-साहाय्यता बचत गट होय.

९. A self help group is a voluntary association of homogenous set of people, either working together or living in the neighbourhood, engaged in similar activity, working with or without registration for the common good of their members.

३.४ स्वयं-साहाय्यता बचत गटाची वैशिष्ट्ये (Characteristics of SHG)

समान गरजा, समान उद्दिष्टे, सारख्याच विचारांचे लोक एकत्र येऊन स्वतःच्या विकासाबरोबर गटांचा पर्यायाने समाजाचा समूहशक्तीच्या जोरावर विकास करण्याकरिता एकत्र येऊन गटाची बांधणी करून, गटाच्या माध्यमातून सर्वांगीण प्रगती सहजरीत्या करतात. समूह शक्तीचे दर्शन होते. याकरिता स्वयं-साहाय्यता बचत गटाची सामाजिक, आर्थिक, राजकीय वैशिष्ट्ये महत्त्वपूर्ण ठरतात. ती पुढीलप्रमाणे –

(अ) सामाजिक वैशिष्ट्ये

१. **समान गरजा व उद्दिष्टे** : स्वयं-साहाय्यता बचत गटात सर्व सभासदांच्या गरजा व उद्दिष्टे याबाबत समानता किंवा साधर्म्य असणारे लोक एकत्र येतात. समान विचार व गरजांमुळे गटबांधणी होऊन गटाचा विकास होतो. त्यामुळे सभासदांच्या गरजांची पूर्तता होऊ शकते. म्हणून गटातील सभासद समानतेला महत्त्व देणारे असतात. तसेच गटातील सभासदांचा आर्थिक, सामाजिक स्तर सारखाच असतो. सर्व सभासदांची उद्दिष्टे समान असतात, म्हणून सर्वांचा समान फायदा होतो.

२. **समानता तत्त्व** : भारतीय लोकशाहीतील समानता तत्त्वाचे पालन स्वयं-साहाय्यता बचत गटात होते. ही समानता वय, व्यवसाय, वस्ती, वावर, लिंग, भाषा, प्रश्न, सुखदु:खे इ.बाबत असते. सूक्ष्म (लहान प्रमाणातील सहकार असतो) सहकार असतो. सर्वांना बरोबर घेऊन जाणारा असतो. म्हणजेच समानतेचे रक्षण स्वयं-साहाय्यता बचत गटात होत आहे.

३. **एकात्मतेची भावना** : स्वयं-साहाय्यता बचत गटातील महिला सदस्या एकाच ठिकाणी राहणाऱ्या परंतु परस्परांशी फारशी जवळीक नसली तरी एकमेकांबद्दल या भावनेने आस्था, आदर, आपुलकी असणाऱ्या तसेच भावनिक संबंध, बांधिलकीची भावना, एकीसाठी व सर्वांसाठी एक, एकमेकांस साह्य, मदत करतात. त्यामुळे सभासदांमध्ये एकात्मतेची भावना वृद्धिंगत होऊन समाज एकजुटीने राहू शकतो.

४. **स्वशक्ती व समूहशक्तीची जाणीव** : स्वयं-साहाय्यता बचत गटाच्या माध्यमातून महिला एकत्र येतात. एकजूट करतात. त्यामुळे स्वशक्तीच्या बळावर आपले प्रश्न त्यांना सोडविता येतात. त्याचप्रमाणे संघप्रक्रियेतून समूहशक्तीचे दर्शन समाजाला होते. समूहशक्ती बचत गटामुळे प्रबळ बनते.

५. **सामुदायिक निर्णय व कृती** : स्वयं-साहाय्यता बचत गटाचा व्यवहार, समस्या आणि कामकाज याबाबत एकत्र येऊन निर्णय घेतात आणि सामुदायिक कृती करून अंमलबजावणी करतात, विचारांची सल्लामसलत करून कृती करतात.

६. **हक्काचे व्यासपीठ** : स्वयं-साहाय्यता बचत गट हे महिलांना एकत्रित करण्याचे माध्यम असून महिलांच्या कलागुणांना वाव आणि वक्तृत्वाला संधी देणारे, विचारांचे प्रबोधन करणारे तसेच समाजाचे सर्वांगीण प्रबोधन करणारे महिलांचे हक्काचे व्यासपीठ आहे.

७. **विश्वासाचे प्रतीक** : स्वयं-साहाय्यता बचत गट हे एकमेकांच्या विश्वासाने चालणारे प्रतीक आहे. सर्व सभासद एकमेकांना विश्वासात घेतात. कोणीही कोणाची फसवणूक करीत नाही. विश्वासाने व्यवहार करतात. महिलांचा विश्वास या गुणांचा फायदा बचत गटांना होतो. तसेच विश्वास गुणांची वृद्धी होते.

८. **सुरक्षितता** : स्वयं-साहाय्यता बचत गटातील सभासद अन्यायास प्रतिकार करण्यासाठी एकत्र येतात. त्यामुळे समाजात स्त्रीला सुरक्षितता प्राप्त होते. तसेच स्वयं-साहाय्यता बचत गटाच्या सभासदाला व व्यवसायाला विम्याचे कवच असते. तसेच त्यांच्या उत्पादनाला सुरक्षित बाजारपेठा मिळू शकतात.

९. **मुक्त अभियान** : स्वयं-साहाय्यता बचत गट चळवळ अनौपचारिक असून कोठेही अधिकृत नोंदणी करावी लागत नाही. तसेच गटस्थापनेसाठी अधिकृत नियमावली नाही. बचत गटात कोणीही सदस्य होऊ शकतात. तसेच गटाची स्थापना, निर्मिती प्रक्रियेत कोणालाही सक्रिय होता येते. नवीन बचत गटाची निर्मिती करताना गटाचे सदस्य परस्परांना व्यक्तिगत मार्गदर्शन करू शकतात.

१०. **समाज परिवर्तनाचे साधन** : समाजातील ५०% महिलावर्गाचे फार मोठे परिवर्तन बचत गटामुळे होते. कौटुंबिक पर्यायाने समाज आणि देशात परिवर्तन होऊ शकते.

११. **नीतीमूल्यांवर भर** : स्वयं-साहाय्यता बचत गटात प्रत्येक सभासद आपली नीतीमूल्य जपतात. तसेच गटाची नीतीतत्त्वे व प्रणाली जपतात.

(ब) आर्थिक वैशिष्ट्ये

१. **स्वेच्छा सभासदत्व** : स्वयं-साहाय्यता बचत गटात सर्वांना स्वेच्छा सभासदत्व असते. बचत गटात येण्यास कोणालाही सक्ती, जबरदस्ती केली जात नाही. सर्वजण स्वखुषीने सभासदत्व स्वीकारतात. फक्त सहयोगी प्रबोधन करतात. म्हणजे सभासदत्वासाठी कोणत्याही प्रकारची अट नसते.

२. **काटकसरवृत्ती** : स्वयं-साहाय्यता बचत गटातील सदस्य हे आर्थिकदृष्ट्या कमकुवत असतात. आपल्या दैनंदिन उत्पन्नातून थोडीफार काटकसर करून बचत करतात. कारण उत्पन्न साधने मर्यादित असतात. त्यातून काटकसर वृत्ती जोपासली जाते. हे स्वयं-साहाय्यता बचत गटाचे महत्त्वाचे वैशिष्ट्य मानले जाते.

३. **सभासद संख्या** : स्वयं-साहाय्यता बचत गटातील सभासद संख्या १० ते २० एवढीच असते. २० पेक्षा जास्त सभासद असतील तर कंपनी कायद्यानुसार

नोंदणी करणे सक्तीचे असते. तसेच १० पेक्षा कमी सभासद असल्यास गटाचा पुरेसा निधी साधनसूचिता जमा होत नाही.

४. **आर्थिक देवाणघेवाण** : स्वयं-साहाय्यता बचत गटात सर्व सभासद समान बचत जमा करतात. दरमहा जमा बचतीतून कर्ज व्यवहार करतात. त्यातून व्यवसाय निर्माण करतात. व्यवसायातून बचत करतात. त्यातून गटाची पतनिर्मिती करतात. तसेच बँका गटांना कर्जव्यवहारास मदत करतात. व्याजाची आकारणी करतात म्हणजे गटात मनव्यवहाराबरोबर आर्थिक व्यवहार केले जातात. त्यामुळे स्वयं-साहाय्यता बचत गट आर्थिकदृष्ट्या सक्षम बनतात.

५. **रोखीचा व्यवहार** : स्वयं-साहाय्यता बचत गटातील बचत आणि कर्ज व्यवहार रोखीने केले जातात. त्यामुळे व्यवहारात पारदर्शकता येते. रोखीच्या व्यवहारामुळे सभासदांना व्यवहाराचे ज्ञान प्राप्त होते.

६. **लाभाचे समान वाटप** : स्वयं-साहाय्यता बचत गटात व्याजस्वरूपात व व्यवसायस्वरूपात नफा प्राप्त होऊन गटास लाभांश प्राप्त होतो. या लाभांश रकमेचे वाटप समान पद्धतीने केले जाते. लाभांशाचे वाटप करण्याचे बंधन गटावर असत नाही. सभासदांच्या इच्छेनुसार लाभांशाचे वाटप करतात.

७. **स्वनिर्मित व लवचीक नियमावली** : स्वयं-साहाय्यता बचत गटाची स्थापना, दैनंदिन कामकाज इ., संघटिका आणि सहसंघटिका यांना इ. बाबत शासकीय नियमावली नसते. प्रत्येक गटाने आपली नियमावली परिस्थितीनुसार बनवलेली असते. त्या नियमावलीत गरजेनुसार लवचीकता आणली जाते. गटाने स्वत: नियमावली तयार केलेली असल्यामुळे त्यात बदल करता येतो. सदर नियमावली अतिशय लवचीक असते.

८. **सहकाराचे प्रशिक्षण** : स्वयं-साहाय्यता बचत गटात मिनी सहकार असतो. सहकाराप्रमाणे व्यावसायिक शिक्षण प्रशिक्षण देण्यात येते. सभासदांचे सतत प्रबोधन केले जाते. त्यांच्यामध्ये एकीची भावना निर्माण होते. सहकाराच्या शिक्षणामुळे व्यावसायिक वृद्धी होते. त्यामुळे सहकार वृत्ती वाढीस लागते.

९. **सहकारांतर्गत सहकार** : स्वयं-साहाय्यता बचत गटाची चळवळ हे सहकाराप्रमाणे असून एकमेकांस साह्य करणारी संघटना आहे. प्रत्येक गटाचे प्रत्येक गटाला सहकार्य मिळते तसेच सभासद संख्या मर्यादित असल्यामुळे सभासदांमध्ये सहकार्याची भूमिका असते. गटाचे कामकाज चालविण्यासाठी संघटिका व सहसंघटिका यांना सहकार्य लाभते.

१०. **स्वेच्छा नोंदणी** : स्वयं-साहाय्यता बचत गटांना सहकारी संस्थांप्रमाणे अधिकृत नोंदणी करावी लागत नाही. फक्त पंचायत समिती किंवा स्वयंसेवी

संस्थांना गट स्थापना केल्याची तोंडी नोंद फक्त करावी लागते. सरकारी खात्यामार्फत अधिकृत नोंदणी करण्याची गरज नसते. त्यामुळे गटाची स्थापना कोणालाही करता येते. परंतु स्वयं-साहाय्यता बचत गटांना सूक्ष्म वित्त संस्था म्हणून काम करताना कंपनी कायद्यानुसार नोंद करावी लागते.

११. **महिलांचे सर्वाधिक गट** : स्वयं-साहाय्यता बचत गटाची निर्मिती महिला हा गाभा मानून केलेली असते. बचतगटामध्ये महिला सदस्य जास्त आहेत. भारतात ९०% पेक्षा जास्त गटसंख्या महिलांची आहे. पुरुष गटसंख्या अतिशय मर्यादित आहे. म्हणजे महिलांच्या उन्नतीकरिताच गटाची संकल्पना दिसून येते.

१२. **नियोजनाचा अंगीकार** : स्वयं-साहाय्यता बचत गटामध्ये प्रत्येक तपशीलाचे नियोजन केले जाते. नियोजनानुसार गटाचे कामकाज चालते म्हणून गट नियोजनाचा विविध अंगाने विचार करतो. नियोजनपूर्वक व्यवहार करतो.

१३. **विधायक स्पर्धेचे शिक्षण** : जागतिकीकरणामध्ये विघातक स्पर्धा टाळण्यासाठी स्वयं-साहाय्यता बचत गटाचा उगम असून स्पर्धेचे शिक्षण गटातून मिळते. त्यातून समाजकल्याण होते. जेव्हा स्पर्धा समाजकल्याणाला बाधा आणेल तेव्हा स्वयं-साहाय्यता बचत गटाचा नाश होऊ लागेल. परंतु स्पर्धेची विधायक लक्षणे स्वयं-साहाय्यता बचत गटात आहेत.

१४. **वारसाहक्क** : स्वयं-साहाय्यता बचत गटाच्या चळवळीमध्ये सभासद किंवा कार्यकर्ते निवृत्त होतात. त्यांच्या जागी त्यांच्या कुटुंबातील इतर व्यक्तींना सभासदांचे वारसदार म्हणून नियुक्त करतात. त्यामुळे स्वयं-साहाय्यता बचत गटाची चळवळ अखंडपणे चालू राहते.

१५. **सक्रिय सहभागाचे तत्त्व** : स्वयं-साहाय्यता बचत गटाचे महत्त्वाचे वैशिष्ट्य म्हणजे सामाजिक, आर्थिक व इतर कोणत्याही कार्यात संपूर्ण गट व त्याचे सर्व सभासद सक्रिय सहभाग घेतात. संपूर्ण गटाच्या सहभागाचा विचार केला जातो.

(क) राजकीय वैशिष्ट्ये

१. **लोकशाही संघटन** : स्वयं-साहाय्यता बचत गट हे लोकांनीच लोकांकरिता चालविलेले असतात. त्यामुळे लोकशाही संघटन असते. शिवाय गटांच्या संघटिका, सहसंघटिकांची निवड लोकशाहीप्रमाणे होते. सभासदाच्या मताला फार महत्त्व असते. सभासदांचे भांडवल, धर्म, जात, वर्ण, वंश या घटकांना

अजिबात थारा नसतो. गटातील सर्व कारभार व निर्णय, कृती सर्वानुमते केली जाते. प्रत्येक सभासदाच्या मताची कदर केली जाते. खरी लोकशाही मूल्ये जोपासली जातात.

२. **नेतृत्व** : स्वयं-साहाय्यता बचत गटाचे संघटिका व सहसंघटिका हे नेतृत्व करतात. शिवाय प्रत्येक सभासदास गटाचे नेतृत्व करण्याची संधी मिळते. तसेच प्रत्येकजण गटाचे व्यवस्थापन करून नेतृत्व स्वीकारतो. त्यामुळे नेतृत्व गुणांचा विकास होऊन राजकीय क्षेत्रात स्वत:चे वलय तयार होते.

३. **लोकशाही मूल्यांची जपणूक** : स्वयं-साहाय्यता बचत गटांमध्ये धर्मनिरपेक्ष, सर्वानुमते निर्णय, प्रत्येकाच्या मतांची कदर, आदरभाव, समता, स्वातंत्र्य, न्याय ही लोकशाहीची मूल्ये जोपासली जातात. शिवाय स्वयं-साहाय्यता बचत गटात महिला संख्या जास्त असल्यामुळे सुसंस्कृतपणा जपला जातो.

४. **राजकीय व धार्मिक तटस्थता** : जगामध्ये प्रत्येक देशातील सरकारने भांडवलशाही, हुकूमशाही, साम्यवादी अशा अर्थव्यवस्था स्वीकारल्या आहेत. प्रत्येक अर्थव्यवस्थेत काहीतरी दोष आहेत. ते दूर करण्याचे काम स्वयं-साहाय्यता बचत गटाचे आहे. उदा. भांडवलशाहीत कामगारांची पिळवणूक, संपत्तीचे विषम वाटप, हुकूमशाहीत नोकरांचा वरचष्मा असे दोष स्वयं-साहाय्यता बचत गटात नसतात. स्वयं-साहाय्यता बचत गटात सर्व समान असतात. सर्वांना समान लाभ असतो. त्यामुळे राजकीय प्रभाव आणि धार्मिक दडपणास स्वयं-साहाय्यता बचत गट बळी पडत नाहीत.

५. **दबावगट** : स्वयं-साहाय्यता गटात सर्वाधिक महिला संख्या असून प्रत्येक वाडी-वस्तीवर गटांची निर्मिती होत आहे. शिवाय गटातील सर्व सभासद लवकर एकत्र जमा होतात. कारण मर्यादित सभासदामुळे तोंडी निरोप दिले तरी जमा होतात. त्यामुळे समाजातील अपप्रवृत्तीला आळा बसतो. समाजात गटांच्या दबावगटामुळे महिलांवरील अत्याचार कमी होत आहेत.

३.५ स्वयं-साहाय्यता बचत गटाची आवश्यकता (Need of SHG)

भारताची लोकसंख्या ११० कोटीच्या आसपास असून त्यापैकी ८० कोटी जनता मध्यम व अल्प उत्पन्न गटात असून त्यापैकी २६% लोकसंख्या (२५ कोटी) दारिद्र्यरेषेच्या खालील जीवन व्यतीत करीत आहे. त्या वर्गाच्या विकासाकरिता स्वयं-साहाय्यता बचत गटाची चळवळ अत्यंत आवश्यक आहे. कारण निम्नस्तरापर्यंत ही चळवळ पोहोचत आहे. त्याचप्रमाणे अर्थव्यवस्था विकसित करण्याकरिता स्वयं-

साहाय्यता बचत गट महत्त्वपूर्ण ठरू शकतील. म्हणून पुढील मुद्यांच्या साहाय्याने आवश्यकतेचे विश्लेषण करता येते.

१. **शोषणमुक्त दुर्बल घटक** : समाजातील अनेक व्यक्ती, विशेषत: महिला आपल्या लहान मोठ्या गरजांच्या पूर्ततेसाठी ग्रामीण सावकाराकडून भरमसाठ व्याजाने कर्ज काढतात. सावकार व्याजरूपात दुर्बलांचे शोषण करतो. त्यामुळे हे दुर्बल लोक दिवसेंदिवस गरीब होत जातात. परंतु स्वयं-साहाय्यता बचत गट सभासदांच्या मताप्रमाणे कमी व्याजदराने कर्ज दिली जातात. त्यामुळे सावकारी मगरमिठीतून सुटका होते.

२. **ग्रामीण महिलांना बचतीस प्रोत्साहन** : स्वयं-साहाय्यता बचत गट कर्ज देण्याकरिता नसून सभासद बचती वृद्धिंगत करतात. त्यातून कर्ज देतात. म्हणून सभासद व्यक्ती कर्जाच्या अपेक्षेने बचत वाढवित जाते.

३. **कुटिरोद्योग क्षेत्राचा विकास** : ग्रामीण भागात शेतीपूरक कुटिरोद्योग स्वयं-साहाय्यता बचत गटाच्या कर्जातून आणि बँकांच्या मदतीतून निर्माण होतात. त्यामुळे लहानसहान उद्योग ग्रामीण भागात नावारूपाला आले आहेत.

४. **रोजगार निर्मिती** : देशामध्ये लाखो बेकारांना स्वयं-साहाय्यता बचत गटाच्या माध्यमातून रोजगार प्राप्त झाला आहे. सहयोगिनी बचत गटाची स्थापना व गटास मार्गदर्शन करू शकतो. गटाच्या स्थापनेकरिता सहयोगिनी (Animitor) पदास रोजगार प्राप्त होतो. तसेच गटाच्या माध्यमातून व्यवसाय केले जातात त्यातून रोजगारनिर्मिती होत आहे. तसेच सूक्ष्म वित्त स्थापन होत आहे. त्यातून रोजगार प्राप्त होत आहे.

५. **प्रादेशिक समतोल** : भारतामध्ये शहरांचा विकास मोठ्या प्रमाणात झाला आहे. ग्रामीण भागात स्वयं-साहाय्यता बचत गटाच्या निर्मितीमुळे ग्रामीण साधनसामग्रीचा पुरेपूर वापर होऊन ग्रामीण भागाचा विकास होत आहे.

६. **लोकशाही मूल्यांची वृद्धी** : स्वयं-साहाय्यता बचत गटामध्ये सर्व व्यवहार लोकशाही पद्धतीने होत असल्यामुळे समता, बंधुत्व, न्याय, स्वातंत्र्य इ. मूल्यांची जपणूक करण्याकरिता स्वयं-साहाय्यता बचत गट आवश्यक आहेत.

७. **सामाजिक व आर्थिक विषमता कमी करण्यास मदत** :स्वयं-साहाय्यता बचत गटामुळे स्त्री-पुरुष समानता प्रस्थापित होण्यास मदत होते. स्त्रियांना समाजात महत्त्व प्राप्त होते. त्यामुळे सामाजिक विषमता कमी होते. त्याचप्रमाणे गटातील व्यवहार स्त्रियांचे नावावर होत असल्यामुळे स्त्रीला आर्थिक संपत्तीत वाटा मिळाल्याचे समाधान लाभून आर्थिक विषमता कमी होते. त्याचप्रमाणे महिलांना व्यवहाराची जाणीव होते.

८. **मानसिकतेत परिवर्तन** : स्वयं-साहाय्यता बचत गटाच्या माध्यमातून पुरुषांच्या स्त्रीकडे बघण्याच्या दृष्टिकोनात व मानसिकता यात परिवर्तन करता येईल. त्याकरिता महिलांचे बचत गट आवश्यक आहेत.

९. **भांडवल संचय** : भांडवलाच्या साह्याने उद्योग व्यवसायाची निर्मिती होत असते. परंतु ग्रामीण भागात अत्यल्प उत्पन्नातून बचत निर्माण करून बँकांच्या साह्याने भांडवलनिर्मिती करता येते. या भांडवलनिर्मितीतून स्वयं-साहाय्यता बचत गटांना बँकांकडून भांडवल उपलब्ध होते. त्यामुळे उद्योगांची निर्मिती होऊन भांडवलवृद्धी होते.

१०. **ज्ञानकक्षा रुंदाविण्यासाठी** : स्वयंसाहाय्यता बचत गटामुळे महिलांना आर्थिक व्यवहाराबरोबर व्यवस्थापन, निर्णय, अंमलबजावणी, बँक व्यवहार, कागदपत्रांची पूर्तता, अहवाल नोंदी करता येतील, त्यांना प्रशिक्षण देता येईल. त्यामुळे महिलांच्या ज्ञानकक्षा वाढण्यास मदत होईल.

११. **ग्रामविकास सहभाग** : स्वयंसाहाय्य गटामुळे ग्रामीण भागात शासकीय योजनांची कार्यक्षम अंमलबजावणी, ग्रामस्वच्छता, ग्रामनिर्मल योजना, सामाजिक जागृती इ. गोष्टी करता येतील. त्यामुळे ग्रामीण विकासात महिलांचा सहभाग वाढून ग्रामपरिवर्तन होईल.

१२. **विचारांची देवाणघेवाण** : स्वयंसाहाय्यता बचत गटामुळे सभा, कार्यक्रम इ. निमित्ताने महिला एकत्र येतात. त्या एकत्रितपणामुळे एकमेकांमध्ये विचारांची देवाणघेवाण होऊन विचारांच्या कक्षा रुंदावल्या जातात. त्या भक्कम विचारामुळे सक्षम समाज निर्माण होईल. याकरिता स्वयंसाहाय्यता बचत गट आवश्यक आहेत.

१३. **उद्योजकता वृद्धिंगत** : स्वयं-साहाय्यता बचत गटाच्या माध्यमातून अनेक महिलांना व्यवसायाचे शिक्षण व प्रशिक्षण देता येते. त्यांच्यातील उद्योजकता गुण विकसित होण्यास मदत होईल. त्यामुळे उद्योग वाढू शकतील.

१४. **आदर्श समाजनिर्मिती** : स्वयं-साहाय्यता बचत गटामध्ये महिलांची संख्या जास्त असल्यामुळे गट सक्षम होतात. तसेच महिलांच्या अंगी असणारे काटकसर, सोशिकपणा, सहनशीलता, सभ्यता इ. गुणांचा फायदा संपूर्ण पुरुषवर्गाला होऊन सुसंस्कृत समाजनिर्मिती होण्यास मदत होईल.

१५. **कौटुंबिक निर्णयात सहभाग** : स्वयं-साहाय्यता बचत गटामुळे महिलांचे आर्थिक सबलीकरण होण्यास मदत होईल. शिवाय महिला कमवत्या बनतील. त्यामुळे कौटुंबिक व सामाजिक पातळीवर निर्णय प्रक्रियेत सहभागी होतील त्याकरिता स्वयं-साहाय्यता बचत गट माध्यम अत्यंत आवश्यक आहे.

वरील मुद्यांवरून स्पष्ट होते की, स्वयं-साहाय्यता बचत गट समाजविकास व आर्थिक विकासाकरिता आवश्यक आहेत.

३.६ भारतीय अर्थव्यवस्थेत स्वयं-साहाय्यता बचत गटाचे महत्त्व

(Importance of SHG in Indian economy)

स्वयं-साहाय्यता बचत गटाची चळवळ सामाजिकदृष्ट्या, राजकीयदृष्ट्या, आर्थिकदृष्ट्या, सांस्कृतिकदृष्ट्या महत्त्वाची आहे. स्वयं-साहाय्यता बचत गट ग्रामीण जीवनाला सुसंस्कृतपणाचा आकार देण्याचा प्रयत्न करीत आहेत. समाजातील महिला या उपेक्षित घटकाच्या जीवनाला अर्थपूर्णता प्राप्त करून देण्याचा प्रयत्न महत्त्वपूर्ण आहे. स्वयंसाहाय्यता बचत गटाचे भारतीय अर्थव्यवस्थेतील महत्त्व पुढील मुद्यांवरून स्पष्ट करता येते.

१. **राष्ट्राचा विकास** : कोणत्याही राष्ट्राला विकसनशीलतेतून विकसित राष्ट्र होण्याकडे वाटचाल करण्याकरिता एक आदर्श व मजबूत आणि सर्वसमावेशक प्रणालीची आवश्यकता असते. ही गरज स्वयं-साहाय्यता बचत गटाच्या माध्यमातून पूर्ण करता येईल की जेणेकरून राष्ट्राचा सर्वांगीण विकास साधण्यास मदत होईल.

२. **उत्पन्नात वृद्धी** : स्वयं-साहाय्यता बचत गटाच्या माध्यमातून अनेक उद्योग, व्यवसाय नव्याने सुरू करता येतात. त्यातून रोजगारनिर्मिती होऊन सभासदांना पर्यायाने कुटुंबांना उत्पन्न प्राप्त होऊ शकेल. त्यामुळे राष्ट्राच्या उत्पन्नात वृद्धी होण्यास स्वयं-साहाय्यता बचत गट महत्त्वपूर्ण ठरू शकतात.

३. **ग्रामीण भागाचा विकास** : कोणत्याही आर्थिक प्रणालीमध्ये शहरी तुलनेने ग्रामीण भाग पाठीमागे राहतो. परंतु स्वयं-साहाय्यता बचत गटाच्या माध्यमातून ग्रामीण भागात अनेक उपक्रम सुरू करता येतील. त्यामुळे स्थानिक रोजगार प्राप्त होऊन, शहरी भागाकडील लोंढा थोपवण्यास मदत होऊन शहरी नागरी समस्यांचा ताण कमी होण्यास मदत होईल.

४. **कृषि व कृषिउद्योगांचा विकास** : कृषिक्षेत्र व स्वयं-साहाय्यता बचत गटाचे क्षेत्र यांचे अत्यंत जवळचे नाते आहे. ग्रामीण बेरोजगारी कमी करण्यास ग्रामीण भागात स्वयं-साहाय्यता बचत गटाच्या मदतीने कृषीवर आधारित प्रक्रिया, पूरक कुटिरोद्योग सुरू करणे शक्य होईल. त्यामुळे औद्योगिकीकरणास स्वयं-साहाय्यता बचत गटाची मदत होऊ शकेल.

५. **कृषि उत्पादनात वाढ** : कृषि उत्पादन वाढीस भांडवल आवश्यक असते. असे खेळते भांडवल स्वयं-साहाय्यता बचत गटातून वेळेत व जलद उपलब्ध

होण्यास मदत होऊ शकते. त्यामुळे कृषि उत्पादन वाढून अन्नधान्यबाबत स्वयंपूर्णता होऊ शकेल.

६. **मक्तेदारीस आळा** : देशातील बडे उद्योजक, व्यापारीवर्ग साठेबाजी करून कृत्रिम टंचाई निर्माण करून आर्थिक घडी विस्कळीत करतात. तसेच उत्पादनात व वितरणात स्वत:ची मक्तेदारी निर्माण करतात. परंतु स्वयं-साहाय्यता बचत गट उत्पादनात व वितरणात विविधता ठेवतात. त्यामुळे नफेखोर वृत्ती कमी होते आणि मक्तेदारीला पायबंद घालू शकतात. त्यामुळे सामाजिक व आर्थिक शोषण कमी करता येऊ शकेल.

७. **व्यवस्थापनात सहभागी** : स्वयं-साहाय्यता बचत गटाच्या व्यवस्थापनात वित्तीय संस्था, राजकीय नेते, सामाजिक कार्यकर्ते, स्वयंसेवी संस्था, व्यक्ती इ. ना सहभागी होता येते. तसेच गटातील सभासदत्व घेता येते. कारण स्वयं-साहाय्यता बचत गट लोकशाही प्रणालीवर आधारित आहे. त्यामुळे कोणत्याही घटकाला सहजपणे सहभागी होता येते.

८. **वित्तीय व सेवासंस्था विकास** : स्वयं-साहाय्यता बचत गटांना पतपुरवठ्यात वित्तीय संस्था महत्त्वपूर्ण भूमिका बजावित आहेत. या स्वयं-साहाय्यता बचत गटांना सुरुवातीस सवलतीच्या दरात विनाकारण, विनातारण कर्ज मिळते. कारण कर्जाच्या परतफेडीचे प्रमाण ९० ते ९५% इतके आहे. शिवाय कर्जवसुली खर्च नाही. म्हणून वित्तीय संस्थांचे हक्काचे ग्राहक स्वयं-साहाय्यता बचत गट आहेत. त्याचप्रमाणे विमा, वाहतूकसेवा या संस्थांचा विकास स्वयं-साहाय्यता बचत गटामुळे होत आहे. गटातील सदस्यांचा विमा काढला जात आहे.

९. **सामाजिक विकास** : स्वयं-साहाय्यता बचत गटातून व्यक्तीविकासातून सामाजिक विकास साधला जातो. नफा तत्त्वापेक्षा सेवा तत्त्वाला महत्त्वाचे स्थान आहे. त्यामुळे सामाजिक मूल्यांची जपणूक स्वयं-साहाय्यता बचत गटातून होते. त्यामुळे समाजाचे शांततापूर्ण परिवर्तन करता येते.

१०. **संस्कृती व शिक्षणाचा प्रसार** : भारतीय संस्कृतीतील अनेक चांगली तत्त्वे स्वयं-साहाय्यता बचत गटात असून, समाजाला सुसंस्कृत करण्याकरिता त्याचा उपयोग करून प्रसार केला जातो. स्त्रियांवर मूल्यशिक्षणाचा संस्कार होतो. त्याचा प्रसार स्वयं-साहाय्यता बचत गटाच्या माध्यमातून करता येऊ शकतो.

११. **स्त्री पुरुष समानता** : भारतीय पुरुषप्रधान संस्कृतीमध्ये पुरुषांचा अधिकार चालतो, परंतु स्वयं-साहाय्यता बचत गटामुळे स्त्री घराबाहेर पडून निर्भीडपणे

कार्य करू लागल्यावर पुरुषांना त्याची जाणीव निर्माण झाल्याने, राखीव जागांचा विचार न करता जबाबदार व्यक्ती म्हणून महिलेची निवड होईल. कारण अशी व्यक्ती तयार करण्याची क्षमता स्वयं-साहाय्यता बचत गटात आहे. त्यामुळे स्त्री, पुरुष समानता प्रस्थापित होऊ शकते.

१२. **दृष्टिकोनात परिवर्तन** : समाजातील दुर्बल घटकांचे आर्थिक हितसंवर्धन करण्यासाठी स्वयं-साहाय्यता बचत गट महत्त्वाचे आहेत. कारण गटात कल्पना व शक्ती एकत्रित येऊन आर्थिक प्रश्नांची सोडवणूक सभासदांकरवी केली जाईल. त्यामुळे आर्थिक विकासाबाबत लोकांच्या दृष्टिकोनात परिवर्तन स्वयं-साहाय्यता बचत गट करू शकतील. त्यामुळे जलद विकास होण्यास मदत होईल.

३.७ स्वयं-साहाय्यता बचत गटाची तत्त्वे (Principles of SHG)

स्वयं-साहाय्यता बचत गटाची उद्दिष्टे साध्य करण्याकरिता; अंगभूत कल्पना, कार्यपद्धती, तत्त्वज्ञान, हेतू समजून घेण्याकरिता स्वयं-साहाय्यता बचत गटाची तत्त्वे आत्मसात केली जातात. त्यास शाश्वत, सामाजिक व आर्थिक सिद्धान्ताचे स्वरूप नसले तरी त्यात उद्दिष्टप्राप्तीची मार्गदर्शक तत्त्वे असतात. या तत्त्वांचा अभ्यास करण्याकरिता स्वयं-साहाय्यता बचत गटाच्या उगमाचा विचार केला आहे. मानवाच्या सहजीवनाच्या अंत:प्रेरणेतून आणि बांगला देशाच्या भीषण दुष्काळाच्या परिणामातून दारिद्र्य, विषमता या सामाजिक दुष्परिणामांतून स्वयं-साहाय्यता बचत गट चळवळीचा उगम झाला आहे. तसेच या भीषण दुष्काळाने पुरुष, महिला, मुले, मुली यांचे जीवन उध्वस्त होऊन त्यांची पिळवणूक सावकारी पाशामुळे होत होती. त्यातून स्वयं-साहाय्यता बचत गटाची तत्त्वे आत्मसात केलेली आहेत. अशा तत्त्वांचे थोडक्यात विश्लेषण तीन प्रकारात केले आहे.

तत्त्वे

(अ) आवश्यक तत्त्वे	(ब) दुय्यम तत्त्वे	(क) इतर तत्त्वे
१. मर्यादित सभासदत्व	१. धार्मिक व राजकीय तटस्थता	१. स्थानिक स्वायत्ततेचे तत्त्व
२. लोकशाही प्रणालीचे तत्त्व	२. प्रामाणिक व्यवहाराचे तत्त्व	२. प्रसिद्धीचे तत्त्व
३. लाभांचे न्याय्यवाटप	३.शिक्षण प्रचार, प्रसार तत्त्व	३. स्त्री-पुरुष समानतेचे तत्त्व
४. काटकसरीचे तत्त्व	४. समानता तत्त्व	४. मानसिक आधार तत्त्व
५. रोखीचे व्यवहार तत्त्व	५. बंधुत्व व एकता तत्त्व	५. संघपद्धती
६. विश्वास तत्त्वाचे प्रतीक	६. मानदसेवांचे तत्त्व	
७. सहकाराचे शिक्षण	७. सामाजिक मालकीचे तत्त्व	

अशा प्रकारे स्वयं-साहाय्यता बचत गटाची मूलतत्त्वे असून बदलत्या काळातील नवे विचारप्रवाह बदलत असले, तरी ती सामावून घेण्याची ताकद स्वयं-साहाय्यता बचत गटात आहे. जागतिकीकरण, खासगीकरण यांच्या प्रचंड दबावाखाली असले तरी स्वयं-साहाय्यता बचत गटाच्या तत्त्वाची अंमलबजावणी काटेकोरपणे, योजनाबद्ध रीतीने केली जात असल्यामुळे, जागतिकीकरणाच्या प्रक्रियेत ही स्वयं-साहाय्यता बचत गटाची चळवळ फोफावत आहे. कारण स्वयं-साहाय्यता बचत गटाची तत्त्वे वैचारिक व व्यावहारिक बैठकीवर मजबूत आहेत. त्यामुळे स्वयं-साहाय्यता बचत गटाची वाढ होत आहे. तसेच स्वयं-साहाय्यता बचत गटाचे तत्त्व स्वयं-साहाय्य स्वरूपाचे असून कायद्याचे कोणतेही बंधन नाही. ही तत्त्व सर्वांनी स्वयंस्फूर्तीने स्वीकारलेली असल्यामुळे वैचारिक चौकट प्राप्त झाली आहे. म्हणून स्वयं-साहाय्यता बचत गटाची तत्त्वे सर्व पातळीवर दिसून येतात.

३.८ स्वयं-साहाय्यता बचत गटाचे प्रकार (Types of SHGs)

स्वयं-साहाय्यता समूह हे ग्रामीण भागातील गरीब कुटुंबातील व्यक्तींनी एकत्र येऊन स्थापन केलेले असतात. या गट स्थापनेमागे प्रेरकाची भूमिका महत्त्वाची असते. गटाची स्थापना किंवा निर्मिती कोणत्या उद्दिष्टानुसार झाली त्यानुसार गटाचे प्रकार पुढीलप्रमाणे आहेत.

१. **मिश्र स्वयं-साहाय्यता गट** : ज्या गटामध्ये पुरुष व महिला हे दोघेही सभासद असतात अशा गटांना मिश्रगट म्हणतात.

२. **महिला स्वयं-साहाय्यता गट** : ज्या गटामध्ये फक्त महिला सभासद असून महिलांद्वारे व्यवस्थापन केले जाते त्यास महिला स्वयं-साहाय्यता गट म्हणतात. सद्य:स्थितीत या प्रकारच्या गटांची संख्या सर्वाधिक आहे.

३. **पुरुष स्वयं-साहाय्यता गट** : ज्या स्वयं-साहाय्यता समूहामध्ये सर्वच्या सर्व पुरुष सदस्य असतात, त्यास पुरुष स्वयं-साहाय्यता गट म्हणतात.

४. **स्वर्णजयंती स्वयंरोजगारांतर्गत स्वयं-साहाय्यता गट** : ज्या स्वयं-साहाय्यता समूहामध्ये स्त्री व पुरुष दारिद्र्यरेषेखालील सभासद असतात त्यांना स्वर्णजयंती स्वरोजगार स्वयं-साहाय्यता गट असे म्हणतात. या योजनेनुसार फक्त दारिद्र्यरेषेखालील महिला, पुरुषांना अनुदान स्वरूपात लाभ घेण्यासाठी गट निर्माण केले जातात.

५. **बचत गट** : आपल्या खर्चातील काटकसरीद्वारे बचत करून त्याद्वारे सभासदांना गरजेनुसार कर्ज रूपाने पैसे देणे, कर्जाची परतफेड करणे, व्यवसाय करणे, वित्तीय संस्थांकडून कर्ज उभारणी करणे, विमा, उत्पादनासाठी वैयक्तिक व सामूहिक उद्योग निर्माण करणे, सर्व सदस्य आत्मनिर्भर बनणे अशा समूहास बचत गट म्हणतात. हा प्रकार सर्वव्यापक असून या गटांचा प्रचार व प्रसार मोठ्या प्रमाणात होत आहे.

३.९ स्वयं-साहाय्यता बचत गटाचे स्वरूप (Nature of SHGs)

प्रत्येक व्यक्तीला जेव्हा उत्पन्नापेक्षा खर्च जास्त होतो तेव्हा कर्जाची गरज निर्माण होते. या कर्जाच्या गरजा भागविण्यासाठी विविध वित्तीय संस्था कार्यरत आहेत. परंतु गरीब समाजासाठी या संस्था फारशा पुढाकार घेत नाही. कारण गरिबांकडे उत्पन्न साधने मर्यादित असतात. तारण काहीही नसते, त्यामुळे कर्ज मिळत नाही. त्यामुळे सावकाराकडून भरमसाठ व्याजदराने कर्जे घ्यावी लागतात. कारण सावकार कर्ज

विनातारण, विनाकागदपत्र अनुत्पादक कर्जे, तत्काळ देतो. त्यामुळे सावकारी कर्जाचा जनमानसावर कायम पगडा आहे. सावकारी पाशातून मुक्तता व्हावी म्हणून सहकार चळवळ जोमात सुरू झाली. परंतु १००व्या वर्षाच्या शेवटी ही चळवळ सरकारची बटीक बनली. राजकारण, भ्रष्टाचार, दप्तरदिरंगाई यामुळे सहकार चळवळ बदनाम झाली आहे. सुवर्णमध्य म्हणून स्वयं-साहाय्यता गट चळवळ फोफावत आहे. स्वयं-साहाय्यता गटाचे स्वरूप अभ्यासताना प्रत्यक्ष व्यवहारातील वित्तीय संस्था व खासगी संस्था यांच्यातील साम्य भेदावरून स्वरूप सांगता येते. हे पुढील तक्त्यावरून स्पष्ट होईल.

तक्ता क्र. ३.१ साम्यभेद

क्र.	संस्था/बाबी	सावकारी	भिशी	फंड	बँक	पतसंस्था	पोस्ट	बचतगट
१.	स्थापना	सहज	सहज	सहज	अवघड	अवघड	–	स्वयंस्फूर्त
२.	सभासद संख्या	एक	अमर्याद	अमर्यादित	जास्त	किमान १००० नवीन नियमानुसार	शासन व्यवस्था	५ते२०
३.	भांडवल	हजारात	जमेल तेवढेच	जमेल तेवढेच, ५ लाख	किमान ऐपतीप्रमाणे	५ लाख रु. नवीन नियमानुसार	–	जमेल तेवढे
४.	भांडवल उभारणी स्त्रोत	स्वत:चे	वर्गणी	वर्गणी	भाग भांडवल सरकार	भाग भांडवल व नफ्यातून	–	बचत स्वरूपात
५.	नियम	स्वत:चे	स्वत:चे	स्वत:चे	आर.बी. आय.	सहकार कायदा १९६०	त्याचेच	स्वत:चे

अ.	संस्था/बाबी	सावकारी	भिशी	फंड	बँक	पतसंस्था	पोस्ट	बचतगट
६.	नियमाचे स्वरूप	लवचीक	ताठर	ताठर	ताठर	बदलासाठी परवानगी	ताठर	लवचीक
७.	निर्णय	व्यक्तीचे	चिठीनुसार	व्यक्तीचे, चिठ्ठी	व्यवस्थापन मंडळ	संचालक मंडळ	सरकारचे	समूहाचे किंवा गटाचे
८.	साह्य	गरजेनुसार	नशीबावर	नशीबावर, मर्जीप्रमाणे	अवघड/ संचालक मंडळ मर्जीनुसार	अवघड/ संचालक मंडळ मर्जीनुसार	नसतेच	सहज/गरजे प्रमाणे
९.	कर्जकारण	विचारपूस नाही	विचारणा नाही	विचारणा नाही	विचारतात	विचारतात	– –	विचारतात/ समजून घेतात
१०.	कर्ज तारण	सोने/शेती	गरज नाही	गरज नाही	सोने/वस्तू जामीनदार	जामीनदार	–	बचत तारण

अ.	संस्था/बाबी	सावकारी	भिशी	फंड	बँक	पतसंस्था	पोस्ट	बचतगट
११.	नोंदी	वहीत/बोगस	नोंद नाही	आहे	गुंतागुंतीचे	गुंतागुंतीचे	गुंतागुंतीचे	सोपे व कमीत कमी
१२.	कर्ज–खर्च	थोडाफार	नाही	जास्त	जास्त	–	नाही	नाही
१३.	विश्वास	नाही	नाही	नाही	आहे	आहे	आहे	जास्त विश्वासार्हता
१४.	कायदा आधार	नाही	नाही	नाही	आहे	आहे	आहे	आहे
१५.	व्याजदर	भरमसाठ	भरमसाठ	भरमसाठ	कमी	थोडे जास्त	–	नाममात्र
१६.	निर्बंध	बंधन/मर्जी प्रमाणे	नाही	बंधन नाही	बंधन आहे	बंधन आहे	बंधन आहे	सर्वांच्या सोयीप्रमाणे

अ.	संस्था/बाबी	सावकारी	भिशी	फंड	बँक	पतसंस्था	पोस्ट	बचतगट
१७.	परिवर्तन विकास	विचार नाही	नाही	नाही	विकास मान्य	विकास मान्य	विकास मान्य	परिवर्तन व विकास मान्य
१८.	महिला सहभाग	नाही	कमी	कमी	कमी	मध्यम	मध्यम	जास्त आहे
१९.	सामाजिक उपक्रम	नाही	नाही	नाही	थोडेसे	थोडेसे	नाहीत	मोठ्या प्रमाणात
२०.	भवितव्य	नाही	नाही	फार कमी	थोडेफार	थोडेफार	आहे	उज्ज्वल भवितव्य

संदर्भ : 'बटवा' : स्वयं-साहाय्यता गटाचे भित्तीपत्र प्रकाशित डॉ. सुधा कोठारी, चैतन्य संस्था खेड

या तक्त्यावरून स्पष्ट होते की स्वयं-साहाय्यता बचत गटाचे तत्त्वज्ञान इतर वित्तीय संस्थांपेक्षा कितीतरी पटीने श्रेष्ठ आहे.

३.१० स्वयं–साहाय्यता बचत गटाचे फायदे (Advantages of SHGs)

ग्रामीण भागाच्या सर्वांगीण विकासात स्थानिक लोकांचा सहभाग, विकासाचे नियोजन, अंमलबजावणी आणि मूल्यमापनापर्यंत स्वयं–साहाय्यता बचत गट सक्रिय झालेले आहेत. यामुळे गावागावात व वाड्या–वस्त्यांवर बचत संकलनाच्या कामाला चालना मिळाली. शिवाय ग्रामीण विकासासाठी महिलांची कृतिबद्ध चळवळ म्हणून स्वयं–साहाय्यता गटाचे फायदे मिळू लागले आहे. त्याचप्रमाणे महिलांना मिळणाऱ्या विकासाच्या संधी आणि महिलांच्या प्रगतीत येणाऱ्या अडथळ्यांचे निराकरण करून महिलांचा विकासाचा विचार विविध स्तरावर केल्याने महिलांना जिव्हाळा वाटणारे, स्वाभिमानी व सामर्थ्याने उभे करणारे केंद्र म्हणून स्वयं–साहाय्यता बचत गटाचे फायदे होतात. हे फायदे विविध स्तरावर होतात. ते पुढीलप्रमाणे आहेत.

३.१०.१ व्यक्तिगत फायदे

१. **जन्मजात गुणांचा विकास** : प्रत्येक व्यक्तीत जन्मजात काही ना काही गुण असतात. ह्या गुणांना संधी मिळाल्यास व्यक्तीचा फायदा होतो. म्हणून स्वयं–साहाय्यता बचत गटात महिलांच्या गुण विकासास संधी मिळाल्याने विकास झालेला आहे. संघटन, नेतृत्व, संभाषण कौशल्य, स्वशक्ती अशा गुणांचा विकास झालेला आहे. तसेच आत्मसन्मान, आत्मनिर्भरता, धाडस यात गुणात्मक बदल झाले आहेत.

२. **कर्तृत्वाला दिशा व संधी** : सामाजिक, कौटुंबिक, धार्मिक, आर्थिक क्षमता इ. बंधनांमुळे महिलांच्या कर्तृत्वाला संधी प्राप्त होत नव्हती. परंतु स्वयं–साहाय्यता बचत गटामुळे महिलांच्या कर्तृत्वाला संधी व दिशा प्राप्त झाली. नवीन शिकण्याची संधी प्राप्त झाली आहे. उद्योग, व्यवसाय, राजकारण संधी, समाजात निर्णय घेण्यात सहभाग अशा संधी प्राप्त झाल्या आहेत.

३. **व्यक्तिमत्त्वाचा विकास** : स्वयं–साहाय्यता बचत गटामुळे महिलांच्या अंगभूत शक्तीत वाढ झाली आहे. निर्णयक्षमता, कौशल्यवृद्धी, बँक व्यवहार, व्यवस्थापन, उत्तम हिशोबनीस, संभाषण कला, नेतृत्वगुण, तडजोड, सहनशीलता, आत्मविश्वास, राजकीय सहभाग यामुळे व्यक्तिमत्त्व विकास झालेला आहे. ग्रामीण महिलांच्या व्यक्तिमत्त्व विकासाबाबत नवनवीन गोष्टी बघायला व शिकायला मिळतात. बँक व्यवहार शिकता येतो. तसेच आपण स्वतःच्या पायावर उभे राहून भविष्यामध्ये काहीतरी करावे याची ऊर्मी जागृत होऊन महिला त्यासाठी धडपडत असते.

४. **कुटुंबात मानाचे स्थान** : स्वयं-साहाय्यता बचत गटामुळे महिलांना पैशाचे व्यवहार कळू लागले आहेत. महिला बचत व गुंतवणूक करू लागल्या आहेत. कुटुंबातील अडचणीच्या वेळी पैसा मिळू लागल्यामुळे कौटुंबिक समस्या सोडवू लागल्या आहेत. घरातील निर्णय घेऊ लागल्या आहेत. त्यामुळे कौटुंबिक महत्त्व वाढलेले आहे. त्याचा फायदा महिलांना गटामुळे झाला आहे.

५. **स्वशक्ती व समूहशक्तीची जाणीव** : स्वयं-साहाय्यता बचत गटामुळे महिलांची उत्पन्नवृद्धी होऊन कमावती झाल्याने स्वशक्ती जागृती होते. शिवाय स्वशक्ती समूहशक्ती जागृत करते. कारण स्वयं-साहाय्यता बचत गटामुळे स्वत:चे स्थान समजू शकते. स्वत:ची व समूहाची ताकद पूर्णपणे वापरात आणता येते.

६. **हक्काचे व्यासपीठ** : स्वयं-साहाय्यता बचत गट हे महिलांनी स्वत:चे हितगूज स्वत:च्या समस्या, चर्चा, प्रबोधन करण्यासाठी स्वत: निर्माण केलेले व्यासपीठ आहे. या व्यासपीठावर पुरुष हक्क सांगू शकत नाही. हे व्यासपीठ सतत सतर्क असते. या व्यासपीठामुळे सामाजिक अन्यायाला वाचा फोडता येते. संघर्षातून न्याय मिळविता येतो.

७. **सत्ता, संपत्ती आगमन** : स्वयं-साहाय्यता बचत गटामुळे महिलांना राजकीय व आर्थिक सत्ता प्राप्त झालेली आहे. सत्तेच्या बळावर महिलांनी संपत्ती स्वत:च्या नावावर निर्माण केलेली आहे. तसेच सत्तेतील वाटा महिला निश्चित करून घेतात. त्याचप्रमाणे पतीच्या संपत्तीतील वाटा बरोबरीने नोंदवितात. हा फायदा गटामुळे झालेला आहे.

८. **नवनवीन शिकण्याची संधी प्राप्त** : स्वयं-साहाय्यता बचत गटामुळे मत स्वातंत्र्य, तसेच घराबाहेर पडण्याची संधी प्राप्त होते. नवनवीन गोष्टी बघायला व शिकायला मिळतात. बँक व्यवहार शिकता येतो. तसेच स्त्रियांमध्ये आपण स्वत:च्या पायावर उभे राहून भविष्यामध्ये काहीतरी करावे याची उर्मी जागृत होऊन त्यासाठी ती धडपडत असते.

३.१०.२ सामाजिक फायदे

१. समूहशक्तीची जाणीव होते.

२. विचारांची देवाणघेवाण करता येते.

३. सामाजिक दर्जा उंचावतो.

४. समाजात दबावगट निर्माण होतो.

५. संघटन व नेतृत्वाने समाजात महिलांच्या स्थानाविषयी पुरुष दृष्टिकोनात परिवर्तन होते.

६. समूहाचे प्रश्न, गावचे प्रश्न यावर कल्पना व उपाय यावर देवाणघेवाण करता येते.

७. सर्वांसाठी एकाने, एकासाठी सर्वांनी धडपड हे समीकरण वृद्धिंगत होते.

८. मजबूत महिला संघटनाची निर्मिती होते.

९. स्त्री-पुरुष समानता निर्माण होते, त्यामुळे समाज सुजाण सशक्त होऊन देश बलवान होतो.

१०. साक्षरता वाढीस लागते.

११. पीडित व मागासवर्गीय महिलांच्या गरजा भागविण्यासाठी उपयुक्त ठरते.

१२. महिलांच्या ज्ञानाच्या कक्षा रुंदावतात.

१३. हक्क व अधिकारांविषयी जागरुकता येते.

१४. महिलांच्या गतिशीलता वाढीस स्वयं-साहाय्यता बचत गटामुळे मदत होते.

१५. स्वयं-साहाय्यता बचत गटामुळे महिलांना मानसिक आधार मिळतो.

१६. नेतृत्व गुणात वाढ होते.

१७. महिलांच्या विकासाकरिता शासकीय निर्णयांची माहिती गटामुळे मिळू शकते.

१८. स्वयं-साहाय्यता बचत गटाने महिलांना समाजात समान दर्जा, संधी, हक्क, आर्थिक स्वातंत्र्य व महत्त्व प्राप्त करून दिले आहे.

३.१०.३ आर्थिक फायदे

१. **बचतीच्या सवयी** : स्वयं-साहाय्यता बचत गटामुळे सभासदास नियमित बचत करण्याची सवय लागते. तसेच गटातील बचतीला सुरक्षितता मिळते. शिवाय बचत गटातील सभासदांना गरजा पूर्ण करण्यासाठी वापरली जाते. एकूणच बचत सुरक्षित राहाते.

२. **कर्जपुरवठ्याच्या सोयी** : स्वयं-साहाय्यता बचत गट हे अनुत्पादक कर्ज देते. आजारपण, बाळंतपण, लग्नकार्य, शिक्षण, घरबांधणी, घरदुरुस्ती अशा कारणाकरिता कोणतीही बँक कर्ज देत नाही. परंतु गटामार्फत ताबडतोब या कारणाकरिता कर्ज मिळतात.

३. **विनातारण कर्जाची सुविधा** : स्वयं-साहाय्यता गटातील सभासद भूमिहीन अल्पभूधारक, कष्टकरी वर्गातील असल्याने कर्जासाठी तारण नसल्याने बँका, पतसंस्था कर्ज देत नाहीत. परंतु गटामार्फत विनातारण कर्ज मिळू शकते.

४. **सावकारी पाशातून मुक्तता** : सावकारी कर्ज विनातारण मिळत असले तरी त्या कर्जाचा व्याजदर दामदुपटीचा असल्यामुळे महिला सावकारी कर्जाच्या जाळ्यात कायमची राहत असे. त्यापायी सावकार जमीन, घर इ. वस्तूंचा ताबा मिळवितो. परंतु गटातील कर्जाचा व्याजदर अल्प असल्याने महिलांचा आर्थिक विकास झालेला आहे.

५. **गरजेच्या समयी आर्थिक मदत** : स्वयं-साहाय्यता बचत गटाचे कर्ज विनातारण, कागदपत्रांच्या त्रासाशिवाय, केवळ सहसभासदाच्या हमीवर ताबडतोब मिळते. ऐन गरजेच्या वेळी मिळणारे कर्ज हे महिलांना लाखमोलाचे वाटते. कोणत्याही संकटकसमयी गटातील कर्ज उपलब्ध होतात. हा फायदा सभासदांना मिळतो.

६. **कारभारात पारदर्शकपणा** : स्वयं-साहाय्यता बचत गटाचा कारभार सर्वांसमोर सभेत होत असतो. त्यामुळे पारदर्शकपणा राहातो. व्यवहाराबाबत शंकाकुशंका राहात नाहीत. कारभार चोख असतो. रेकॉर्ड व्यवस्थित असते.

७. **पतक्षमतेत वाढ** : गटातील सभासदांच्या सहकार्याने प्रसंगी दबावाने कर्ज परतफेड वेळेवर व ठरलेल्या हप्त्यात होत असल्याने ही रक्कम कर्जवाटपासाठी वापरता येते. त्यामुळे गटाची भांडवलनिर्मिती होऊन पतक्षमता वाढते.

८. **रोजगारनिर्मिती** : स्वयं-साहाय्यता बचत गटामुळे व्यावसायिक प्रशिक्षण मिळू शकते. व्यवसायास भांडवल मिळते. तसेच उत्पादित वस्तूंना बाजारपेठ सुविधा उपलब्ध होते. त्यामुळे उद्योगांची निर्मिती होऊन स्वत:ला व इतर सभासदांना रोजगार प्राप्त होतो. बेकारी कमी होते. त्यामुळे दारिद्र्य निर्मूलन होते.

९, **व्यवस्थापन कौशल्यात वाढ** : स्वयं-साहाय्यता बचत गटात आल्याने प्रत्येक महिलेस हिशोब ठेवण्याचे ज्ञान, व्यवहारज्ञान, परिपक्वता, संघटन कौशल्य, सभेचे व्यवस्थापन, व्यवहाराच्या नोंदी इ. गोष्टी पार पाडाव्या लागतात. याकरिता व्यवस्थापन कौशल्य लागते. त्याचे शिक्षण गटातून प्राप्त होत असते.

१०. **बँक व्यवहाराची माहिती** : स्वयं-साहाय्यता बचत गटामुळे प्रत्येक सभासदाला गटाचे व्यवहार करण्यासाठी बँकेत जावे लागते. त्यामुळे बँकेशी करार, कर्जपुरवठा, पैसे काढणे आणि भरणे बँकेमार्फत कर्ज देणे, कर्ज भरणे, धनादेश वापर अशा बँक व्यवहारांची माहिती मिळू शकते.

३.१०.४ राजकीय फायदा

गटाचे नेतृत्व करताना राजकीय नेतृत्वात सहभाग मिळू लागलेला आहे. हे गटागटांतून दिसू लागले आहे. भारतीय राज्यघटनेने महिलांना समान हक्क दिले आहेत. त्यांची अंमलबजावणी करण्याकरिता महिलांना ३३% आरक्षण स्थानिक स्वराज्य संस्थात ठेवलेले आहे. परंतु महिलांनी क्षमता, कौशल्य, नेतृत्व या गुणांच्या बळावर आणि गटाचा सभासद म्हणून गावकऱ्यांच्या पाठिंब्यावर राजकीय क्षेत्रात प्रवेश मिळवलेला असून त्या लोकशाही मूल्यांची जोपासना करू लागल्या आहेत. महिलांचे राजकीय नेतृत्व समाज सुरक्षेच्या दृष्टीने महत्त्वपूर्ण मानले जाते. महिला गावपातळीवर सरपंच अशी पदे मिळवीत आहेत. गटामुळे राजकीय लाभ महिलांना होत आहे.

३.११ बँकांमुळे स्वयं–साहाय्यता बचत गटांना फायदे

(Advantages for SHGs due to banks)

१. गरिबांना बचतीची सवय लागते.

२. मोठ्या प्रमाणात कर्जाद्वारे निधीची उपलब्धता होते.

३. बँक व्यवहाराचे ज्ञान गटातील सभासदांना मिळू शकते.

४. गटाच्या बचतीवर व्याज उत्पन्न बँकांकडून गटांना मिळते.

५. बँकांकडून गटांना तांत्रिक कौशल्य व विपणन माहिती मिळू शकते.

६. खावटी कर्ज व उत्पादक कर्ज गटांना सहज मिळतात.

७. विनातारण, कमीत कमी कागदपत्राने त्वरित कर्ज उपलब्ध होतात.

८. व्यवसायात सुलभतेने वाढ करता येते.

९. बँकेमार्फत गटांना शासकीय योजनांची माहिती व उपलब्धता होऊ शकते.

१०. बँकांच्या ठेवीत वाढ होते. बँकांचा पतविस्तार वाढतो.

११. बँकांना चांगले ग्राहक मिळतात.

१२. गटाच्या आर्थिक समस्यांची सोडवणूक करण्यास बँका मदत करतात.

१३. स्वयंसेवी संस्थांना बचतगटाविषयी बँकांकडून मार्गदर्शन व सल्ला मिळतो.

१४. ज्या ठिकाणी बँकांनी बचत गट स्थापन केले आहेत त्यांचे संगोपन बँका उत्तम रीतीने करतात.

१५. उत्कृष्ट बचत गटांना बक्षिसे जाहीर करतात.

१६. गटांना विविध प्रकारचे प्रशिक्षण आयोजित करून गटांचे मूल्यांकन करून देतात.

१७. गटांच्या उत्पादित वस्तूला बाजारपेठ सुविधा देतात.

१८. स्वयं-साहाय्यता बचत गटाच्या कार्यक्रमात बँका हिरिरीने भाग घेऊन महिलांना प्रोत्साहन देत आहेत.

१९. गटाकरिता विविध अभ्यासदौरे आयोजित करीत आहेत.

२०. स्वयं-साहाय्यता बचत गटांना शासकीय व बँकिंग क्षेत्रातील सवलती मिळवून देत आहे.

अशा प्रकारे बँका स्वयं-साहाय्यता बचत गटांना फायदे मिळवून देत आहेत.

❏

प्रकरण ४

स्वयं-साहाय्यता बचत गट स्थापना व व्यवस्थापन

Formation and Management of Self Help Group

४.१ प्रस्तावना

भारतदेश हा नैसर्गिकदृष्ट्या श्रीमंत, विचारांनी गरीब देश असून संपत्ती निर्माण करण्याची क्षमता भारतीयांकडे सर्वाधिक आहे. तसेच संपत्ती निर्माण करणाऱ्या घटकांची उपलब्धता व विपुलता खूप आहे. परंतु क्षमता व साधनांची कमतरता यामुळे भारतदेश श्रीमंत असून गरीब आहे. म्हणून साधन निर्मिती व क्षमता प्रभावी करण्याची प्रभावी योजना स्वयं-साहाय्यता बचत गटात आहेत. संपत्ती निर्माण करणाऱ्या साधनांपैकी मानव हा घटक महत्त्वाचा आहे. त्या मानवाला घडविणे आवश्यक आहे. या मानवी घटकांपैकी पुरुष हा काही प्रमाणात विकसित झाला आहे, परंतु स्त्री हा मानवी घटक दुर्लक्षित व अविकसित राहिला आहे. ही स्त्री शक्ती कार्यान्वित करण्यासाठी प्रभावी यंत्रणा म्हणून स्वयं-साहाय्यता बचत गट संकल्पना आहे. तसेच समग्र मानव जातीचा विकास करण्याकरिता स्वयं-साहाय्यता बचत गटाची निर्मिती किंवा स्थापना करण्याचे व्यवस्थापन करणे आवश्यक आहे.

प्रत्येक मानवाकडे अंगभूत शक्ती असते. ती शक्ती विकसित करण्याचे तंत्र स्वयं-साहाय्यता गटाकडे आहे. समाजाच्या विकासासाठी ज्ञान, माहिती, कौशल्य व व्यवहार, संपर्क, कार्यशीलता इ. घटक आवश्यक असतात. या घटकांचे आकलन व वृद्धी स्वयं-साहाय्यता बचत गटातून होते. समाज विकासासाठी व्यवहारकुशलता व कार्यशीलता यांच्या संगमातून श्रद्धा निर्माण होते. परंतु भारतासारख्या देशात कार्यशीलता व श्रद्धा कमी असल्यामुळे अनुकूलता असून देश अविकसित राहिला आहे. परंतु जपानसारखा देश प्रतिकूलता असून श्रद्धा व कार्यशीलतेचा सामर्थ्यावर विकसित झाला आहे. म्हणून भारतात समग्र मानव जातीच्या विकासासाठी कार्यकुशलता व श्रद्धा विकसित करण्याचा मंत्र स्वयं-साहाय्यता बचत गटात असल्यामुळे, त्यांच्या निर्मितीचे व्यवस्थापन करणे आवश्यक आहे. स्वयं-साहाय्यता बचत गट आर्थिकदृष्ट्या दुर्बलांकरिता लोकशाही तत्त्वावर चालणारी संघटना असल्यामुळे गटातील कारभाराचे तांत्रिक व आर्थिक व्यवस्थापन महत्त्वाचे आहे. कारण व्यवस्थापन हे शास्त्र असून सामाजिक प्रक्रियेचा एक कणा आहे. म्हणून स्वयं-साहाय्यता बचत गटांना व्यवस्थापनाची गरज आहे. प्रस्तुत प्रकरणात स्वयं-साहाय्यता गट स्थापनेचे व्यवस्थापन व स्थापनेनंतरचे व्यवस्थापन यांचा ऊहापोह केला आहे.

४.२ स्वयं-साहाय्यता बचत गट स्थापनेची मूलतत्त्वे

१. **नियोजन** (Planning) : स्वयं-साहाय्यता बचत गटाच्या स्थापनेकरिता व उद्दिष्टपूर्तीसाठी प्रारंभी नियोजन करावे लागते. गट स्थापनेच्या पूर्वतयारीला नियोजन म्हणतात. नियोजन केल्यामुळे गटाला यशस्विता प्राप्त होते. बांगलादेशाने स्वयं-साहाय्यता बचत गट चळवळीत नियोजन केल्यामुळेच मोठी गुंतवणूक झालेली आहे. म्हणून नियोजन फार महत्त्वाचे असते.

२. **संघटन** (Organization) : स्वयं-साहाय्यता बचत गटाचे कामकाज कार्यक्षमतेने व काटकसरीने होण्यासाठी स्वयंसेवी संस्थांना, शासकीय अधिकाऱ्यांना प्रशिक्षण देऊन संघटनात्मक कार्यात वृद्धी करण्यात येते. संघटनात्मक कार्यात जबाबदारी निश्चित करून कार्यक्षमता वाढविण्यात येते. स्वयं-साहाय्यता बचत गटात संघटनात्मक बांधणी करताना सर्व सदस्यांचा सहभाग असतो. सर्वांना संधी मिळत असते.

३. **मार्गदर्शन** (Guidance) : मार्गदर्शन हे स्वयं-साहाय्यता बचत गटाचे तत्त्व आहे. कारण गटांच्या उद्दिष्ट पूर्ततेसाठी प्रत्यक्ष दैनंदिन व्यवहारात सतत मार्गदर्शन करण्यात येते. गटाच्या सफलतेसाठी या तत्त्वांचा अवलंब सतत करण्यात येतो.

४. **समन्वय** (Co-ordination) : स्वयं-साहाय्यता बचत गटाच्या कार्यात सुसूत्रता राहण्यासाठी विविध पातळ्याळवर समन्वय साध्य करण्याचा प्रयत्न केला जात आहे. हे समन्वय व्यवस्थापन पातळीवर केले जाते.

५. **कृती** (Action) : स्वयं-साहाय्यता बचत गटाची स्थापना, कामकाजाकरिता व गट यशस्वितेकरिता स्वयंसेवी संस्था, शासकीय यंत्रणा, साामजिक कार्यकर्ते, गटाचे पदाधिकारी सतत कृतिशील कार्यक्रम राबवितात.

६. **नियंत्रण** (Control) : स्वयं-साहाय्यता बचत गटाच्या योजनांची प्रत्यक्ष कार्यवाही करण्याकरिता प्रशासकीय देखरेख, मूल्यांकन करण्यात येऊन नियंत्रण करण्यात येते.

अशा मूलभूत तत्त्वांचा अवलंब करून स्वयं-साहाय्यता बचत गट स्थापन केले जातात.

४.३ स्व. ब. गट स्थापनेच्या यंत्रणा (Agensies of SHG Formation)

स्वयं-साहाय्यता बचत स्थापनेकरिता व्यवस्थापन फार महत्त्वाचे असते. गट स्थापनेचे व्यवस्थापनामध्ये समविष्ट घटक महत्त्वाचे असतात. या घटकात अनोन्यसंबंध व परस्परावलंबन ठेवून गटाची स्थापना व कामकाज करतात. या व्यवस्थापनामध्ये पुढील घटकांचा समावेश होतो.

१. प्रकल्पसंचालक, ग्रामीण विकास यंत्रणा
२. गटविकास अधिकारी
३. स्वयंसेवी संस्थांचे सहयोगिनी
४. ग्रामसेवक
५. अंगणवाडी सेविका व पर्यवेक्षिका
६. बँका
७. स्व. ब. गटाचे संघ
८. सभासद
९. पदाधिकारी

हे सर्व घटक स्व. बचत गटाच्या घटकांच्या जबाबदाऱ्या पुढील प्रकरणात निर्देश केलेल्या आहेत.

४.४ स्वयं-साहाय्यता बचत गट निर्मितीचे व्यवस्थापन

(Management of SHGs Promation)

स्व. ब. गटाच्या निर्मितीचे व्यवस्थापन दोन पद्धतीने केले जाते. प्रथम गट स्थापना प्रारंभी आणि गटस्थापनेनंतर व्यवस्थापन केले जाते. स्वयंसेवी संस्थांच्या माध्यमातून गटनिर्मितीचे व्यवस्थापन कार्यक्रम होते. ते पुढीलप्रमाणे -

४.४ (अ) स्वयं-साहाय्यता बचत गटनिर्मितीच्या प्रारंभीचे व्यवस्थापन

१. **प्रवर्तन** : शूम्पीटर या अर्थशास्त्रामुळे आर्थिक विकासात प्रवर्तन हा घटक महत्त्वाचा मानला आहे. कारण प्रवर्तन हा नवीन योजनांचा प्रेरक असतात. म्हणून स्व. ब. गटाच्या निर्मिती प्रक्रियेत प्रवर्तन हा नाविन्याची निर्मिती करीत असतो. त्यामुळे गटनिर्मितीस प्रवर्तक आवश्यक असतो.

   नवप्रवर्तकाने गट स्थापना करण्यासाठी गावातील सर्वसाधारण, आर्थिक, सामाजिक, राजकीय परिस्थितीचा अंदाज घेऊनच गटबांधणी प्रक्रिया सुरू करावी. या नवप्रवर्तकाने स्वयं-साहाय्यता बचत गटाचे आर्थिक, सामाजिक, आरोग्यविषयक, सांस्कृतिक असे फायदे समजावून सांगावेत. तसेच गावातील अंगणवाडी, सेविका, प्राथमिक शिक्षक, ग्रामसेवक, तलाठी यांना बरोबर घेऊन गटनिर्मिती करावी. स्वयं-साहाय्यता बचत गटाची निर्मिती करताना फक्त आश्वासने न देता स्वयं-साहाय्यता बचत गटाची मूलभूत तत्त्वे व प्रेरणा सांगून प्रबोधन करावे. गावातील मूलभूत गरजा, दैनंदिन समस्यांचे सामूहिक पद्धतीने निर्मूलन कसे करता येईल याचे प्रबोधन केल्यास नवप्रवर्तकाला गटनिर्मिती करणे सुलभ होईल.

   गावामध्ये किंवा प्रभागामध्ये नव्याने गटांची निर्मिती करण्याकरिता सतत प्रबोधन करावे लागते. त्याकरिता गावामध्ये जाणकार मंडळींच्या मध्यस्थीने सतत बैठका आयोजित कराव्यात. सर्वसाधारणपणे ४ ते ५ वेळा बैठका घेतल्यास स्वयं-साहाय्यता बचत गट आकारास येऊ शकतो. हा प्रयत्न अतिशय कौशल्यपूर्णरीतीने केल्यास स्वयं-साहाय्यता बचत गटाची स्थापना होऊ शकते. त्याकरिता नवप्रवर्तक किंवा प्रेरक तरबेज व प्रशिक्षित असावा लागतो. अन्यथा नवकल्पना फोल ठरण्याची शक्यता असते. नव प्रवर्तकाबाबत ग्रामस्थांमध्ये कुतूहल असते. त्या कुतूहल, आस्थेने गटाची निर्मिती होते.

२. **प्रदर्शन प्रभाव** : गटनिर्मितीची दुसरी अवस्था म्हणजे समग्र अर्थशास्त्रातील पिगू या अर्थशास्त्रज्ञाचा प्रदर्शन प्रभाव आहे. शेजाऱ्यांचा किंवा इतर गावातील मित्रमैत्रिणी, नातेवाईक इत्यादींनी केलेले कार्य पाहून स्वत: प्रेरित होऊन कार्य करणे म्हणजे प्रदर्शन प्रभाव होय. तसेच दुसऱ्यांच्या कार्याचा परिणाम स्वत:च्या

कृतीवर होतो, त्यास प्रदर्शन प्रभाव म्हणतात. प्रदर्शन प्रभावाद्वारे गटाची निर्मिती होते. आपल्या मित्रांना, नातेवाईकांना किंवा हितचिंतकांना स्वयं-साहाय्यता बचत झाललेल्या गटाच्या लाभाचे कथन ऐकविल्यास अशा स्वत: प्रेरित होऊन व्यक्ती गट निर्माण करतात. अशा पद्धतीने निर्माण होणाऱ्या गटाची बांधणी कमी कालावधीत होते. तसेच अंगभूत ऊर्मी जोमदार ठरते. असे गट स्वयंप्रेरित असून चिरकाल टिकतात.

३. **आदेशानुसार किंवा उद्दिष्टानुसार** : स्वयंसेवी संस्थांच्या पातळीवर स्वयं-साहाय्यता बचत गट चळवळ यशस्वी होऊ लागली. तेव्हा शासनाने आपल्या विभागांतर्गत स्वयं-साहाय्यता बचत गट स्थापनेच्या उद्दिष्टपूर्तीचे आदेश देऊन गट स्थापन केले आहेत. शासनाने प्रत्येक विभागात गट स्थापना उद्दिष्ट निश्चित केल्यामुळे संख्यात्मक गटसंख्या वाढलेली आहे. शासनाच्या स्वर्णजयंती ग्राम स्वयंरोजगार योजनेचा मुख्य गाभा स्वयं-साहाय्यता बचत गट असल्यामुळे, शासनाने ग्रामसेवक, सहकारी सोसायटीचे सचिव, अंगणवाडी कार्यकर्ते शिक्षक, पंचायतसमितीचे विस्तार अधिकारी यांना उद्दिष्टनिहाय गटस्थापन करण्याच्या दिलेल्या आदेशामुळे गटनिर्मिती फार मोठ्या प्रमाणात झाली आहे. सदर गटनिर्मिती स्वयंस्फूर्त नसून आमिष प्रेरित असल्याने चिरकाल टिकत नाही.

अशा प्रकारे गटस्थापन व्यवस्थापन वरील तीन पद्धतीने होत असले तरी नवप्रवर्तक व द्योतक किंवा स्वयंसेवी कार्यकर्ते, सामाजिक नेते यांनी तळमळीने, रचनात्मक, सृजनात्मकतेने स्थापन केलेले गट चिरकाल टिकतात. अशा तीन पद्धतीने प्राथमिक अवस्थेत गटाची स्थापना होते.

१. **प्राथमिक सभा** : प्रवर्तक गट स्थापनेसाठी प्राथमिक सभा घेऊन गटाच्या स्थापनेची माहिती देतात. ही सभा प्राथमिक स्वरूपाची असते. या सभेत गट स्थापनासंदर्भात विचारलेल्या सर्व प्रश्नांचे समाधानकारक निर्मूलन करावे लागते. सभेस आलेल्या व्यक्तींत गट स्थापनेच्या दृष्टीने अनुकूलता निर्माण केली पाहिजे. प्राथमिक सभा बोलविण्याचा महत्त्वाचा उद्देश सभासदांना स्वयं-साहाय्यता बचत गट स्थापनेचा उद्देश, गट सभासद संख्या, बचतीचा दर, इ. विषयक सविस्तर माहिती दिल्यास गट, स्थापनेचा निर्णय होतो.

२. **गट स्थापना योजनांची मांडणी** : स्वयं-साहाय्यता बचत गट स्थापन करण्याचा निर्णय प्रवर्तकासह सर्वानुमते घेतल्यानंतर प्रवर्तक हा गट स्थापना योजनांचे फायदे व तोटे यांची मांडणी करून, बचत गट चालविण्याच्या व स्वयं-साहाय्यता बचत गट सक्षम करण्याच्या योजनांची मांडणी करून गटाला मूर्त स्वरूप देतो.

शिवाय स्वयं-साहाय्यता बचत गटाला भविष्यामध्ये कोणत्या योजना राबविता येतील त्याची मांडणी करण्यात येते.

३. **गटाला नाव देणे** : स्वयं-साहाय्यता बचत गटाची स्थापना करण्याचा निर्णय सर्वानुमते झाल्यानंतर गटाला नाव दिले जाते. कारण गटाच्या नावाने आर्थिक व्यवहार होत असतात. शिवाय गटाच्या नावाने पंचायत समिती किंवा स्वयंसेवी संस्थांची बँकेत नोंद होत असते. सर्वसाधारणपणे स्वयं-साहाय्यता बचत गटाला देव-देवतांची, राजकीय व सामाजिक कर्तबगार व्यक्तींची नावे देण्यात येतात. तसेच गटाच्या सभासदत्व कार्यक्षेत्रातील ऐतिहासिक व धार्मिक स्थळांची नावे देण्यात येतात. गटाला नाव देण्याचे कसलेही निर्बंध असत नाही. फक्त एकाच नावाचे दोन गट त्या गावात असू नयेत, एवढी दक्षता घेऊन गटाला नाव देण्यात येते. उदा. लक्ष्मी स्वयं-साहाय्यता बचत गट...., सरस्वती स्वयं-साहाय्यता बचत गट... बिरोबा स्वयं-साहाय्यता बचत गट...... अशी नावे देतात.

४. **पदाधिकारी निवड** : स्वयं-साहाय्यता बचत गटाच्या नावाने व्यवहार व कामकाज करण्यासाठी लोकशाही मार्गाने संघटिका व सहसंघटिका यांची निवड सभासदाकडून केली जाते. काही गटात अध्यक्ष व उपाध्यक्ष आणि सचिव किंवा खजिनदार हे पदाधिकारी असतात. या पदाधिकाऱ्यांची निवड लोकशाही मार्गाने ठरावीक मुदतीकरिता करावी. कारण प्रत्येक सभासदाला संघटिका व सहसंघटिका होण्याचा बहुमान प्राप्त होतो. त्यामुळे प्रत्येक सदस्याला काम करण्याची संधी प्राप्त होते. गट स्थापनेच्या प्रारंभीच्या काळात थोडेफार लिहिता वाचता येणाऱ्या सदस्यांची निवड पदाधिकारी म्हणून करावी. संघटिका व सहसंघटिकेची निवड गटामधून वर्तुळाकार पद्धतीने करण्यात यावी.

५. **नियमावली तयार करणे** : स्वयं-साहाय्यता बचत गटाची स्थापना करताना गटाच्या विकासाकरिता गटाचे नियम सर्व सभासदांच्या सहमतीने तयार करावे लागतात. कारण नियमांच्या आधारे गटाचा कारभार चालविण्यास सोईस्कर होते. गटाचे नियम सर्वसमावेशक असावेत. स्वयं-साहाय्यता बचत गटाचे नियम कसे असावेत. याबाबत चर्चा पुढील प्रकरणात येईल.

६. **सभासद व पदाधिकारी जबाबदारी निश्चित करणे** : प्रवर्तकाने गटाच्या स्थापनेच्या प्रक्रियेतील पहिल्या सभेमध्ये सभासद व पदाधिकारी यांच्या कोणकोणत्या जबाबदाऱ्या आहेत त्याची कल्पना सर्वांना दिल्यास गट मजबूत होण्यास मदत होते. शिवाय गटात विश्वासार्हता निर्माण होते. गटाच्या कारभारात पारदर्शकता येते. सभासद व पदाधिकारी यांच्या जबाबदाऱ्यांबाबतची मार्गदर्शक तत्त्वे पुढील प्रकरणामध्ये पाहावयास मिळतील.

७. **सभासद अंतर्गत करारपत्र** : स्वयं-साहाय्यता बचत गटाच्या स्थापनेच्या वेळी गटातील सभासदांमध्ये अंतर्गत करारपत्र तयार करून घेण्यात यावे. त्या करारपत्रात सर्व सभासदांची नोंद माहिती, पत्ता, वय यानुसार करून सभासदाची जबाबदारी स्पष्ट करण्यात आली असावी. या करारपत्रानुसार गटाचे व्यवहार सुरळीत होण्यास मदत होते. सभासद करारपत्र नमुना पुढीलप्रमाणे असतो.

नमुना : स्वयं-साहाय्यता बचत गटातील सभासदांमधील अंतर्गत करारपत्र

सदर करारनामा सन---------मधील--------महिन्यातील दिनांक---------रोजीचा आहे.

१. श्री/सौ ------ वय ----- मु.पो.---------ता.

२. श्री/सौ -------वय-------मु.पो.------ता.

३. श्री/सौ -------वय-------मु. पो.------ता.

४. ---------------------------------

५. ---------------------------------

६. ---------------------------------

७. ---------------------------------

८. श्री/सौ ------वय------मु. पो.-----ता.

वरील सभासद--------या बचत गटाचे सभासद आहेत आणि ज्यास यापुढे सामुदायिकपणे स्वयं-साहाय्यता गटाचे सदस्य म्हटले आहे. त्यामध्ये करार करण्यात येत आहे. स्वयं-साहाय्यता बचत गटाच्या सभासत्वामध्ये सर्व सभासद त्यामध्ये संघटिका/सहसंघटिका आणि सचिव समावेश आहे. ---------स्वयं-साहाय्यता बचत गटाचे मु. पो.------- ता.----- हे सर्व सभासद-----या गावाचे------तालुक्यातील,------जिल्ह्यातील असून एकमेकांना चांगले परिचित आहेत, उपरोल्लेखित सभासद स्वेच्छेने, स्वत:च्या आणि कुटुंबियांच्या उन्नतीसाठी एकत्रित येत आहेत. खालील उल्लेखित अटी आणि शर्तींनुसार आपसातील हितसंबंध सुरक्षित राखून बचत, कर्ज आणि इतर आर्थिक-सामाजिक कर्तव्यपूर्तीसाठी स्वयं-साहाय्यता गटाची स्थापना करत आहोत.

वरील करारनामा खालील अटी व शर्तींनुसार साक्षांकित करीत आहोत.

१. स्वयं-साहाय्यता गटाचा प्रत्येक सभासद बचत रु.-----
अक्षरी रुपये-------) काटकसरीतून प्रत्येक साप्ताहिक/पाक्षिक/मासिक बैठकीमध्ये आणून जमा करेल.

२. प्रत्येक सभासद स्वयं-साहाय्यता गटाच्या यशासाठी प्रयत्न करेल आणि गटाच्या हिताविरोधी कोणतीही कृती अथवा कार्य करणारी नाही.

३. स्वयं-साहाय्यता गटाने मागणी केलेल्या कर्जाला स्वयं-साहाय्यता गटाचे सर्व सभासद जबाबदार आहेत आणि कर्जाची परतफेड करण्याची जबाबदारी सर्व सभासदांची आहे.

४. स्वयं-साहाय्यता बचत गटाने मिळविलेली सर्व मालमत्ता ही सर्व सभासदांच्या संयुक्त मालकीची आहे आणि राहील. मालमत्तेचा ताबा गटाने प्राधिकृत केलेल्या सभासदाकडे राहील आणि त्याची जबाबदारी त्या प्राधिकृत सभासदाची आहे आणि राहील.

५. स्वयं-साहाय्यता बचत गटाच्या सभासदांनी सर्वानुमते श्री/सौ --- यांना संघटिका श्री/सौ यांना सहसंघटिका आणि श्री/सौ ------ यांना सचिव म्हणून नियुक्त केले आहे. दरवर्षी अध्यक्ष बदलले जातील व नवीन सभासदांना त्या जागी नियुक्त केले जाईल. संघटिका व सहसंघटिका व सचिव व्यवस्थित कामकाज करत नसतील तर त्यांच्या जागी सर्वानुमते बहुमताने नवीन नियुक्ती केली जाईल.

६. स्वयं-साहाय्यता गटाचे सर्व सभासद नियुक्त संघटिका/सहसंघटिका आणि सचिव यांच्या चांगल्या कार्याला समर्थन देतील.

७. संघटिका/सहसंघटिका आणि सचिव हे स्वयंसाहाय्यता गटाच्या दैनंदिन कामकाजामध्ये लक्ष देऊन कामकाज करतील. स्वयं-साहाय्यता बचत गटाच्या सर्व सभासदांच्या वतीने कर्जासाठी अर्जावर सह्या करणे, दैनंदिन कामकाज करणे, बँकिंग व्यवहार करणे यासाठी स्वयं-साहाय्यता बचत गटाचे सभासद खालील प्रतिनिधींना प्राधिकृत करीत आहे.

श्री/सौ ------------------
श्री/सौ ------------------
श्री/सौ ------------------

वरील प्रतिनिधींपैकी कोणत्याही दोघांची स्वाक्षरी व्यवहारासाठी चालेल.

८. सभासदाच्या मृत्यूनंतर वारसदार (महिला) बचत गटाची सभासद म्हणून असणाऱ्या सर्व हक्कांची हक्कदार असेल आणि जबाबदार असेल.

९. सर्व सभासदांच्या सहमतीने करार केला जातो की, सर्व सभासदांच्या सहमतीशिवाय नवीन व्यक्ती स्वयं-साहाय्यता बचत गटाचा सभासद म्हणून घेतली जाणार नाही.

सर्व सभासद दिनांक --------- रोजी सही/अंगठा करत आहेत.
स्वयं-साहाय्यता बचत गटाच्या सभासदाचे नाव -
सही/अंगठा

१. ---------------- -------
२. ---------------- -------
३. ------------ -------

साक्षीदार

१. ---------
२. ---------

वरील नमुन्यामध्ये करारपत्र लिहून घेतल्यास संघटिका/सहसंघटिका यांना व्यवहार करणे सोयीचे होईल.

१०. **स्वयं-साहाय्यता बचत गटाच्या निर्मितीसाठी ठराव** : स्वयं-साहाय्यता बचत गटाची स्थापना करण्याचे निश्चित झाल्यानंतर सर्वानुमते स्वयं-साहाय्यता बचत गटाच्या निर्मितीचा ठराव करावा. त्या ठरावानुसार बँकेत गटाच्या नावाने खाते उघडणे सोईचे होते. या गटाच्या निर्मितीचा ठराव नमुना खालीलप्रमाणे असतो.

नमुना : स्वयं-साहाय्यता बचत गटांच्या निर्मितीसाठी ठराव

स्वयं-साहाय्यता बचत गटाचे नाव :
आम्ही -------- -------- पुरुष/महिला या
------- गाव ------ गट ------ जिल्हा येथील असून आम्ही एकमताने ------- या दिवशी स्वयं-साहाय्यता गट स्थापना करत आहोत.
आमच्या गटाचे नाव ------- आहे.
बचत गटाच्या सदस्यांबाबतचा तपशील पुढीलप्रमाणे.

अ	सदस्याचे नाव	पति/पत्नी/वडिलांचे नाव	वय/वर्ष व्यवसाय सही
१.			
२.			
३.			
४.			

स्वयं-साहाय्यता बचत गटांच्या मासिक सभा ----- या ठिकाणी, प्रत्येक ------ तारखेस ----- वाजता होईल. आम्ही---- या बँक शाखेमध्ये गटाच्या नावाने खाते सुरू करावयाचा सर्वानुमते निर्णय घेतला आहे. आम्ही प्रती सदस्य माहे रु.---- बचत करणार आहोत.

बचत खाते १) श्री/सौ ---------------
२) श्री/सौ ---------------
३) श्री/सौ ---------------

तिघांपैकी दोन सदस्यांच्या सहीने खाते चालविण्यात येईल.
सदस्यांची बचत ही गटाच्या बैठकीच्या वेळी जमा करण्यात यावी व कर्ज मंजुरी, सामाजिक व कुटुंब कल्याण कार्यक्रमांमध्ये सहभाग या बाबींसंबंधी चर्चा व निर्णय गटाच्या बैठकीत घेण्यात यावेत. गटाच्या बैठकीमध्ये प्राधिकार प्राप्त झाल्यानंतरच रक्कम काढावी. गटांच्या बैठकीमध्ये घेण्यात आलेले निर्णय सर्व सदस्यांना बंधनकारक राहतील आणि एकत्रितपणे सदस्यांच्या जीवनमूल्यांमध्ये सुधारणा व विकास तसेच राहणीमानाचा दर्जा उंचावणे यासाठी संघटितरीत्या काम करणे आवश्यक आहे. सर्व सभासदाना गटांच्या बैठकीस उपस्थित राहणे व नियमित बचत करणे अनिवार्य आहे.

सहसंघटिका　　　　　　　　संघटिका

सही शिक्का　　　　　　　　सही शिक्का

गटाचा शिक्का

११. बँकेत गटाचे खाते उघडण्यासाठी ठराव : स्वयं-साहाय्यता बचत गटाच्या स्थापनेला मूर्त स्वरूप देण्याकरिता गटाच्या नावाने बँकेने खाते उघडावे लागते. त्याकरिता गटाचा ठराव घ्यावा लागतो. हा ठराव सर्वानुमते असावा लागतो. अशा ठरावाचा नमुना पुढीलप्रमाणे असावा.

नमुना : बँकेत गटाचे खाते उघडण्याचा ठराव

-------- महिला बचत गट मु.पो.-------- ता.-----जि.
दिनांक----- रोजी झालेल्या सभेच्या ठराव क्रमांक------ची खरी नक्कल
विषय------ बँकेच्या ------- शाखेमध्ये बचत
खाते/ठेवीचे खाते उघडण्याबाबत ठराव क्रमांक----- दिनांक-----

बचतगटाचे कामकाज व व्यवहार पाहण्यासाठी खालील सभासदांची गटाचे अधिकृत प्रतिनिधी म्हणून सर्वानुमते निवड व नेमणूक करण्यात येत आहे. गटाचे बचत खाते/मुदत ठेवीचे खाते------- बँकेच्या------- शाखेमध्ये बचत गटाच्या नावाने उघडण्याचे व अधिकृत प्रतिनिधींपैकी दोघींच्या/तिघींच्या/ कोणत्याही दोघींच्या/पहिली व उरलेल्या दोघींपैकी कोणाही एकाच्या सहीने गटातर्फे व्यवहार करण्याचे त्यांना सर्वानुमते अधिकार देण्यात येत आहेत.

१) सौ -------------- संघटिका
२) सौ -------------- सहसंघटिका
३) सौ -------------- सचिव

सह्यांचे नमुने
१) -----------   २) ----------
३) -----------

ठराव सर्वानुमते मंजूर   खरी नक्कल

संघटिका   सहसंघटिका   सचिव

------ पुरुष/महिला बचत गट -------- (शिक्का)

या ठरावाची खरी नक्कल बँकेत खाते उघडताना बँकेला सादर करावी.

१२. **गटाच्या नावाचे शिक्के तयार करणे** : स्वयं-साहाय्यता बचत गटाची स्थापना व व्यवहार करण्याकरिता गटाच्या नावाचे दोन रबरी शिक्के तयार करून घ्यावेत. कारण बँकेशी व्यवहार करताना शिक्के आवश्यक आहेत. हे रबरी शिक्के दोन प्रकारचे असतात ते खालील नमुन्यात तयार करून घ्यावेत.

(अ) **गटाचा नावाचा गोल रबरी शिक्का** : स्वयं-साहाय्यता बचत गटाच्या नावाचा एक गोलाकार शिक्का तयार करावा लागतो. प्रवर्तकाने शिक्क्याचा नमुना संघटिका व सहसंघटिका यांना समजून द्यावा. गोलाकार शिक्क्यामध्ये गटाचे नाव, गाव, तालुका, जिल्हा नमूद करावा. अशा गोलाकार शिक्क्याचा नमुना पुढीलप्रमाणे.

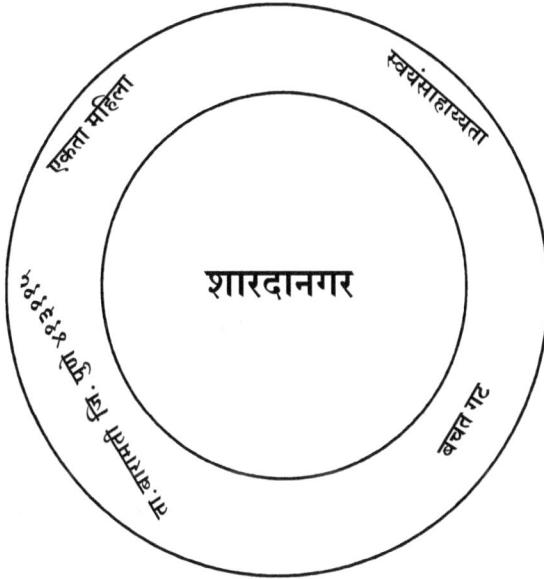

असा गोलाकार शिक्का आपआपल्या गटाच्या नावाने करावा.

(ब) **संघटिका आणि सहसंघटिका शिक्का** : स्वयं-साहाय्यता बचत गटाने गटाच्या संघटिका किंवा अध्यक्ष आणि सहसंघटिका किंवा उपाध्यक्ष किंवा सचिव या पदाच्या नावाने चौकोनी आकाराचा शिक्का तयार करून घ्यावा. या चौकोनी आकाराच्या शिक्क्यामध्ये पदाचे नाव, गटाचे नाव व पत्ता नमूद करावा. अशा प्रकारच्या शिक्क्याचा नमुना पुढीलप्रमाणे.

```
┌─────────────────────────────────────┐
│  संघटिका / सहसंघटिका                   │
│  एकता महिला स्वयं-साहाय्यता             │
│  बचत गट शारदानगर                       │
│  ता. बारामती, जि. पुणे – ४१३११५         │
└─────────────────────────────────────┘
```

अशा प्रकारचे दोन शिक्के तयार करून गटाच्या प्रस्तावाबरोबर ठसा उमटून द्यावा लागतो. याबाबत प्रवर्तकाने सविस्तर माहिती द्यावी.

१३. **गटाचा प्रस्ताव तयार करणे** : स्वयं-साहाय्यता गटाची स्थापना केल्यानंतर बँकेत खाते उघडण्यासाठी गटाचा प्रस्ताव तयार करावा लागतो. गट स्थापनेचा प्रस्ताव तयार करताना पुढील बाबींचा उल्लेख करावा लागतो.

१. गटाचे नाव

२. गट स्थापना दिनांक

३. गट सभासद वयानुसार/जातीनिहाय यादी

४. संघटिका, सहसंघटिका याचे नाव – वय–सही–शिक्का

५. बचत रक्कम

६. सभा तारीख

७. व्यवसाय नियोजन

८. गटाचे स्वरूप – दारिद्र्यरेषेखालील/बिगर दारिद्र्यरेषेखालील

९. गटाचा इतिवृत्त अहवाल

१०. कर्ज व्यवहाराचे स्वरूप

इ. गोष्टी नमूद करून प्रस्ताव सादर करावा.

१४. **बँकेत खाते उघडणे** : प्राथमिक सभेत गट स्थापनेच्या प्रक्रियेत स्वयं-साहाय्यता बचत गटाच्या नावाने कोणत्याही जवळच्या किंवा गावातील राष्ट्रीयीकृत बँकेत अगर जिल्हा मध्यवर्ती बँकेत खाते उघडावे. बँकेत खाते उघडल्यानंतर गटाची नोंद होते.

बँकेत खाते उघडताना सर्व सभासदांची पूर्वपरवानगी घेणे आवश्यक असते. खाते उघडण्यासाठी पदाधिकाऱ्यांची व सर्व सभासदांची व्यक्तिगत माहिती बँक अर्जात नमूद करावी लागते. गटाच्या नावाने बँकेत खाते उघडण्यासाठी बँकेचा विहित नमुन्यातील अर्ज वापरावा लागतो. कोणत्याही बँकेत गटाच्या नावाने खाते उघडताना बँकेकडे खालील कागदपत्रे सादर करावीत.

१. बँकेच्या नमुन्यातील नोंदणी अर्ज

२. पदाधिकाऱ्याच्या निवडीच्या ठरावाची प्रत, फोटो

३. पदाधिकाऱ्यांचा सभासदांचा रहिवासी पुरावा
   उदा. रेशनकार्ड, ड्रायव्हिंग परवाना

४. सभासदाच्या नावाची वय, जात व लिंगभेदानुसार यादी

५. सभासदांमधील गटस्थापनेचे अंतर्गत करारपत्र

६. स्वयं-साहाय्यता बचत गट स्थापनेची ठराव प्रत

७. बँकेत खाते उघडण्याची ठराव प्रत

इ. कागदपत्रांची पूर्तता केल्यानंतर स्वयं-साहाय्यता बचत गटाच्या नावाने बँकेत खाते उघडले जाते. त्यानंतर या खात्यातून गटाचे व्यवहार करता येतात.

१५. **नोंद करणे** : स्वयं-साहाय्यता बचत गटाची स्थापनेची सर्व प्रक्रिया पूर्ण झाल्यानंतर आपला गट कोणत्या स्वयंसेवी संस्थेकडे संलग्न करावयाचा त्याबाबतचा नोंदणी अर्ज करावा. ज्या प्रवर्तकाने गटाच्या स्थापनेस प्रेरणा, मार्गदर्शन केले आहे, त्या प्रवर्तकाच्या स्वयंसेवी संस्थेकडे गटाची नोंदणी करावी. स्वयंसेवी संस्थेकडे नोंदणी केल्यानंतर तालुका पंचायत समितीस फक्त गट स्थापना केल्याची कल्पना दिल्यास किंवा स्वत: जाऊन नोंद केल्यास भविष्यातील फायदे गटांना मिळू शकतात. म्हणून स्वयं-साहाय्यता बचत गटाने खालील नमुन्यात नोंदणी अर्ज करावा. गटाची नोंदणी करणे सक्तीचे नाही.

नमुना : गटनोंदणी अर्ज

प्रति,

मा. पंचायत समिती/स्वयंसेवी संस्था

- - - - - - -

ता. - - - - - - - - जि.- - - - - - -

विषय : स्वयं-साहाय्यता बचत गटाची नोंद करणेबाबत

महोदय,

आम्ही- - - - - - - स्वयं-साहाय्यता - - - - बचत गट मु. पो. - - - - -
ता. - - - - - जि.- - - - - - - या नावाने गटाची स्थापना दि. - - - - - - - रोजी
केली असून आमच्या गटामध्ये एकूण - - - - - - महिला/पुरुष सदस्य आहेत.
त्यामध्ये दारिद्र्यरेषेखालील एकूण - - - - - व बिगर दारिद्र्यरेषेखालील - - -
- - - - सदस्य आहेत.

आमच्या गटाची मासिक सभा----या दिवशी---या वेळी--- या ठिकाणी होईल. आमच्या गटाच्या संघटिका सौ ----- व सहसंघटिका सौ -
------- या आहेत.

यांची मुदत----- वर्षांकरिता आहे. नवीन पदाधिकाऱ्यांची माहिती आपणास कळविण्यात येईल. तरी आमच्या गटाची नोंद करून घ्यावी ही विनंती.

सहसंघटिका   संघटिका

सही शिक्का   सही शिक्का
                        गटाचा शिक्का

नोंदपावती

प्रती,
मा. संघटिका/सहसंघटिका

मु. पो. -----
जि. -----

महोदय,
       आपला बचत गटाचा नोंदणी अर्ज दि. ---- रोजी मिळाला, आपण ----- या नावाने गटाची स्थापना केल्याबद्दल अभिनंदन. आपल्या गटाची नोंद करून ------ हा नोंदणी क्रमांक देण्यात येत आहे.

सही/शिक्का
स्वयंसेवी संस्था/पंचायत समिती
-----ता.----जि.----

४.४ (ब) स्वयं-साहाय्यता बचत गट स्थापनेनंतर व्यवस्थापन

स्वयं-साहाय्यता बचत गटाची निर्मिती प्रक्रिया पूर्ण झाल्यानंतर गटाचा कारभार करण्यासाठी गटाचे व्यवस्थापन पुढीलप्रमाणे केले जाते.

मासिक सभा : स्वयं-साहाय्यता बचत गटाची मासिक सभा बोलविण्याचा अधिकार संघटिका व सहसंघटिका यांना असतो. संघटिकेने मासिक सभेची तारीख, वेळ, ठिकाण निश्चित केल्यावर मासिक सभेची सूचना दिली जाते. सभेची वेळ सर्व सदस्यांना सोईची होईल अशीच निश्चित करावी. सर्वसाधारणपणे सभेची संध्याकाळची वेळ आदर्श मानली जाते. कारण गटातील महिला सदस्या दिवसभर कामाला जातात.

मासिक सभेची प्रमुख ही संघटिका असते. संघटिका गैरहजर असल्यास सहसंघटिका सभेचे व्यवस्थापन करतात. मासिक सभेची सुरुवात गीत, प्रार्थना, अभंग, ओव्या म्हणून केल्यास वातावरण निर्मिती होऊ शकेल.

संघटिकेने सभेचे व्यवस्थापन पुढीलप्रमाणे करावे.

१. **सभासद उपस्थिती** : सभेचे कामकाज सुरू करताना सुरुवातीस उपस्थित सभासदांची गणना करून सभा सुरू करावी. गणसंख्या पुरेशी असेल तर सभा सुरू करण्यात यावी. स्वयं-साहाय्यता बचत गटाच्या सभेस सर्वसाधारणपणे ९०%च्या वर उपस्थितती असते. त्यामुळे सभा तहकूब करण्याचा प्रसंग येत नाही. सभेसाठी एखाद्या सदस्यास अडचण आल्यास पूर्वसूचना देऊन गैरहजर राहाता येते. अन्यथा गैरहजर सदस्यांना दंड आकारण्याचा अधिकार संघटिकेला आहे.
२. **मागील सभेचे इतिवृत्त वाचणे** : सभासद गणसंख्या पूर्तता झाल्यानंतर मागील सभेचा इतिवृत्त अहवाल गटाचे सचिव वाचून दाखवितो. तो अहवाल वाचल्यानंतर बहुमताने निर्णय घेऊन कायम केला जातो. अहवालावर चर्चा घडवून आणली जाते.
३. **बचत जमा करणे** : सभेच्या कामकाजाच्या सुरुवातीस सभासद उपस्थिती घेतल्यानंतर निश्चित केलेली बचत रक्कम जमा करून घेतली जाते. ज्या सदस्यांची बचत आली नसेल त्यास दंड आकारला जातो. त्यामुळे बचत जमा करण्यास शिस्त लागते.
४. **गटांतर्गत कर्जवसुली** : स्वयं-साहाय्यता बचत गटाने मासिक सभेमध्ये बचत रक्कम जमा झाल्यानंतर अंतर्गत कर्जवसुली जमा करून घेतली पाहिजे. कर्जावरील व्याज व कर्जमुद्दल जमा करून घेतले पाहिजे.

५. **बँक कर्जवसुली** : स्वयं-साहाय्यता बचत गटाने बँकेकडून खेळते भांडवल किंवा स्वयंरोजगार कर्ज घेतले असेल त्या कर्जाचे मुद्दल व बँक व्याज + गटाचे व्याज जमा करून घेतले पाहिजे. मासिक सभेमध्ये कर्जाची वसुली होणे हे गटाच्या दृष्टीने फार महत्त्वाचे असते.

गटांतर्गत व बँकांचे कर्जव्यवहार सुरळीत असतील तर गटाचे भवितव्य उज्ज्वल असते. म्हणून संघटिका व सहसंघटिका यांनी कर्जवसुलीबाबत दक्ष राहणे गरजेचे आहे.

६. **कर्जवाटप चर्चा** : स्वयं-साहाय्यता बचत गटाने गटांतर्गत कर्जवसुली व बचत रक्कम जमा झाल्यानंतर सभासदांच्या गरजेनुसार व रकमेनुसार कर्जाचे वाटप करावे. बचतीच्या रकमेतून कर्जवाटप करणे गरजेचे आहे. कारण स्वयं-साहाय्यता बचत गटाला व्याज स्वरूपात नफा होत असतो. म्हणून मासिक सभेमध्ये कर्जाचे वाटप करण्यात यावे.

गटांतर्गत सभासदांनी कर्जमागणी अर्ज खालील नमुन्यात करावा.

नमुना : गटांतर्गत कर्जमागणी अर्ज

दिनांक

प्रति,
मा. संघटिका/सहसंघटिका
----- महिला बचत गट

महोदय,

मी सौ ----- असून आपल्या ---- महिला बचत गट या गटाची सभासद असून सभासद क्रमांक------ हा आहे. तसेच माझा व्यवसाय ----- हा आहे. माझी गटातील बचत आज अखेर रु------ व मागील कर्जबाकी रु. ----- आहे. मला खालील सह्या करणारे सभासद जामीनदार राहण्यास तयार असून मला ------ कारणासाठी रु. ----- (अक्षरी रु------) कर्ज मंजूर करावे ही विनंती.

मी कर्जाचा विनियोग दिलेल्या कारणासाठीच करीन. कर्जरकमेची थकबाकी व सेवाशुल्कासह आमच्या बचतीतून परस्पर वसूल करण्याचे अधिकार गटास देत आहोत.

आपले विश्वासू   १.---------
- - - - - - - - -   - - - - - - - -
(अर्जदाराची सही/अंगठा)   (जामीनदाराच्या सह्या/अंगठे)

वरील नमुन्यात कर्जाचा अर्ज करून मासिक सभेत सर्वानुमते मंजूर करून कर्जवाटप बँकेमार्फत करावे. तसेच कर्जरक्कम रोख स्वरूपात न देता धनादेशाच्या माध्यमातून देण्यात यावी.

७. **वचनचिठ्ठी** : स्वयं-साहाय्यता बचत गटाने गटांतर्गत कर्जमागणी अर्जानुसार कर्जदार सभासदाची व जामीनदाराची वचनचिठ्ठी लिहून घ्यावी. कारण त्यामुळे कर्जाला सुरक्षितता प्राप्त होते. वचनचिठ्ठी खालील नमुन्यात लिहून घ्यावी.

नमुना : वचनचिठ्ठी

आज दिनांक------ रोजी मी सौ.------- सभासद क्रमांक---- असून रु.----- (अक्षरी रु.------) कर्ज दरमहा दरशेकडा----- या सेवा शुल्क दराने रु.------च्या समान मासिक/त्रैमासिक/वार्षिक हप्त्यामध्ये--- महिला बचत गट यांना नियमित परतफेड करण्याचे वचन स्वेच्छेने लेखी देत आहे.

ठिकाण-----   कर्जदाराची सही/अंगठा
दिनांक -----   कर्जदाराची सही/अंगठा
जामीनदाराच्या सह्या/अंगठे   १. - - - - - - - - - -
                              २. - - - - - - - - - - -

वरीलप्रमाणे वचनचिठ्ठी नमुना लिहून घेण्यात यावा.

८. **जामीनपत्र** : स्वयं-साहाय्यता बचत गटाने ज्या सभासदास कर्ज मंजूर केले आहे, त्या सभासदाच्या जामीनदाराचे जामीनपत्र लिहून घ्यावे. कर्जदाराने कर्ज फेड न केल्यास जामीनदाराकडून कर्ज वसूल करण्यात येते.

जामीनदाराचे जामीनपत्र खालील नमुन्यात लिहून द्यावे.

नमुना : जामीनपत्र

आम्ही श्री/सौ ------ व सौ------

जामीनदार म्हणून सौ------ यांनी आज दिनांक----

रोजी गटाकडून घेतलेल्या रु.------ (अक्षरी रुपये------)

कर्जरकमेस सेवाशुल्कासह संपूर्ण परतफेडीची जबाबदारी वैयक्तिक व संयुक्तरीत्या स्वेच्छेने स्वीकारीत आहोत.

ठिकाण : ------   १. --------

दिनांक : ------   २. --------

                                        जामीनदारांच्या सह्या/अंगठे

जमीनदाराच्या जामीनपत्रामुळे कर्जरक्कम सुरक्षित राहते.

९. **गटांतर्गत कर्जमंजुरी** : स्वयं-साहाय्यता बचत गटाने कर्जदार सभासदाचे वरील सर्व कागदपत्र आल्यानंतर मासिक सभेमध्ये कर्जमंजुरीचा प्रस्ताव ठेवून सर्वानुमते कर्ज मंजूर करावे. गटांतर्गत कर्जमंजुरी करताना संघटिका व सहसंघटिका यांनी कागदपत्रांची छाननी करावी. त्यानंतर सर्वानुमते कर्ज मंजूर करण्यात यावे.

गटांतर्गत कर्जमंजुरी पत्र खालील नमुन्यात असावे.

नमुना : अंतर्गत कर्जमंजुरी पत्रक

                                        दिनांक : ----

दिनांक----च्या मासिक सभेमध्ये आवश्यक चर्चा करून सौ-----

सभासद क्रमांक -------- यांना खालील अटींवर ------

कारणांसाठी रु. ------ (अक्षरी रुपये -------) कर्ज सर्वानुमते मंजूर करण्यात येत आहे.

परतफेडीचा हप्ता रु.------ मासिक/त्रैमासिक/सहामाही/वार्षिक व सेवाशुल्क दरमहा दर शेकडा------%, सेवाशुल्कासह एकूण हप्ता रु.---- इतका येईल.

इतर अटी : १. -----------

            २. -----------

संघटिका   सहसंघटिका

शिक्का/सही   शिक्का/सही

गटांतर्गत कर्जमंजूर केल्यानंतर कर्जाची सर्व कागदपत्रे दप्तरी दखल करावीत व त्यांचे जतन करावे.

१०. धनादेश लिहिणे : गटांतर्गत कर्जमंजूर पत्रक तयार झाल्यानंतर संघटिका व सहसंघटिका किंवा सचिव यांनी सभासदाच्या नावे कर्जरकमेचा धनादेश लिहून अर्जावर सही व शिक्का मारून धनादेश कर्जदार सभासदास सुपूर्त करावा लागतो. सभासदाने तो धनादेश संबंधित बँकेकडून वटवणी करून घ्यावा लागतो. तेव्हा कर्जाची रक्कम सभासदास मिळते.

११. नोंदी करणे : स्वयं-साहाय्यता बचत गटाच्या सभेमध्ये वरील प्रक्रिया पूर्ण झाल्यानंतर व्यवहाराच्या नोंदी गटाच्या दप्तरामध्ये करणे गरजेचे आहे. गटाच्या व्यवहाराच्या नोंदी करणे हा स्वयं-साहाय्यता बचत गटाचा आरसा असतो. त्यावरून गटाची यशस्विता स्पष्ट होते. गटाच्या सर्व नोंदी सभेतच कराव्यात. कारण सभेनंतर नोंद करण्याचे राहून गेल्यास व्यवहार गुंतागुंतीचा होत जातो. त्यामुळे संपूर्ण गट अडचणीत येतो. म्हणून व्यवहाराच्या नोंदी वेळीच झाल्या पाहिजेत.

प्रारंभी सभासदांची व्यक्तिगत माहिती लिहिण्यात यावी. कारण ह्या नोंदीवरून महिलांची आर्थिक व साामजिक पातळी समजून येऊ शकते. व्यक्तिगत माहितीमध्ये नाव, वैवाहिक स्थिती, शैक्षणिक स्थिती, कुटुंबातील संख्या, व्यवसाय, जात,जन्मतारीख, जमिनीचे क्षेत्रफळ, मुले/मुली विमा पॉलिसी, माहित असल्यास रक्तगट इ. गोष्टी नमूद केल्या पाहिजेत. असे नमुनापत्रक पुढीलप्रमाणे केले पाहिजे.

नमुना : सभासद व्यक्तिगत माहिती पत्रक

अ.क्र.	नाव	वय	वैवाहिक स्थिती	कुटुंबातील संख्या	व्यवसाय	बी.पी.एल. क्रमांक	जात	स्वतःच्या नावावर जमिन	विमा पॉलिसी	रक्तगट
१.										
२.										
३.										
४.										
५.										
६.										
.										
.										
.										
१०.										

२. **जमाखर्च नोंदी** : स्वयं-साहाय्यता बचत गटाच्या सभेमध्ये गटाच्या महिन्याच्या जमाखर्चाच्या नोंदी केल्या जातात. सदस्याच्या नावापुढे बचत रक्कम, कर्ज जमा, दंड, इतर वसुली यांची जमेच्या बाजूला नोंद करावी. नावे (खर्च) बाजूला दिलेले कर्ज, परत केलेली बचत व व्याज या नोंदी करण्यात याव्यात. त्याचे नमुनापत्रक पुढीलप्रमाणे आहे.

नमुना : जमाखर्च (जमा) नावे पत्रक

गटाचे नाव----------- तारीख --------

अ.	सभासदाचे नाव	जमा							नावे			
		मासिक बचत	जास्तीची बचत	कर्जपरतफेड	सेवाशुल्क	दंड	इतर जमा	एकूण (३ ते ८)	दिलेले कर्ज	बचत परत व्याज	एकूण विमा हप्ता	एकूण १० ते १३
१.	२	३	४	५	६	७	८	९	१०	११	१२	१३
१												
२												
३												
४												
५												
१९												
२०												
एकूण												

<table>
<tr><td colspan="5">हजर सभासद =
गैरहजर सभासद =
पेटीतल शिल्लक = रु.
थकबाकी</td><td colspan="3" rowspan="2">मागील शिल्लक
= रु.
बँक बचत खाते
= रु.
बँक कर्ज = रु.
बँक व्याज = रु.
इतर जमा = रु.</td><td rowspan="2"></td><td rowspan="2">बँक बचत खाते = रु.
बँक कर्ज = रु.
बँक व्याज = रु.
गटाचा खर्च = रु.
अखेर शिल्लक = रु.</td><td rowspan="2"></td><td rowspan="2"></td></tr>
<tr><td>सन</td><td>बचत</td><td>परत फेड</td><td>दंड</td><td>सेवाशुल्क</td></tr>
<tr><td>एकूण</td><td></td><td></td><td></td><td></td><td>एकूण रु.</td><td></td><td></td><td></td><td>एकूण</td><td></td><td></td></tr>
<tr><td>वसूल</td><td>%</td><td>%</td><td>%</td><td>%</td><td>%</td><td colspan="2">अध्यक्ष
उपाध्यक्ष
सही</td><td colspan="4"></td></tr>
</table>

३. सभासद खातेवही : स्वयं-साहाय्यता बचत गटातील सभासदांची समग्र जमा खर्चाची नोंद केल्यामुळे प्रत्येक सभासदांचा हिशोब स्पष्ट होतो. त्यासाठी सभासद खातेवही नमुना दिला आहे.

नमुना : सभासद खातेवही

महिना ------- अखेर

नाव	आज अखेर बचत			आज अखेर कर्ज				दंड	इतर	विमा जमा	हजर सभासदांची सही
	एकूण बचत	जास्तीची बचत	बचत परत	घेतलेले कर्ज	परतफेड	कर्ज	सेवा शुल्क				
१	२	३	४	५	६	७	८	९	१०	११	१२
२											
३											
४											
५											
६											
७											
८											
९											
१०											
११											
२०											
एकूण											

नमुना : सदस्य पासबुक

दिनांक	बचत जमा	जास्तीची बचत	घेतलेले कर्ज	कर्ज परतफेड	येणे बाकी	कर्ज सेवा शुल्क	दंड	इतर जमा	विमा हप्ता	आजची जमा रक्कम २+५+७ +८+९+१०	परत दिलेली बचत व सेवा शुल्क	संघटिका सही
१	२	३	४	५	६	७	८	९	१०	११	१२	१३
	बचत व्यवहार			साहाय्य व्यवहार			इतर व्यवहार			एकूण		

४. सभासद पासबुक : प्रत्येक सभासदाला आपले आर्थिक व्यवहार माहीत असावेत. याकरिता व्यक्तिगत पासबुकात सभेमध्ये ते नोंद करून घ्यावेत. सभासदाने नोंदी तपासून पाहाव्यात. शिवाय तिमाही ताळेबंदाच्या नोंदी करून घ्याव्यात. सभासदांकरिता पासबुक नमुना खालीलप्रमाणे.

५. तेरीजपत्रक : स्वयं-साहाय्यता बचत गटातील दरमहा सभेत तेरीजपत्रक तयार केल्यास बँक कर्जप्रकरण करण्यास सोपे जाते. म्हणून तेरीजपत्रक फार महत्त्वाचे असते. तेरीजपत्रकामध्ये महिन्या अखेरचे जमाखर्च घ्यावेत. तसेच आरंभ शिल्लक शून्य घ्यावी तर महिन्याअखेरची शिल्लक मागील पानावरून घ्यावी. तेरीजपत्रक नमुना खालीलप्रमाणे -

नमुना : तेरीजपत्रक

जमा	रुपये	पैसे	नावे	रु.	पैसे
आरंभी शिल्लक					
सभासद बचत			सभासद बचत गट		
सभासद जास्तीची बचत			सभासद जास्तीची बचत परत		
सभासद कर्ज साहाय्य			सभासद कर्ज साहाय्य		
कर्ज परतफेड			सभासद व्याज		
सभासद व्याज			दंड		
सभासद दंड			विमा हप्ता		
सभासद इतर जमा			गटाचा खर्च		
बँक व्याज			बँक व्याज		
बँक बचत खाते			बँक बचत खाते		
बँक मुदत खाते			बँक मुदत ठेव		
बँक मुदत ठेव			अखेर शिल्लक		
गट विमा					
एकूण			एकूण		

६. नफा तोटा पत्रक : जमाखर्च पत्रकातील तपशील तंतोतंत जुळविल्यास जमा खर्च सारखाच येतो. त्यामुळे तपशीलवार रकमांची सभासदावर पडताळणी आपोआप होते. त्यामुळे कोणत्याही महिन्याचे बिनचूक नफा-तोटापत्रक तयार होते.

नमुना नफातोटा पत्रक

दिनांक--------अखेर

जमा	रुपये	पैसे	नावे	रुपये	पैसे
सभासद सेवा शुल्क सभासद दंड सभासद इतर जमा बँक व्याज			सभासद सेवा शुल्क दंड गटाचा खर्च बँक व्याज		
एकूण			एकूण		

७. ताळेबंदपत्रक : स्वयं-साहाय्यता बचत गटाच्या दरमहा होणाऱ्या तेरीजपत्रकावरून ताळेबंदपत्रक बनवावे लागते. बँकेचे कर्ज घेताना ताळेबंदपत्रक महत्त्वाचे असते. त्यावरून गटाची आर्थिक स्थिती समजते. ताळेबंदपत्रक दरमहा, सहामाही किंवा वार्षिक तयार केले तरी चालते.

नमुना : ताळेबंदपत्रक

दिनांक

जमा	रुपये	पैसे	नावे	रुपये	पैसे
सभासद सेवा शुल्क सभासद दंड सभासद जास्तीची बचत बँक कर्ज गट इतर जमा			विमा हप्ता सभासद आर्थिक साहाय्य बँक बचत खाते बँक मुदत ठेव अखेर शिल्लक		
एकूण			एकूण		

संघटिका सहसंघटिका सचिव

---------- महिला बचत गट ----------- (शिक्का)

८. विमा पॉलिसी नोंद : स्वयं-साहाय्यता बचत गटातील सदस्याने सामूहिक विमा पॉलिसी घेतली असल्यास त्याची नोंद करण्यात यावी. पॉलिसीचे नूतनीकरण वेळेवर होण्यासाठी आवश्यक ती माहिती नोंदविण्यात यावी. त्यासाठी आराखडा खालीलप्रमाणे -

नमुना : सदस्य विमा पॉलिसी आराखडा

गटाचे नाव ------------------------------

विमा कंपनीचे नाव व पत्ता :

अ.	विम्याची तारीख	सभासदाचे नाव	पॉलिसी नंबर	तपशील	विम्याची रक्कम रु.	विमा प्रिमियम	नूतनीकरण		शेरा
							अंतिम तारीख	केल्याची तारीख	

९. **समस्यांवर चर्चा करणे** : स्वयं-साहाय्यता बचत गट हे समाज परिवर्तनाचे साधन असल्यामुळे सभेत समाजाच्या व सभासदांच्या समस्यांवर चर्चा करणे महत्त्वाचे असते. त्या समस्या सोडविण्यासाठी प्रयत्न/मार्ग यावर चर्चा करणे आवश्यक असते. उदा सभासदाचे व समाजाचे आरोग्य, सभासदांच्या मुला-मुलीचे लग्न, शिक्षण, आजार, घरगुती इतर समस्या यावर चर्चा घडवून आणणे महत्त्वाचे असते. त्याचप्रमाणे सभासदाचा मानसिक, लैंगिक छळ, समाजाकडून छळ अशा प्रश्नांवर सभेत चर्चा घडवून आणावी लागते. तेव्हाच स्वयं-साहाय्यता बचत गट समाज परिवर्तन घडवू शकेल.

स्वयं-साहाय्यता बचत गटाने समाजऋण फेडण्याकरिता समाजासाठी स्वच्छता मोहीम, ग्रामसभा, लसीकरण, आरोग्य तपासणी, दक्षता प्रतिनिधी अशा समस्या सोडविण्याचा प्रयत्न केला पाहिजे. त्याकरिता गटाच्या सभेत चर्चा करून निर्णय घ्यावा.

१०. **निर्णय व अंमलबजावणी धोरण** : स्वयं-साहाय्यता बचत गटाने सामाजिक समस्यांचा आराखडा तयार करून त्या समस्यांवर चर्चा करून त्याकरिता उपाययोजना करून निर्णय व अंमलबजावणीची दिशा ठरवावी. त्या दिशेने प्रयत्न केल्यास सामाजिक समस्या दूर करता येतील. सामाजिक समस्या किंवा उपक्रम राबविण्यासाठी स्वयंसेवी संस्था व शासकीय यंत्रणा यांची मदत घेण्यात यावी. त्याकरिता गटाने पुढाकार घ्यावा. त्याबाबत सभेत चर्चा करावी.

११. **भविष्यकालीन धोरण ठरविणे** : स्वयं-साहाय्यता बचत गटाने सभेमध्ये गटाकरिता भविष्यकालीन धोरण ठरविणे आवश्यक आहे. कारण गटाची वाटचाल कमावत्या गट व गरजांचा शोध करणारी असावी. तसेच उत्पादन करणारे गट असावेत. याकरिता भविष्यकालीन धोरण आवश्यक आहे. गटाने स्वयंरोजगारनिर्मितीवर भर देण्याचे धोरण राबविले पाहिजे. भविष्यकालीन धोरण ठरविताना बँका, कर्ज, वस्तू उत्पादनाबाबत प्रशिक्षण, उत्पादित मालाला बाजारपेठांचा शोध इ. बाबींचा विचार केला पाहिजे.

१२. **इतिवृत्त लिहिणे** : स्वयं-साहाय्यता बचत गटाने सभेच्या कामकाजाचे इतिवृत्त लिहून ठेवणे आवश्यक आहे. इतिवृत्तांत पुस्तकात, सभेत, चर्चेत केलेल्या विषयांची सविस्तर नोंद करून सर्वानुमते ठराव करून सूचक व अनुमोदक नोंदी अतिशय काळजीपूर्वक केल्या पाहिजे. कारण इतिवृत्तांतावरून गटाच्या कामकाजाचा आढावा घेता येतो. तसेच इतिवृत्तांताची मंजुरी सभेत झाल्यानंतर त्याचे नियमात रूपांतर होते. त्याची एक प्रत स्वयंसेवी संस्था किंवा पंचायत समिती व बँकेला द्यावी लागते.

इतिवृत्त पुस्तक नमुना खालीलप्रमाणे आहे.

नमुना : इतिवृत्त

गटाचे नाव---- महिला बचत गट------

सभा क्रमांक---- सभेची तारीख---वेळ पासून----ते----पर्यंत

स्थळ------

एकूण सभासद----उपस्थित सभासद----अनुपस्थित सभासद

(अ) वेळेवर उपस्थित------ (अ) पूर्व सूचना न देता------

(ब) उशिरा उपस्थित------- (ब) पूर्व सूचना देऊन-------

क्र.	**चर्चेचा विषय**	**घेतलेला निर्णय**
१.		
२.		
३.		
४.		
आरंभीची शिल्लक सभासद बचत जमा रु. सभासद परतफेड रु. सेवाशुल्क दंड इ. जमा रु. बँकेकडून आणले रु. एकूण रु.		कर्ज वितरण केलेल्या सदस्यांची संख्या सभासदांना दिलेले आर्थिक रु. बँकेत भरणा रु. गटाचा खर्च रु. अखेर शिल्लक रु. एकूण रु.

संघटिका सहसंघटिका सचिव

--------- महिला बचत गट -------(शिक्का)

सभेची सांगता : स्वयं-साहाय्यता बचत गटाच्या सभेची सांगता करताना संघटिका व सहसंघटिकेने पुढील सभेची तारीख सांगून सर्व सभासदांचे आभार मानून सभेची सांगता केली पाहिजे. सभेची सांगता आदरभावाने केली पाहिजे. मासिक सभेनंतर दुसऱ्या दिवशी बचत व कर्ज रकमांचा भरणा बँकेत केला पाहिजे. बँकेत भरणा करण्यासाठी प्रत्येक सदस्याने आळीपाळीने गेले पाहिजे.

स्वयं-साहाय्यता बचत गटाची बँकेशी संलग्नता : स्वयं-साहाय्यता बचत गटाच्या मासिक सभेमध्ये गटाचे बँकेत खाते उघडण्याकरिता ठराव करून गट बँकेशी संलग्न करावा लागतो. कारण बँकेशी बचत व कर्जव्यवहार केल्यास गटाचा विकास होतो. शिवाय गटातील बचत बँकेत येऊन बँकेची पतनिर्मिती क्षमता वाढून कर्जपुरवठ्यात वाढ होते तसेच बचतीवर व्याज प्राप्त होते. त्याचा फायदा गटाला होतो. तसेच गटातील सभासदांना बँकेकडून व्यावसायिक कर्ज मिळू शकते. याकरिता स्वयं-साहाय्यता बचत गटाची संलग्नता बँकेशी करावी लागते. त्याकरिता पुढील टप्प्याने वाटचाल करावी लागते.

१. **स्वयं-साहाय्यता बचत गटाच्या नावाने बँकेत बचत खाते उघडणे** : स्वयं-साहाय्यता बचत गटाच्या मासिक सभेत सर्वानुमते ठराव करून कोणत्याही राष्ट्रीयीकृत किंवा जिल्हा मध्यवर्ती बँकेत खाते उघडले जाते. बँकेत खाते उघडल्यानंतर गट बँकेशी संलग्न होतो. याकरिता खालील कागदपत्र बँकेला दिली पाहिजेत.

   १. गटाची ठराव प्रत

   २. गटाची नियमावली

   ३. सभासदांचे सह्यापत्रक

   ४. बँकेचा विहित नमुना अर्ज

   ५. संघटिका / सहसंघटिका व सचिव यांचे फोटो व रेशनकार्ड प्रती इ.

   कागदपत्रांची पूर्तता केल्यानंतर बँकेत खाते उघडले जाते. त्यानंतर बँकेत बचत रक्कम भरून बँकेकडून बचत रक्कम गटाच्या पासबुकात दरमहा नोंदी करून घेतल्या पाहिजेत.

२. **बँकेकडून कर्जमागणी** : स्वयं-साहाय्यता बचत गटाची बँकेशी संलग्नता झाल्यानंतर सहा महिन्यानंतर बँकेकडे कर्जासाठी मागणी करावी. बँका गटांच्या नावे कर्जमंजूर करतात. परंतु स्वयं-साहाय्यता बचत गटाचे मूल्यांकन झालेले असले पाहिजे.

३. **कर्जरक्कम मर्यादा** : स्वयं-साहाय्यता बचत गट हा स्वर्णजयंती स्वरोजगार योजने अंतर्गत (दारिद्र्यरेषेखालील गट) असेल तर प्रथम खेळते भांडवल रु. २५०००=०० गटाला एक वर्ष मुदतीकरिता असते व १५,००० रु. शासकीय अनुदान बँकांमार्फत मिळू शकते. एका वर्षानंतर खेळत्या भांडवलाची परतफेड केल्यानंतर व्यावसायिक किंवा रोजगारनिर्मिती उद्योगांना प्रत्येक सदस्याला २५,०००=०० या प्रमाणात ५०% अनुदान स्वरूपात मोठ्या रकमेचे कर्ज घेता येते. गटामध्ये जेवढे सभासद आहेत त्याच्या प्रमाणात कर्ज मिळू शकते.

उदा. एकता महिला बचत गटात पंधरा सभासद आहेत. त्या गटास ३ लाख २५ हजार रुपये कर्ज ३ ते ५ वर्ष मुदतीकरिता मिळू शकते. यातील ५०% अनुदान असते.

बिगर दारिद्र्यरेषेतील गटांना बचतीच्या १ ते ४ पट कर्ज मिळू शकते. जर बँकेला गटाविषयी विश्वास व खात्री असेल तर जास्त कर्ज मिळू शकते.

४. **कर्जकारण** : व्यापारी, सहकारी बँका बचत गटांना अनुत्पादक किंवा उत्पादक या दोन्ही कारणांसाठी कर्ज देतात. गटातील सदस्यांना कोणत्या कारणांसाठी कर्ज द्यावयाचे हे गटाने ठरविलेले असते. माझ्या संशोधनातून असे निदर्शनास आले की पहिल्या १ ते २ वर्षांची कर्जे घरगुती कारणासाठी मिळाली आहेत. त्यामध्ये आरोग्य, शिक्षण, विवाह ही प्रमुख कारणे आहेत. या दैनंदिन गरजांनंतर सभासद उत्पादक कारणासाठी कर्ज घेतात. उत्पादक कर्जामध्ये प्रामुख्याने दुग्धव्यवसाय, शेळीपालन, शिलाई मशीन, मिरची कांडप मशीन, रेशीम उद्योग इ. कारणांसाठी कर्ज घेतले आहे.

बँकाकडून मिळणारे कर्ज सामूहिकपणे गटांच्या उद्योगाला मिळू शकते किंवा प्रत्येक सदस्याला व्यक्तिगत व्यवसायासाठी कर्जे मिळू शकतात.

५. **कर्ज कालावधी** : सर्वसाधारणपणे खेळते भांडवल म्हणून मिळालेले कर्ज १ वर्ष मुदतीकरिता असते आणि व्यावसायिक कर्जाची मुदत १ ते ५ वर्षांकरिता असते. गटांतर्गत कर्जाचा कालावधी गटाने परिस्थितीनुसार ठरवावा.

६. **कर्जतारण** : स्वयं-साहाय्यता बचत गटांना 'विनातारण विनाकारण' कर्ज मिळू शकते. गटांना कर्जासाठी कोणत्याही तारणाची व जामीनदाराची गरज नसते. फक्त काही कागदपत्रे बँकेला द्यावी लागतात.

७. **व्याजदर** : जागतिकीकरणाचा परिणाम म्हणून भारतीय रिझर्व्ह बँकेने भारतीय बँकांना व्याजदर आकारण्याची स्वायत्ता दिलेली आहे. प्रत्येक बँकांच्या संघटनात्मक रचनेनुसार व्याजदर वेगवेगळे आहेत. बँका स्वयं-साहाय्यता बचत गटांना सर्वसाधारणपणे ७ ते १०% या दराने गट कर्ज देतात. या व्याजदरामध्ये वेळोवेळी बँका बदल करतात. बँकेच्या व्याजदरापेक्षा १ ते २% जास्त व्याजदर आकारून सभासदांना कर्ज देतात.

८. **परतफेड** : बँकांच्या कर्जफेडीस गटातील सदस्य सामूहिकरीत्या जबाबदार असतात. कर्जफेडीची जबाबदारी स्वयंसेवी संस्थांच्या माध्यमातून गटावर असते. स्वयं-साहाय्यता बचत गटाने कर्जाची परतफेड वेळेत केल्यास गट सबळ होऊन शासकीय फायदे या गटांना मिळू शकतात. संशोधनाचा निष्कर्ष असा की महिला

बचत गटांच्या कर्जाची परतफेडीचे प्रमाण ९० ते ९५% इतके आहे. एवढ्या मोठ्या प्रमाणावर कर्जफेड होत असेल तर अर्थशास्त्रीय तत्त्वानुसार व्याजदर कमी करण्यात यावेत. कर्जफेडीचा विचार करता बँकांना कर्जवसुली खर्च शून्य व जबाबदारी नाही. बँकांना बचतगट हा सुरक्षित ग्राहक मिळाला आहे. त्यामुळे बँका स्वयं-साहाय्यता बचत गटांना प्राधान्य देत आहेत.

९. **दस्तऐवज** : स्वयं-साहाय्यता बचत गटाला बँकेकडून कर्ज घेण्याकरिता बँकेचा विहित नमुन्यातील फॉर्म, गटाचा करारनामा, लोन ॲग्रीमेंट अशा प्रकारची कागदपत्रे बँकेला द्यावी लागतात. याशिवाय बँकेकडून कर्ज घेताना पुढील कागदपत्रे व माहिती बँकेला द्यावी लागते.

१. गटाची सर्वसाधारण माहिती - गटाचे नाव, पत्ता, स्थापना दिनांक, एकूण - संख्या, त्यापैकी स्त्री/पुरुष, अनुसूचित जाती/जमाती, दारिद्र्य रेषेखालील सभासद, मासिक बचत, मासिक सभेची तारीख, सेवाशुल्क दर, संघटिका, सहसंघटिका.

२. गटाची नियमावली - महत्त्वाचे प्राथमिक व सर्व आर्थिक ठराव/नियम

३. सभासदवार माहिती : सभासदाचे नाव, वय, अनुसूचित जाती/जमाती, दारिद्र्यरेषेखालील, एकूण बचत, घेतलेले आर्थिक साहाय्य, परतफेड, आर्थिक साहाय्याची बाकी, थकबाकी रक्कम व तारीख, दंडाची रक्कम, भरलेले सेवाशुल्क, घेतलेले आर्थिक साहाय्य - जास्तीत जास्त व कमीत कमी रक्कम, परतफेडीचा काळ, मागितलेले आर्थिक साहाय्य हेतू व रक्कम, गटाने अध्यक्ष/उपाध्यक्ष यांना बँकेकडून कर्ज घेऊन सभासदांना वाटप करण्यासाठी दिलेल्या अधिकाराच्या ठरावाची नक्कल

४. गटाची अद्ययावत आर्थिक पत्रके - उत्पन्न खर्चाचे पत्रक, तेरीजपत्रक, नफातोटा पत्रक, ताळेबंद पत्रक इ.

५. बँक कर्जासाठी नमुन्यातील अर्ज

६. एन जी ओ चे शिफारसपत्र - नमुन्याप्रमाणे

७. ग्रामविकास समितीचे शिफारसपत्र (एमआरसीपी योजनेसाठी)

८. अध्यक्ष/उपाध्यक्ष यांचे प्रत्येकी ३ फोटो

९. गटाच्या बचतखात्याचे पुस्तक

१०. गटाच्या नावाचे सील/शिक्का

११. इंटरसी ॲग्रीमेंटवर सर्व सभासदांच्या नमुन्याप्रमाणे सह्या

कर्जप्रकार : बँका स्वयं-साहाय्यता बचत गटांना दोन प्रकारचे कर्ज देतात. तसेच गटाच्या प्रकारानुसार कर्जपुरवठा करतात.

१. **मुदत कर्ज** : या कर्जप्रकारात गटांना ठरावीक मुदतीत कर्जफेड करावी लागते. या कर्जाचे हप्ते ठरवून परतफेड करण्यात येते. या कर्जाची मुदत सर्वसाधारणपणे ३ ते ५ वर्ष या दरम्यान ठेवली जाते.

२. **कॅश क्रेडिट** : या कर्जप्रकारात कर्जरक्कम मर्यादा मंजूर करून या मर्यादेपर्यंत गटांना कर्ज घेता येते. गरजेनुसार यातील रक्कम काढता येते. जेवढी रक्कम कर्जाऊ म्हणून वापरली त्या रकमेवरच व्याज आकारणी करण्यात येते. बँका व बचतगट यांच्यातील व्यवहार व विश्वास यानुसार कर्जमर्यादा मंजूर करण्यात येते.

१०. **स्वयं-साहाय्यता बचत गटांना कर्ज देणाऱ्या बँका** : भारतीय रिझर्व्ह १९९६च्या परिपत्रकानुसार बँकाना स्वयं-साहाय्यता बचत गटांना कर्ज देण्यासाठी मार्गदर्शक सूचना दिलेल्या आहेत. शिवाय गटांना प्राधान्याने कर्ज देण्यात यावे अशी सूचना केली आहे. त्यानुसार गटांना कर्जपुरवठा करतात त्या बँका पुढीलप्रमाणे

१) राष्ट्रीयीकृत बँका
२) जिल्हा मध्यवर्ती सहकारी बँका
३) प्रादेशिक ग्रामीण बँका

या बँका आपल्या मुख्य कार्यालयात लघुकर्ज विभाग (micro credit section) स्थापन करून गटांच्या विविध व्यवसायास कर्जपुरवठा करीत आहेत. तसेच काही नागरी सहकारी बँका व पतसंस्था गटांना कर्जपुरवठा करीत आहेत.

स्वयं-साहाय्यता बचत गट बँकेशी संलग्न करण्यासाठी नाबार्ड बँक फार महत्त्वाची भूमिका बजावत आहे. गट व बँक संलग्न अभियान राबवून जास्तीत जास्त बचतगट बँकेशी जोडण्यासाठी नाबार्ड महत्त्वाची भूमिका बजावत आहे. या अभियानात बँका स्वयंसेवी संस्था, बचतगट, शासकीय कार्यालय यांना सामावून घेतले जाते. नाबार्ड प्रत्येक जिल्ह्यांना बँक जोडणी व गट कार्यक्रमांची उद्दिष्टे ठरवून देत आहे. ह्यामुळे गटांना बँकेशी कर्जव्यवहार सहज करता येतो.

४.५ गटाचे गुणवत्ता-व्यवस्थापन

भारतामध्ये स्वयं-साहाय्यता बचत गटाची चळवळ भक्कम झालेली आहे. या चळवळीच्या विकासाच्या प्रक्रियेत गुंतलेले अनेक संशोधक, अर्थसाहाय्य करणारे,

विकासाची धोरणे ठरविणारे, प्रकल्प राबविणारे, नियोजन करणारे व अभ्यासक, उत्पादित कंपन्या या सर्वांना स्वयं-साहाय्यता बचत गटाच्या गुणवत्तेचा प्रश्न भेडसावत आहे. कारण स्वयं-साहाय्यता बचत गटाचा संख्यात्मक वाढीमुळे गुणात्मक वाढीकडे दुर्लक्ष होत आहे. संशोधकांच्या मते स्वयं-साहाय्यता बचत गटाच्या विकासात सहभागी होणाऱ्या काही संस्था व बँका यांना गटांच्या उद्दिष्टांची व दूरदर्शी मार्गाची जाणीव आहे. परंतु काही संस्थांचे संख्यात्मक वाढीकडे लक्ष देताना गुणवत्तेकडे दुर्लक्ष झाल्याने ही चळवळ भविष्यात संकटात लोटली जाईल. ही परिस्थिती बदलण्याकरिता 'गुणवत्तापूर्ण वाढ' हे ब्रीदवाक्य विविध सहभागी संस्थांनी व बँकांनी अंगीकारल्यास गटांच्या चळवळीस शाश्वत भवितव्य निश्चित प्राप्त होईल. याकरिता गटांच्या गुणवत्ता तपासण्या केल्या पाहिजेत. त्याकरिता निकष किंवा मानके निश्चित करून तपासण्या केल्या जातात. निश्चित केलेल्या निकषाद्वारे गटाच्या अंतर्गत तपासण्या व बाह्य तपासण्या करून गटांची गुणवत्ता सिद्ध करता येते. याकरिता नाबार्ड आणि साधारणत: जिल्हा ग्रामीण विकास यंत्रणा यांनी वेगवेगळी मानके तयार करून गटांच्या तपासण्या केल्या आहेत. प्रत्येक संस्थांची मानके व निकष उद्दिष्टांनुसार वेगवेगळे आहेत. परंतु गटांच्या गुणवत्तेसाठी त्यांचे मूल्यांकन करून श्रेणीकरण करण्याकरिता काही निकष किंवा कसोट्या तयार केल्या आहेत. त्या निकषाद्वारे गटांची गुणवत्ता तपासली जाते. स्वयंसाहाय्यता गटांच्या तपासणीच्या कसोट्या व साधने वेगवेगळ्या यंत्रणांनी वेगवेगळ्या कारणांकरिता व वेगवेगळ्या उपयोगाकरिता तयार केल्या आहेत. त्या सर्वसमावेशक निकषांचा तपशील दोन प्रकारे तयार केला आहे. कारण गटांच्या गुणवत्ता तपासणीकरिता अंतर्गत व बाह्य पद्धती अवलंबल्यास गटांची गुणवत्ता स्पष्ट होते. त्याकरिता खालील निकष आहेत.

१. निकष : स्वयं-साहाय्यता बचत गटाची अंतर्गत तपासणी करण्याकरिता मासिक व वार्षिक निकष तयार करण्यात आले आहेत. कारण गुणवत्ता प्रक्रिया अखंडपणे चालू असते. त्याकरिता गटांची तपासणी सतत केली पाहिजे. ते निकष पुढीलप्रमाणे -

(अ) मासिक तपासणीचे निकष : स्वयंसेवी संस्था किंवा गटातील संघटिका/सहसंघटिका यांनी गटाच्या कामकाजाची मासिक तपासणी या निकषाद्वारे केल्यास गटाचा प्रगतीचा अहवाल तयार होतो. त्याकरिता पुढील निकष आहेत.

(१) बैठकीची पूर्वतयारी, (२) सभा सातत्य, (३) निश्चित वेळ, वार, बैठक, (४) उपस्थिती, (५) बचत सातत्य, (६) अंतर्गत कर्जवाटप व वसुली, (७) इतिवृत्त लेखन, (८) सभेतील सहभाग, (९) हिशेब व व्यवहार नोंदी, (१०) सामूहिक चर्चा व निर्णय, (११) रोख शिल्लक, (१२) विमा, (१३) सामाजिक उपक्रम, (१४) गटाच्या

कामाची पद्धत, (१५) कर्जाचा विनियोग, (१६) गटाच्या नियमाबाबत अंमलबजावणी व जागरुकता, (१७) समूहातील सदस्यांचा शैक्षणिक स्तर, (१८) सरकारी कार्यक्रम व योजनासंबंधी माहिती या मुद्याने मूल्यांकन केले जाते.

(ब) वार्षिक तपासणीचे निकष : स्वयं-साहाय्यता बचत गटाच्या अंतर्गत गुणवत्ता वाढीसाठी मासिक तपासणीनंतर वार्षिक तपासणी केल्यास गटाचे कामकाज माहीत होऊ शकते. शिवाय गटाची प्रगती स्पष्ट होते. याकरिता गटांची वार्षिक तपासणी सहयोगिनी किंवा शासकीय अधिकाऱ्यांमार्फत केली जाते. या वार्षिक तपासणीमुळे स्वयं-साहाय्यता गटांच्या चळवळीची दिशा स्पष्ट होते. मासिक अंतर्गत तपासणी करून गटांची अंतर्गत क्षमतावृद्धी स्पष्ट होते. त्याकरिता पुढील निकषाने तपासण्या करतात.

१. जबाबदारीतील बदल	२. सामूहिक निधी
३. कर्ज वाटपातून गरजापूर्ती	४. उत्पन्नात वाढ
५. रोजगार निर्मिती	६. वित्तसंस्थाचे आर्थिक साहाय्य
७. विमा	८. प्रशिक्षण
९. गटागटातून कर्ज व्यवहार	१०. ऑडिट
११. नवीन गटनिर्मिती	१२. महिलांचे सबलीकरण साहाय्य
१३. कर्जफेड	१४. सामाजिक उपक्रम
१५. हिशोबनीस नेमणूक	१६. गटाचे संघ सदस्यत्व
१७. वार्षिक सभा	

या निकषाद्वारे गटाची तपासणी करता येते.

वरील मासिक व वार्षिक तपासणीच्या निकषाद्वारे श्रेणीकरण केल्यास गटाची पात्रता तसेच स्थापनाउद्दिष्ट, अंगीभूत क्षमतावृद्धी इ. गोष्टींची कल्पना येऊ शकते. त्यामुळे गटाच्या विकासास बळकटी प्राप्त होऊ शकते. त्याकरिता या अंतर्गत तपासण्या करण्यात याव्यात.

२. श्रेणीकरण : स्वयं-साहाय्यता बचत गटाच्या स्थिरीकरणाचा टप्पा गाठल्यानंतर बँकेकडे खेळते भांडवल व व्यावसायिक किंवा स्वयंरोजगारी कर्ज घेण्याकरिता तसेच शासकीय फायदे मिळविण्याकरिता दारिद्र्यरेषेतील बचत गटांचे मूल्यांकन करून श्रेणीकरण देण्यात येते. या श्रेणीकरणावरून बचत गटाची दैनंदिन स्थिती समजू शकते. हे श्रेणीकरण स्वयंसेवी संस्था तसेच जिल्हा ग्रामीण विकास यंत्रणा या करतात. हे श्रेणीकरण दोन पद्धतीने करतात.

(१) प्रथम श्रेणीकरण : स्वयं-साहाय्यता बचत गटाचे खेळते भांडवल बँकेकडून घेण्यासाठी मूल्यांकन केले जाते. त्यावरून दारिद्र्यरेषेखालील गटांना अनुदान प्राप्त होते. या श्रेणीकरणाने बँका गटांना प्रथम रु. २५०००=०० खेळते भांडवल देऊ शकतात. हे श्रेणीकरण करताना खालील निकषांचा वापर करून गुण दिले जातात. त्यावरून गटाची प्रतवारी ठरविली जाते.

दारिद्र्यरेषेखालील स्वयं-साहाय्यता बचत गटाची मानके
गटाचे नाव---- स्थळ --- गाव--- तालुका--- जि.---
गट स्थापना तारीख ------
बँकेत खाते उघडल्याची तारीख------
गटाच्या पदाधिकाऱ्याचे नाव - संघटिका----- सहसंघटिका----

तक्ता क्र. ४.१

अ. क्र.	तपशील	श्रेणीकरण मानके	गुण	मिळालेले गुण
१.	सदस्य	एकजिनसी सदस्यत्व	३	
		एकजिनसी नसलेले	१	
२.	सदस्य संख्या	१० पर्यंत	१	
		११ ते १५	४	
		१६ ते २०	३	
३.	गटातील सदस्यांचा दर्जा	७५% पेक्षा कमी दा. रे. खालील सदस्य	१	
		७६% ते ९९% दा. रे. खालील सदस्य	२	
		१००% दा. रे. खालील सदस्य	४	
४.	स्वयं-साहाय्यता गट स्थापनेचा कालावधी	० ते ६ महिने	१	
		१ ते १२ महिने	२	
		१ वर्षापेक्षा जास्त	३	

५.	मासिक सभा	महिन्यातून एक वेळा	२	
		महिन्यातून एकापेक्षा अधिक वेळा	३	
६.	सभेची नियमितता	ठरलेल्या दिवशी	१	
		ठरलेल्या वेळी व तारखेनुसार	२	
७.	उपस्थिती	एकूण सदस्यांच्या ७५% पर्यंत	१	
		एकूण सदस्यांच्या ७६ ते ९०% पर्यंत	२	
		एकूण सदस्यांच्या ९१% पेक्षा जास्त	३	
८.	सभेतील चर्चा सहभाग	५०% पर्यंत सदस्यांचा चर्चा सहभाग	१	
		५१ ते ७५% पर्यंत सदस्यांचा चर्चेतील सहभाग	२	
		७६% ते १००% सदस्यांचा चर्चेतील सहभाग	३	
९.	बचत	७५% सदस्यांची नियमित बचत	१	
		७६ ते ९९% सदस्यांची नियमित बचत	२	
		१००% नियमित बचत	३	
१०.	अंतर्गत कर्ज व्यवहार	स्थापनेनंतर ६ महिन्यांनी	२	
		स्थापनेनंतर ३ ते ६ महिन्यांनी	२	
		स्थापनेनंतर ३ महिन्यांनी	३	
११.	गटातील सदस्यांना दिलेले अर्थसाहाय्य	५०% सदस्यांना दिलेले कर्ज	१	
		५१ ते ७५% सदस्यांना दिलेले कर्ज	२	
		७६% च्या पुढे दिलेले कर्ज	३	
१२.	कर्जवसुली	७५% कर्ज दिलेल्या मुदतीत परत फेड	१	
		७६ ते ९०% कर्ज दिलेल्या मुदततीत परत फेड	२	
		९१% कर्ज दिलेल्या मुदतीत परत केलेले	३	

१३.	गटाच्या कामाची पद्धत	एकूण सदस्यांपैकी काही सदस्यांनी घेतलेला निर्णय	१	
		लोकशाही पद्धतीने व पारदर्शकपणे घेतलेला निर्णय	३	
१४.	सदस्यांचा सहभाग	बँका व सरकारी कार्यालयांना काहींनी दिलेल्या भेटी	१	
		बँका व सरकारी कार्यालयांना साखळी पद्धतीने दिलेल्या भेटी	२	
१५.	कार्य	फक्त बचत	१	
		बचत व अंतर्गत कर्जव्यवहार	२	
		बचत व अंतर्गत कर्जव्यवहार, इतर घेतलेले सामजिक कार्यक्रम	३	
१६.	अधिक उपक्रम	वैयक्तिक घेतलेले	१	
		संयुक्तिकरीत्या घेतलेले	२	
१७.	लेखा व इतर दप्तर	बचत कर्ज यासाठी ठेवलेले दप्तर	२	
		बचत कर्ज व इतिवृत्तासाठी ठेवलेले दप्तर	३	
		बचत गटाने तयार केलेल्या नियमांनुसार ठेवलेले दप्तर	३	
१८.	लेखा परीक्षण	बचत गटातील सदस्यांनी केलेले लेखा परीक्षण	३	
		बचत गटातील सदस्याव्यतिरिक्त व्यक्तींनी केलेले लेखा परीक्षण	३	
	एकूण गुण	१००		

मिळालेल्या स्वयं-साहाय्यता बचत	प्रतवारी - दर्जा
३५ गुण	क - कमकुवत
३६ ते ४९ गुण	ब - उत्तम
५० पेक्षा जास्त	अ - अतिउत्तम

स्वयंसेवी संस्था प्रतिनिधी	बँक प्रतिनिधी	गटविकास अधिकारी पंचायत समिती

मूल्यांकन दिनांक / /

वरील निकषांच्या आधारे प्रथम मूल्यांकन करून गटाची प्रतवारी निश्चित केली जाते. त्यामुळे खेळते भांडवल प्राप्त होते.

(२) द्वितीय श्रेणीकरण : स्वयंरोजगारी कर्ज घेण्याकरिता स्वयं-साहाय्यता बचत गटाचे द्वितीय मूल्यांकन केले जाते. या मूल्यांकनावरून व्यावसायिक मोठमोठ्या रकमेचे कर्ज मिळू शकते. त्यावेळेस हा गट कमावता बनत असतो. द्वितीय मूल्यांकनासाठी पुढील निकषांचा अवलंब करून श्रेणीकरण करून प्रतवारी निश्चित होते.

स्वयं-साहाय्यता बचत गटाची श्रेणीकरण मानके

स्वयं-साहाय्यता बचत गटाचे नाव---------- -----

गाव----

तालुका ---- जि.----

गट स्थापनेची तारीख----

बँकेत खाते उघडल्याची तारीख -----

गटाच्या पदाधिकाऱ्यांची नावे ----- संघटिका-----

सहसंघटिका-----अ.

तक्ता क्र. ४.२

क्र.	तपशील	श्रेणीकरण	गुण	मिळालेले गुण
१.	गटाची सदस्य संख्या	१६ ते २० ११ ते १५ १ ते १०	१० ५ ३	
२.	नेतृत्व	संघटिका व सहसंघटिका यांचा समावेश फक्त संघटिका फक्त सहसंघटिका	१० ५ ३	
३.	प्रोत्साहकाची भूमिका	अंगणवाडी सेविका/प्रोत्साहकाच्या मदतीशिवाय गट सभा होऊ शकत नाही अंगणवाडी सेविका/प्रोत्साहकाच्या मदतीशिवाय गट सभा होऊ शकते. परंतु दप्तर लिहिण्यास मदत लागते.	२ ६	
४.	सभा	२/३ सभा महिन्यातून १ सभा महिन्यातून	१० ५	
५.	सभेची वारंवारता	एका दिवशी नक्की एका दिवशी नक्की व एकावेळी नक्की	५ १०	
६.	सभेतील उपस्थिती	गेल्या चार महिन्यात १) ९१% पेक्षा जास्त २) ७१ ते उपस्थिती ८०% ३) ७०% पेक्षा कमी उपस्थिती	१० १० ५ १	
७.	गट सभेतील चर्चेतील सहभाग	५१% पेक्षा जास्त सदस्य सहभागी २६% ते ५०% पेक्षा जास्त सदस्य सहभागी २५% पेक्षा कमी सदस्य सहभागी	१० ४ १	

८.	बचतीतील नियमितता	१) सभेच्या दिवशी नियमित बचत २) दरमहा बचत करतात ३)नसल्यास	१० ६ ०	
९.	सध्याची बचतीची रक्कम	प्रतिमाह ५०रु. पेक्षा अधिक प्रतिमाह ३० ते ४९ रुपये प्रतिमाह २० ते ३० रुपये प्रतिमाह १०रु. पर्यंत	१० ७ ५ २	
१०.	कर्ज	गटाने ३ ते ६ महिन्यांपूर्वी कर्ज दिले अद्याप कर्ज दिले नाही.	१० ०	
११.	कर्जाबाबतचे नियम	गटाने व्याज हप्ता इ. बाबत काही नियम कर्ज देण्याकरिता तयार केले आहेत व ते सर्वांना लागू आहेत. वरीलप्रमाणे नियम तयार केले आहेत परंतु सर्व सदस्यांना लागू नाहीत.	१० ४	
१२.	कृती सदस्यांना कर्ज मिळाले	५ पेक्षा जास्त सदस्य ४ ते ५ सदस्य ४ पेक्षा कमी सदस्य	१० ५ ३	
१३.	कर्जाची वसुली	९१% ठरलेल्या हप्त्याप्रमाणे प्रत्येक सदस्य भरणा करतात. ८१% ते ९०% सदस्य ठरल्याप्रमाणे परत फेड करतात. ५१% ते ८०% सदस्य ठरल्याप्रमाणे फेड करतात.	१० ५ १	

१४.	दप्तर नोंदी	प्रत्येक रजिस्टरला एक गुण जास्तीत जास्त १० गुण		
		हजेरी रजिस्टर	१	
		प्रोसिडिंग	१	
		कर्ज वितरण नोंदवही	१	
		बचत नोंदवही	१	
		कॅशबुक	१	
		सामान्य नोंदवही	१	
		बँकेचे पासबुक	१	
		गटाचे पासबुक वैयक्तिक सदस्यांचे	१	
		गटाचे नियम लिहिलेले रजिस्टर	१	
		धनादेश	१	
१५.	गटाचे नियम व ज्ञान	नियम सर्व सदस्यांना माहिती आहेत.	१०	
		८०% पेक्षा जास्त सदस्यांना माहीत आहेत.	६	
		५०% ते ८०% पेक्षा जास्त सदस्यांना माहीत आहेत.	४	
१६.	गट सदस्यांची साक्षरता	१००% साक्षर	१०	
		५०% साक्षर	५	
		३०% साक्षर	३	
		निरक्षर	०	
१७.	मुलींचे शिक्षण	१४ वर्षांपर्यंत मुलगी शाळेत जाते	८	
		५१% ते ९९% सदस्यांच्या घरातील १४ वर्ष वर्षांपर्यंतच्या मुली शाळेत जातात.	२	
		५१% पेक्षा कमी सदस्यांच्या घरातील १४ वर्ष वयापर्यंतची मुलगी शाळेत जाते.	१	

१८.	गटाने खेळत्या भांडवलाचा विनियोग कसा केला	संयुक्त व्यवसाय सुरू केला	२०	
		गटाच्या सदस्यांनी वेगवेगळा व्यवसाय कर्ज घेऊन सुरू केला.	१५	
		अंतर्गत कर्जवाटप केले आहे.	१०	
		काहीही केले नाही	०	
१९.	गटाचा कृती व्यवसाय	एकच नियमित कार्यक्रम	५	
		त्याचबरोबर इतर कार्यक्रमात सहभाग (आरोग्य, श्रमदान, पर्यावरण, जलसंधारण)	१०	
२०.	गटाचे बँकेविषयी ज्ञान	गटाच्या सर्व सदस्यांना व्यवहार कळतो	१०	
		५ ते १० सदस्यांना व्यवहार कळतो	५	
		१ ते ५ सदस्यांना व्यवहार कळतो	३	
२१.	स्वयं-साहाय्यता सदस्यांचे प्रशिक्षण	गटातील संघटिका/सहसंघटिका यांचे प्रशिक्षण झालेले आहे.	५	
		गटातील सदस्यांचे कोणत्याही प्रकारचे प्रशिक्षण झालेले नाही.	०	
		एकूण	३५०	

एकूण कर्ज वाटप (आजमितीपर्यंत) रुपये	
कर्जाची शिल्लक रक्कम (आजमितीपर्यंत) रुपये	
कर्ज रकमेची परतफेड	रुपये तारीख
थकबाकी झाली असल्यास केव्हापासून	

१६० पेक्षा जास्त गुण	अ श्रेणी
१४० ते १५९ गुण	ब श्रेणी
१२० ते १३९ गुण	क श्रेणी
११९ पेक्षा कमी गुण	ड श्रेणी

स्वयंसेवी संस्था प्रतिनिधी   मिळालेली श्रेणी   गटविकास अधिकारी पंचायत समिती   बँक प्रतिनिधी

वरील निकषांच्या आधारे श्रेणीकरण करून बचत गटांची गुणवत्ता स्पष्ट होते. त्याकरिता स्वयं-साहाय्यता बचत गटाने गटाच्या स्थापनेपासूनच गुणवत्तेकडे लक्ष दिल्यास गटाची बांधणी मजबूत होऊ शकते.

श्रेणीकरणाचे निकष वेगवेगळ्या संस्थांचे वेगवेगळे असू शकतात. परंतु प्रस्तुत प्रकरणात सर्वसमावेशक निकष देण्यात आलेले आहेत. वरील निकषाचा बिगर दारिद्र्यरेषेखालील गटांकरिता उपयोग होऊ शकतो. बिगर दारिद्र्यरेषेखालील गटांचे श्रेणीकरण एकदाच केले जाते.

उत्तम गटाची वैशिष्ट्ये

स्वयं-साहाय्यता बचत गटाचे प्रथम व द्वितीय मूल्यांकन झाल्यानंतर अ श्रेणी प्राप्त झालेले स्वयं-साहाय्यता बचत गट उत्तम मानले जातात. परंतु मूल्यांकन हे गुणाप्रमाणे केले जाते. त्याच्या बँक कर्जाकरिता उपयोग होतो. परंतु स्वयंसेवी संस्था तसेच संशोधनात्मक अभ्यासावर आधारित उत्तम गट ठरविले जातात. प्रत्यक्ष व्यवहारात तो गट गुणात्मक स्वरूपाचे कार्य करतो. त्यावरून उत्कृष्ट गट ठरविला जातो. म्हणजे सामाजिक पाहणी व अनुभवावरून उत्कृष्ट गट ठरतात. हे उत्कृष्ट गट खालील निष्कर्षाने ठरत असतात.

१. गटाचा आकार मध्यम
२. संघटन रचना समान
३. पदाचा हव्यास टाळणे
४. नियमित सभा
५. उपस्थिती
६. बचत नियमितता
७. सभेतील सक्रिय सहभाग
८. कर्जात नियमितता व वसुली कार्यक्षम
९. नोंदी असाव्यात
१०. नेतृत्व कार्यक्षम
११. स्थानिक साधनसंपत्तीचा कार्यक्षम वापर
१२. नियोजन, संयोजन, मूल्यांकन
१३. सार्वजनिक निधी
१४. समाजाचा कृती कार्यक्रम
१५. आर्थिक विकासास सामुदायिक कार्यक्रम
१६. शासकीय योजनेत सहभाग
१७. नियमावलीची अंमलबजावणी
१८. अनौपचारिक शिक्षण व कौशल्य शिक्षण कार्यक्रम
१९. आरोग्यविषयक कार्यक्रम

या निकषानुसार चांगल्या गटाची लक्षणे स्पष्ट होतात.

४.६ उद्योजकता व्यवस्थापन

महिला सबलीकरण हे स्वयं-साहाय्यता बचत गटाचे उद्दिष्ट असल्यामुळे प्रत्येक महिला सदस्यास स्वतःच्या पायावर उभे राहण्यासाठी त्यांच्या गरजेनुसार व क्षमतेनुसार कमावते साधन मिळवून देणे गरजेचे आहे. त्याकरिता महिलांना व्यवसाय किंवा उद्योग सुरू करण्याची माहिती देऊन त्यांच्या कलागुणांना व कौशल्यांना वाव देण्यात यावा. तसेच त्यांच्यामध्ये आत्मविश्वास, अस्मिता, आत्मसन्मान, आपुलकी निर्माण होऊन समाजात प्रतिष्ठा प्राप्त होईल आणि स्वयं-साहाय्यता बचत गट चळवळीचे सार्थक होईल. त्याकरिता गटातील प्रत्येक महिला सदस्याला अर्थप्राप्तीचे कमावते साधन देऊन उद्योजक बनविता येईल.

महिला या नैसर्गिक उद्योजक आहेत. कारण ती दररोज कच्च्या मालाचे रूपांतर पक्क्या मालात करत असते. तिला कसलेही शिक्षण नसले तरी घरात उद्योजक म्हणून कार्य करते. उदा. चहा करताना दूध, पाणी, चहा पावडर, साखर या कच्च्या मालाचे रूपांतर पक्क्या मालात करते. तसेच दुधाचे विरजण, दही, ताक, तूप, लोणी तसेच हंगामानुसार उत्पादनात बदल करते. उदा. उन्हाळ्यात पापड, कुरड्या करतात, त्या उद्योजक असतात. परंतु पुरुषप्रधान संस्कृतीत स्त्री उद्योजकता कमी असून तिच्या मालाला किंवा उत्पादनाला विक्रीय वाढावा नाही. म्हणजे त्याकरिता पैसे मोजले जात नाहीत. शिवाय बाजाराभिमुख उत्पादन नसते म्हणून स्वयं-साहाय्यता बचत गटाच्या माध्यमातून महिलांना उद्योजकता बनविण्याच्या दृष्टीने हेतुपूर्वक प्रयत्नांची पराकाष्ठा करणे गरजेचे आहे. स्त्रीच्या अंगी मूलभूत उद्योजकाची कौशल्ये व तंत्रे असून त्या विकसित करण्याकरिता प्रशिक्षण आवश्यक असते. प्रशिक्षणात स्त्रीला उद्योजक बनविण्यासाठी बाजारपाहणी, बाजारनिर्णय, सौदाशक्ती, उद्योग निवड, विक्रीकला, भांडवल, जाहिरात, उत्पादन खर्च, पॅकिंग, साठवणूक, व्यवस्थापन इत्यादी गोष्टींचे प्रशिक्षण आवश्यक असते. महिलांना उद्योजक बनविण्यासाठी खालील टप्पे विकसित करावे लागतात.

४.६.१ उद्योग/व्यवसाय प्रारंभ

प्रत्येक महिलेला कमावते साधन देण्याकरिता उद्योग किंवा व्यवसायाचा प्रारंभ करताना –

(१) परिसर सर्वेक्षण, (२) परिसर सूक्ष्म अभ्यास, (३) चिंतन, (४) कच्चा माल, (५) बाजारपेठ, (६) प्रशिक्षण, (७) पायाभूत सुविधा इ. गोष्टींचा विचार करून उद्योग किंवा व्यवसायाचा प्रारंभ करता येईल. त्याकरिता कुवत, कुशलता, आवड, जिद्द, सचोटी असणाऱ्या अशा गुणसंपन्न महिलांची निवड करून किंवा या

गुणविकासासाठी प्रशिक्षण द्यावे. त्यासाठी महिलांचे चाचणी शिबिर घेऊन उद्योगांचे परिचय करून द्यावेत. त्या उद्योगाकरिता आवश्यक असणारे साहित्य, भांडवल, वेळ, बाजारपेठ, मागणी, खर्च, उत्पन्न, स्थानिक परिस्थिती इ.ची माहिती देऊन महिलांची मानसिकता तयार करून उद्योग व महिलांची निवड करण्यात यावी. त्याकरिता महिलांचे समुपदेशन केले पाहिजे.

४.६.२ प्रशिक्षण

उद्योग व महिलांची निवड केल्यानंतर गटांना प्रशिक्षण देऊन महिलांचा आत्मविश्वास वृद्धिंगत केला पाहिजे. प्रशिक्षणामध्ये उद्योग किंवा व्यवसायाचे संपूर्ण बारकावे, निर्मिती प्रक्रिया, फायदे-तोटे, सविस्तर व सखोलपणे सोप्या व सुलभ भाषेत सांगण्यात यावेत. तसेच महिलांना प्रशिक्षण असे देण्यात यावे की प्रत्येक महिलांना स्वतःच्या उत्पादनाची विक्री, किंमत ठरविण्याची पात्रता निर्माण झाली पाहिजे.

उद्योग प्रशिक्षण शिबिरे हे गटातील सर्व सदस्यांसाठी असावे. या प्रशिक्षणाद्वारे महिलांचे आत्मिक बळ वाढीस लागून वैचारिक चालना निर्माण होऊन उद्योग सुरू करण्याचे मनोबल त्यांना प्राप्त होईल.

४.६.३ उद्योग व व्यवसाय निवड

प्रशिक्षण पूर्ण झाल्यानंतर उद्योगाची निवड व्यक्तिगत पातळीवर किंवा गटपातळीवर या दोन्ही गोष्टी अभिप्रेत आहेत. प्रशिक्षणानंतर उद्योगाची निवड करण्यास उत्तेजन दिले पाहिजे. उद्योग निवड करताना बऱ्याच महिलांमध्ये डळमळीत, गोंधळात्मक व निर्णयास विलंब आणि कचखाऊपणा या गोष्टी दिसून येतात. तसेच पुरुषांच्या बाबतीत हे घडत असते. अशा कठीण समयी उत्पादनपद्धती व उद्योग निवड चुकण्याची शक्यता असते. त्यामुळे आत्मविश्वास गमविण्याची शक्यता असते. अशा प्रसंगी महिलांना प्रेरणा, धीर देण्याची आवश्यकता असते. त्याकरिता प्रशिक्षणार्थी महिलांनी एखाद्या केंद्राला भेट देण्याची आवश्यकता असते. त्यामुळे महिलांचा आत्मविश्वास द्विगुणित होऊन व्यवसायाला प्रारंभ होतो. या प्रारंभीच्या क्षणाला प्रत्येक महिलेला समाजातील विघातक गोष्टी अडथळा निर्माण करणाऱ्या असतात. अशा विघातक गोष्टींना तोंड देण्यासाठी विधायक कार्य करणाऱ्या व्यक्तींचा सल्ला, मार्गदर्शन घेऊन मार्गक्रमण करत राहावे. तसेच शासनयंत्रणा, स्वयंसेवी संस्था यांच्या मदतीने उद्योगांचा प्रारंभ केला पाहिजे. या प्रसंगी 'ऐकावे जनाचे करावे मनाचे' या उक्तीप्रमाणे कार्याला सुरुवात केली पाहिजे.

उद्योग किंवा व्यवसाय निवड करताना स्वयं-साहाय्यता बचत गटातील महिलांनी पुढील गोष्टींचा साकल्याने विचार करावा.

(१) कच्चा माल, (२) जागा, (३) भांडवल, (४) पायाभूत सुविधा, (५) सद्य:स्थिती, (६) किंमत धोरण, (७) शासकीय धोरण, (८) पक्का माल, (९) बाजारपेठ, (१०) जाहिरात इ. बाबींचा विचार करून उद्योगांची निवड करण्यात यावी.

स्वयं-साहाय्यता बचत गटातील महिलांनी प्रशिक्षण घेतल्यानंतर जो उद्योग निवडलेला आहे त्या उद्योगाचे खास प्रशिक्षण पुन्हा घेऊन संपूर्ण उद्योगाचा प्रकल्प अहवाल तयार करावा. स्वयं-साहाय्यता बचत गटातील महिलांना खालील उद्योगांची निवड करण्यास संधी आहे.

१. **शेतीसंलग्न व पूरक उद्योग** : स्वयं-साहाय्यता बचत गटांनी स्थानिक साधनसंपत्तीवर आधारित उद्योग हाती घेऊन त्यामध्ये प्राधान्याने महिलांना रोजगार संधी देणे याकरिता प्रादेशिकदृष्ट्या सर्वेक्षण करून स्थानिक उद्योगाची निर्मिती करावी. शेतीसंलग्न उद्योग म्हणून गाई, म्हैस पैदास, शेळीमेंढी, कोंबडी, डुकरे, ससे, शहामृग यांची पैदास व पालन करून उद्योग व्यवसाय मोठ्या प्रमाणात करता येईल. तसेच गांडूळखत रोपेनिर्मिती, गव्हांकूर असे उद्योग सुरू करता येतील. त्याचप्रमाणे शेती उत्पादनावर आधारित हळदपूड, मिरचीपूड, काकवी, गूळ, तपकीर, सुंठ, लाह्या, नारळापासूनचे पदार्थ, बेदाणे, मनुका, लोणची, मुरांबे असे कितीतरी उद्योग सुरू करता येतील.

   भौगोलिकदृष्ट्या विचार करता जंगलमय प्रदेशात असणाऱ्या स्वयं-साहाय्यता बचत गटांना जंगलाच्या आधारे उद्योग सुरू करता येतील. त्यामध्ये बाबूंपासून शेकडो उपयोगी व शोभेच्या वस्तू, द्रोण, पत्रावळ्या, इरली, चटया, औषधी वनस्पतीपासून साली, मुळे वाळवून चूर्णे, पानांचा रस तयार करता येतो. जंगलामधून मधाचे उत्पादन करता येते.

   जंगलामधून मिळणाऱ्या अल्पजीवी झाडांपासून घरबसल्या पोळपाट, खुंट्या, टिपऱ्या, काठ्या, खेळणी, शैक्षणिक साधने अशा कितीतरी वस्तूंचे उत्पादन करता येईल.

   भौगोलिकदृष्ट्या भूगर्भात माती वेगवेगळ्या प्रकारची व रंगाची उपलब्ध होते. उदा. काव, हुरमूस, पिवडी, शाडू, तांबडी माती यासारख्या मातीपासून विविध नक्षीकाम करून भांडी व इतर वस्तू तयार करता येतील. त्यातून स्थानिक पातळीवर रोजगार उपलब्ध होईल.

शेतीसंलग्न व्यवसाय म्हणून फुलशेती व फुलांवर आधारित उद्योग ही महिलांना पर्वणी आहे. कारण स्वयं-साहाय्यता बचत गटातील प्रत्येक स्त्रीकडे थोडीशी शेती व पाणी असल्यास स्वतंत्रपणे हा व्यवसाय ती करू शकते. गुलाब, जाईजुई, मोगरा, अबोली, शेवंती, निशिगंध, अशी शोभेची व पूजेची फुले यापासून मिळू शकतील. त्यापासून महिलांना कमावते साधन प्राप्त होईल.

आधुनिक काळात गव्हांकूर हा हंगामी व्यवसाय फार मोठ्या प्रमाणात तेजीत आहे. महिलांनी हिवाळ्यात गव्हाचा रस काढून विकल्यास हंगामानुसार रोजगार प्राप्त होईल.

शेतीला जोडव्यवसाय म्हणून बचत गटातील महिलांना दुग्धव्यवसाय, शेळीमेंढीपालन, कुक्कुटपालन, वराह पालन आणि अलीकडील काळातील शहामृग पालन असे व्यवसाय करून कमावते साधन प्राप्त होते. त्यामुळे त्या उद्योजक बनू शकतात.

२. **प्रक्रिया उद्योग** : शेतीवर आधारित अनेक उद्योग स्वयं-साहाय्यता बचत गटांना करता येतील. यामध्ये गळिताच्या धान्यापासून तेल, भातापासून पोहे, पोह्यापासून चिवडा, गूळ व शेंगदाणे यापासून चिक्की, पापड, शेवया, दुधापासून दुग्धजन्य पदार्थ आणि मिठाई, प्राण्यांपासून लोकर, कातडी, खत असे प्रक्रिया उद्योग सुरू करता येतील.

शेतीवर आधारित फळप्रक्रिया उद्योग स्वयं-साहाय्यता बचत गटांना करता येतील. भारतामध्ये महाराष्ट्रासह फळबागांचे क्षेत्रफळ वाढत आहे. या फळबागांवर आधारित उद्योग सुरू करता येतील.

फळबागांमधील आंब्यापासून स्क्वॅश, सरबत, सिरप, जॅम तयार करता येते. तसेच चिक्कूपासून जॅम, चिक्कूशेक तयार करता येईल. फळे-भाजीपाल्यापासून, जेली, ज्यूस, लोणचे, केचप, पेस्ट, सूप, ड्रायफ्रूट, बर्फी, वडी, चॉकलेट, वेगवेगळ्या पावडरी, च्यवनप्राश अशी फळ व भाजीपाला पासूनची विविध उत्पादने करता येतील. तसेच प्रक्रिया उद्योग म्हणून बेकरी, झाडू तयार करणे, स्वीटमार्ट, मुरमुरे, पोहे प्रक्रिया, असे उद्योग सुरू करून महिलांना कमाईचे साधन प्राप्त होते. महिलांना उद्योजक बनविण्यासाठी सर्व माहिती मिटकॉन, पुणे येथे प्राप्त होते.

३. **सेवा उद्योग** : महिला स्वयं-साहाय्यता बचत गटाला शेतीसंलग्न प्रक्रिया उद्योग आणि सेवा उद्योग सुरू करून कमाईचे साधन मिळविता येते. गटाच्या माध्यमातून स्वयंरोजगार म्हणून सेवा उद्योग सुरू करता येतील. असे उद्योग कुंभारकाम, सुतार, लोहार काम, शिवणकाम, मधमाशी पालन, रेशीम

उत्पादन, बूट, चप्पल बनविणे, पिठाची चक्की, एस.टी.डी. बूथ, लॉन्ड्री, ब्युटीपार्लर, रेडिओ, मोबाईल, घड्याळ, मोटाररिवायडिंग, दुरुस्ती, किराणा दुकान, भाजीपाला विक्री केंद्र, वाचनालय, बुक बाईडिंग, नक्षीकाम, स्क्रीन प्रिंटिंग, फर्निचर, शालेय बॅगा, झेरॉक्स सेवा, मंगलकार्याकरिता भांडी, किराणा दुकान, नर्सरी, मसाला कांडप, स्टेशनरी सेवा उद्योग सुरू करून महिला स्वयंरोजगार निर्मिती करू शकेल.

स्वयं-साहाय्यता गटांना शासकीय पातळीवर प्रयत्न करून स्वयंरोजगारी बनविता येते. शासकीय पातळीवर महिलांना कमावते साधन दिल्यास महिला ही उद्योजक बनू शकेल. त्याकरिता शासनाने खालील कामे महिला बचत गटांना द्यावीत.

१. स्वस्त धान्य दुकाने व केरोसिन प्रभागनिहाय देण्यात यावे. शिवाय लोकसंख्यानिहाय वितरण करण्यात यावे.

२. शासकीय गॅस एजन्सी महिला बचत गटांना देण्यात यावी .

३. एस.टी. बसस्थानकातील बुक स्टॉल गटांना देण्यात यावे.

४. दैनंदिन वर्तमानपत्रांची एजन्सी गटांना देण्यात यावी.

५. ग्रामपंचायत पातळीवर १ ते १.५० लाख रुपयांपर्यंतचे कंत्राटी काम गटांना देण्यात यावे.

६. विद्युत महामंडळाने वीजबिल वितरण, रीडिंग व वीजबिल वसुली ही कामे गावनिहाय वर्गवारी करून बचत गटांना दिल्यास वीजचोरी थांबून वीजबिल वसुली होऊ शकते.

७. रेल्वे खात्याने रेल्वे स्टेशनच्या हातगाड्या व कँटीन महिला बचत गटांना चालविण्यास द्यावे.

८. गावपातळीवर सर्वेक्षण करण्याचे काम प्राथमिक शिक्षकांऐवजी बचत गटांना दिल्यास गावाचे सर्वेक्षण तंतोतंत केले जाईल. तसेच जनगणना, मतदारयाद्या तयार करण्याचे काम देण्यात यावे.

९. शैक्षणिक संस्थांमधील कँटीन, वसतीगृहातील खानावळ चालविण्यास शासकीय पातळीवर निर्णय घेऊन देण्यात यावे.

१०. शासकीय विभागातील उपहारगृहे महिला बचत गटांना चालविण्यास देण्यात यावीत.

११. शासनाने दृतगती मार्गावरील टोल नाक्यावरील वसुलीचे काम महिला बचत गटांना दिल्यास भ्रष्टाचार कमी होईल.

१२. नगरपरिषदा आणि ग्रामपंचायत यांच्या घरपट्टी वसुलीचे काम प्रभागनिहाय स्वयं-साहाय्यता बचत गटांना वसुलीच्या प्रमाणात कमिशन तत्त्वावर देण्यात यावे.

वरीलप्रमाणे शासनाने महिला बचत गटांना कामे दिल्यास खऱ्या अर्थाने महिलांना कमावते साधन मिळून त्या उद्योजक बनू शकतील. त्यामुळे महिलांची आर्थिक उन्नती होईल. म्हणून शासनाने याबाबत कठोर निर्णय घेऊन महिलांना कमावते साधन मिळवून द्यावे.

४. **उद्योगांची स्थिरता** : स्वयं-साहाय्यता बचत गटाने निवडलेला उद्योग सुरू करून उत्पादन प्रक्रिया अखंडपणे सुरू करण्याकरिता उद्योगाच्या स्थिरतेला पाठिंबा व सहकार्य आवश्यक असते. उद्योगांची स्थिरता होण्याकरिता अनेक अडचणी असतात. त्यावर मात करण्याची क्षमता व धैर्य आवश्यक असते. उद्योगाची स्थिरता अखंडपणे राहिल्यास गटातील महिला उद्योजक बनू शकते. म्हणून उद्योग स्थिरावले पाहिजेत.

४.७ बाजारपेठ उपलब्धता

बाजारपेठ उपलब्धता स्वयं-साहाय्यता बचत गट चळवळीचा आत्मा असून बचत गटांनी उत्पादित केलेल्या वस्तूंना बाजारपेठ मिळणे आवश्यक आहे. बचत गटातील प्रत्येक महिला सदस्याला एक कमावते साधन द्यावयाचे असेल, तिला छोटी उद्योजिका बनवायची असेल तर तिच्या उत्पादित मालाला विपणन मिळणे अगत्याचे आहे. स्वयं-साहाय्यता बचत गटाच्या उत्पादित मालावर कितीतरी महिलांच्या मायेचे हात फिरले आहे. तो माल तयार करताना किती जणींचे संस्कार घडलेले असतील याचा विचार करून त्या संस्कारमय मालाला विपणन सुविधा मिळवून देणे आवश्यक आहे. कोणत्याही बाजारकेंद्रात स्वत:ची उत्पादने स्वत: विकून दाखविणे हा विपणनाचा मार्ग असला तरी असा स्वयंप्रेरित मार्ग सर्वांना शक्य होईल असे नाही. कारण स्वयं-साहाय्यता बचत गट प्रस्थापित वर्गापुढे टिकू शकणार नाहीत. म्हणून शासनाच्या व स्वयंसेवी संस्थांच्या माध्यमातून बचत गटांच्या वस्तूंच्या विपणन प्रश्नाचे निर्मूलन केल्यास स्वयं-साहाय्यता बचत गटांच्या चळवळीस निश्चित उभारी मिळू शकेल. म्हणून स्वयं-साहाय्यता बचत गटाने व शासनप्रणालीने विपणनाची निर्मिती पुढीलप्रमाणे करावी.

४.७.१ स्थानिक बाजार

स्वयंसाहाय्यता बचत गट प्रभागनिहाय, वाडीवस्ती, गावोगाव स्थापन होत आहेत. या गटांना आपोआप बाजारपेठ मिळू शकेल. परंतु स्थानिक गटाने स्थानिक

गरजांचे सर्वेक्षण करावे. त्यानुसार उत्पादन करावे. स्वयं-साहाय्यता बचत गटांनी ग्राहकांना दररोज लागणाऱ्या व उपलब्ध होतील. उदा. गांडूळखत प्रकल्प, गव्हांकूर रस, स्नॅक्स बार, पनीर, दही, ताक, पिठाची गिरणी, कोळसा चूल, दगडांपासून शोभिवंत वस्तू अशा वस्तूंचे उत्पादन केल्यास कच्चा माल स्थानिक बाजारपेठेत मिळू शकतो. शिवाय पक्क्या मालाला बाजारपेठ मिळू शकते.

स्थानिक बाजारपेठांच्या निर्मितीसाठी शासनाने प्रयत्न केल्यास बचत गटांना बाजारपेठ मिळू शकेल. त्याकरिता शासनाने प्रत्येक महसूली गावनिहाय गटाकरिता अस्मिता भवन बांधण्याची तरतूद केली आहे. या अस्मिता भवनामध्ये गटाकरिता गाळे उपलब्ध करून दिले पाहिजेत. तसेच ग्राम पंचायतीनेही काही गाळे गटांना उपलब्ध करून दिल्यास बचत गटांना स्थानिक गरजांची पूर्तता करता येईल. गाळे उपलब्ध करून दिल्यास गावात सर्व जनतेला बचतगटांच्या उत्पादित वस्तूंची कल्पना येईल. शासनाने या बचतगटांच्या काही वस्तू स्वत: खुल्या बाजारभावापेक्षा जास्त किमतीला खरेदी करून शासकीय लेबल लावून लेव्ही पद्धतीने विक्री करावी. सध्या शासन लेव्ही पद्धतीने साखर, तांदूळ, गहू, ज्वारी, डाळी अशा वस्तूंचे विपणन करीत आहे. त्याच पार्श्वभूमीवर गटांच्या वस्तूंचे विपणन केल्यास स्वयं-साहाय्यता बचत गट हे लघुउद्योजक बनतील. त्यातून रोजगार निर्मिती होईल. म्हणून शासनाने जाणीवपूर्वक विपणन व्यवस्था स्थानिक पातळीवर निर्माण करावी.

४.७.२ गट बाजार

सर्वसाधारणपणे गटबाजार हा १० ते २० वाड्यावस्त्या, गावे मिळून मध्यवर्ती गावाच्या ठिकाणी भरतो त्यास आठवडा बाजार म्हणतात. या बाजारात परिसरातील वाड्यावस्त्या गावातील समुदाय खरेदी विक्रीस येतात. अशा विपणन व्यवस्थेचे सर्वेक्षण करून त्या गावात शासनामार्फत विपणन केंद्रे निर्माण करावीत. तसेच या विपणन केंद्रामार्फत बचतगटांना कच्चामाल व सेवा सल्ला मार्गदर्शन व्यवस्था निर्माण केली पाहिजे.

गटबाजाराच्या पातळीवर शासनामार्फत शेतमाल विपणन व्यवस्था सहकारी तत्त्वावर उपलब्ध आहे. नवीन यंत्रणा किंवा बाजार सुविधा उपलब्ध करण्याची आवश्यकता नाही. त्या सहकारी विपणन संघात बचत गटांच्या करिता विपणन केंद्रे निर्माण करावीत. या केंद्राद्वारे बाहेरील बाजारपेठांची माहिती व मार्गदर्शन मिळू शकेल. त्यामुळे बचतगटांच्या उत्पादनामध्ये परिवर्तन करता येईल. तसेच सहकारी विपणन संघाचे उत्पादन कमिशन तत्त्वावर बचतगटांना दिल्यास आपोआप बचतगटांना विपणनाची माहिती व सुविधा मिळू शकतील. त्यातून रोजगार प्राप्ती होऊ शकेल.

गटबाजारात एकमेकांच्या व बचतगटांनी उत्पादन केलेल्या वस्तूंची माहिती मिळून वस्तूंचा विनिमय करता येईल. त्यामुळे बाजार विस्तार होईल. तसेच गटबाजारातील उत्पादित माल मागणीनुसार स्थानिक बाजारात उपलब्ध करता येईल. त्यामुळे गटबाजारातील काळाबाजार व मालाची टंचाई दूर करता येईल. गटबाजारात बचतगटांसाठी स्वतंत्रपणे मार्गदर्शन केंद्रे उभारावीत. गटबाजार परिसरात खासगी उद्योग किंवा सहकारी उद्योजक किंवा लिमिटेड उद्योग शेतीसंलग्न वस्तूंचे उत्पादन करीत असतील तर त्या उद्योगांच्या बचत गटांना विक्री एजन्सीने दिल्यास, गटांना फायदा होऊन संबंधित उद्योगांना गटाद्वारे बाजारपेठांचा विस्तार करता येईल. उदा. पशुखाद्य, कृषिसेवा, तेलघाणे, रेशीम उद्योग, दुग्धजन्य, शेतीयुक्त रसायन खते, इ. उत्पादनाची एजन्सी देण्यात यावी.

गटबाजार परिसरात सर्वत्र पुणे जिल्ह्याच्या 'सावित्री बाजार'च्या धर्तीप्रमाणे बाजार उपलब्ध करून दिल्यास बचतगटांना बाजारपेठ मिळू शकेल.

४.७.३ तालुका बाजार

तालुका पातळीवर आठवड्यातून एक दिवस मोठा बाजार भरतो. तसेच तालुका पातळीवर दररोज मंडई स्वरूपात तसेच दैनंदिन लिलाव स्वरूपात बाजार चालू असतो. तालुका पातळीवरील बाजारपेठ बचतगटांना स्वबळावर मिळविता येत नाही. म्हणून शासनामार्फत सहकाराच्या तत्त्वानुसार बचत गटांनी 'उत्पादित वस्तूंचा बाजार' या नावाने विपणन भवन उभी करावीत. या विपणनाची उभारणी सहकारी तत्त्वावर करून स्थानिक बाजार या गट बाजारांशी जोडावेत. तसेच तालुक्यातील सर्व गटांना या बाजारात कायमचे सदस्यत्व द्यावे. त्यामुळे तालुक्यातील सर्व बचत गटांना वस्तू उत्पादन, मार्गदर्शन या विपणन भवनामार्फत मिळू शकेल. समग्र तालुक्याचे सर्वेक्षण करून विविध प्रभागातील गरजांचा विचार करून गरजेनुसार स्थानिक गट या बाजारात मालाचे वितरण करतील. त्याचप्रमाणे तालुक्यातील बचतगटांचे उत्पादन एका छत्राखाली येईल. त्यांना तालुका पातळीवरील ग्राहक मिळतील. म्हणून शासनामार्फत तालुका पातळीवर स्वयं-साहाय्यता बचत गट 'उत्पादित माल विपणन' नावाने स्थापन करावेत. या विपणन संघामार्फत तालुक्यातील बचतगटांना एकसंध जोडता येईल. त्यामुळे गटाची पिळवणूक होणार नाही. शिवाय स्वयंसेवी संस्थाही मार्गदर्शन करतील. पंचायत समितीचे अवास्तव महत्त्व कमी होईल. बँकांवरती दबाव राहील. तसेच गट 'बँक संलग्न' लवकर होतील. या संघामार्फत दरमहा बचत गट उत्पादित मालाचे प्रदर्शन घेऊन विक्री करता येईल. शिवाय जाहिरात विनाखर्च होईल. अशी प्रदर्शने सातत्याने भरविल्यास आपोआप ग्राहक मिळून त्यामुळे गटचळवळीला उभारी मिळू शकेल.

तालुक्यातील खासगी संस्था किंवा व्यक्तींनी मध्यम प्रमाणावरील मॉल उभी करावीत. त्या मॉलमध्ये गटांच्या उत्पादित माल विक्रीस ठेवावा. त्यामुळे बाजारपेठ मिळू शकेल. त्याचप्रमाणे बारामती तालुक्यातील 'राजस'सारख्या संस्थांप्रमाणे प्रत्येक तालुक्यात संस्था निर्माण होतील. कारण राजस संस्था बचत गटांना कोष मशिनरी देऊन (कच्चा माल) रेशीम निर्मिती करून (पक्का माल) हा स्वत: खरेदी करते. त्यामुळे रेशीम उत्पादन करणाऱ्या गटांना बाजारपेठ आपोआप उपलब्ध होते. त्याचप्रमाणे बारामती ॲग्रोची मस्त चिकन विक्री एजन्सी बचतगटांना मिळाल्यास बाजाराचा विस्तार होईल.

४.७.४ जिल्हा पातळीबाजार

स्वयं-साहाय्यता बचत गटांनी उत्पादित केलेल्या वस्तूंचे संकलन गटबाजार, तालुका बाजार करून जिल्हा बाजारात वितरण करून जिल्हा बाजार मिळविता येईल. त्याकरिता शासनाने जिल्हा ग्रामीण विकास यंत्रणातर्फे शहरात जिल्हा प्रभागनिहाय विक्री केंद्रे निर्माण केली पाहिजेत. पुणे जिल्ह्याच्या सावित्री बाजाराच्या पार्श्वभूमीवर प्रत्येक जिल्हा विक्री भवन निर्माण करावीत. शहराच्या ज्या प्रभागात ग्राहकांचा वावर जास्त असतो, त्या ठिकाणी विपणन केंद्रे उभारावीत. ग्रामीण उत्पादने, शहरी उत्पादने यांचे विनिमय विपणन केंद्रामार्फत करता येईल. त्याचप्रमाणे ग्रामीण बचत गटांना शहरात प्रवेश करण्याकरिता शासनामार्फत तिमाही किंवा सहामाही जिल्ह्याच्या ठिकाणी बचत गट वस्तू प्रदर्शन आयोजित केल्यास मालाची जाहिरात होऊन, खप मोठ्या प्रमाणात होऊन, बाजारपेठांचा विस्तार होईल. त्यामुळे खेडी शहरांशी जोडली जातील. जिल्हा प्रदर्शनामुळे बचतगटांमध्ये स्पर्धा निर्माण होऊन गुणवत्ता विक्री केंद्रे, उत्पादित वस्तू विविधता इ.ची प्रचिती ग्राहकांना येऊ शकेल. त्यामुळे मागणी वाढेल. बाजारांचा विस्तार होईल. जिल्हा बाजारात सर्व गटांनी आपापल्या उत्पादनाची कमिशन तत्त्वावर एकमेकांना मालाचा विनिमय करून विपणन जाळे गुंफता येईल.

पश्चिम महाराष्ट्राच्या जिल्हा धर्तीवर संपूर्ण भारतभर विशिष्ट बँडनेम तयार करून वस्तूंची विक्री करण्यात यावी. पश्चिम महाराष्ट्रात पुणे जिल्हा 'सावित्री', सातारा 'मानिनी', सोलापूर 'रुक्मिणी', सांगली 'कृष्णामाई', कोल्हापूर 'आम्ही कोल्हापुरी' अशा ब्रँडनेम नुसार प्रदर्शनात वस्तूंचे विपणन केल्यास प्रत्येक जिल्ह्याची ख्याती स्पष्ट होईल.

जिल्हा प्रदर्शनाप्रमाणे तालुका प्रदर्शनातही प्रत्येक ब्रँडनेम वापरून प्रदर्शने आयोजित करता येतील. बारामती तालुक्यातील 'ॲग्रिकल्चर डेव्हलपमेंट ट्रस्ट'ची

बारामती या स्वयंसेवी संस्थेची 'भीमथडी जत्रा' आयोजित केली होती. त्याच धर्तीवर इतर स्वयंसेवी संस्थांनी प्रदर्शने आयोजित केल्यास बचत गटांना बाजारपेठ मिळू शकेल.

जिल्हा पातळीवरील शासकीय विभागाने आवश्यक असणाऱ्या वस्तू किंवा सेवा स्वयं-साहाय्यता बचत गटांकडून खरेदी केल्यास विपणन जाळे निर्माण होईल. तसेच शासकीय विभागाने बचतगटांचे उत्पादन खुल्या बाजाराच्या किमतीपेक्षा २० ते २५% जास्त किंमत देऊन खरेदी केल्यास, गटांना मोठ्या उद्योगाशी स्पर्धा करण्याचे सामर्थ्य प्राप्त होईल. त्यामुळे स्वयं-साहाय्यता बचत गटांच्या चळवळीस उभारी येऊ शकेल.

शासनास आवश्यक असणाऱ्या वस्तूंचे उत्पादन स्वयं-साहाय्यता बचत गटांना करण्यास प्रोत्साहन दिल्यास, बचत गटांना नवीन उत्पादन करण्यास उत्साह निर्माण होईल. शिवाय शासकीय पाठबळ मिळत असल्यामुळे उत्पादनाचे प्रमाण वाढेल.

अलीकडील काळात जिल्हा पातळीवर विपुल प्रमाणात मॉल संस्कृती आत्मसात होत आहे. मॉलमध्ये बचतगटांच्या वस्तूंची विक्री व्यवस्था केल्यास उच्चवर्गामध्ये या वस्तूंचा खप होईल. शिवाय मॉल संस्कृतीमध्ये स्वयं-साहाय्यता बचत गटांना प्रवेश केल्याचे समाधान प्राप्त होईल. त्याचप्रमाणे स्वयं-साहाय्यता बचत गट सदस्य मॉल संस्कृती आत्मसात करण्यास सज्ज होतील. त्यामुळे मॉल व बचतगट या दोन्ही संस्थांना एकमेकांची बाजारपेठ मिळू शकेल.

४.७.५ राज्य पातळीवर बाजार

राज्यपातळीवर 'सरस' सारखे प्रदर्शन, मेळावे भरवून मोठ्या शहरातील बाजारपेठा मिळविता येतील. परंतु सरस सारखे प्रदर्शन एका शहरात न भरविता दरमहा वेगवेगळ्या शहरात राज्यनिहाय आयोजित केल्यास, राज्याराज्यातील उत्पादित मालाची ओळख, गुणवत्ता, कौशल्य इ. वृद्धिंगत होतील. शिवाय प्रादेशिक एकात्मकेची बांधणी होऊन ग्रामीण भारत निर्माण होईल. प्रत्येक राज्यशासनाने राजधानीच्या ठिकाणी बचतगट विपणन निर्माण केल्यास बचतगटांना शहरात कायमस्वरूपी विपणन प्रणाली प्राप्त होईल. त्यामुळे ग्रामीण बचतगट राजधानीच्या ठिकाणीही जोडले जातील.

अशा प्रकारे शासनाने विपणन व्यवस्था निर्माण केल्यास सहकाराप्रमाणे या मिनीबाजाराचा उद्धार होण्यास फार विलंब होणार नाही. तसेच बचत गटांनीही स्वत: बाजारपेठ मिळविण्याची धडपड केली पाहिजे.

शासनाने राज्यपातळीवर सहकाराच्या तत्त्वाप्रमाणे बाजारपेठांचे जाळे निर्माण करण्यासाठी त्रिस्तरीय मार्केटिंग फेडरेशन निर्माण करावीत, जेणेकरून बचत गटांच्या उत्पादित मालास सुनियोजित विपणन व्यवस्था निर्माण होईल. अशी त्रिस्तरीय रचना पुढीलप्रमाणे असावी.

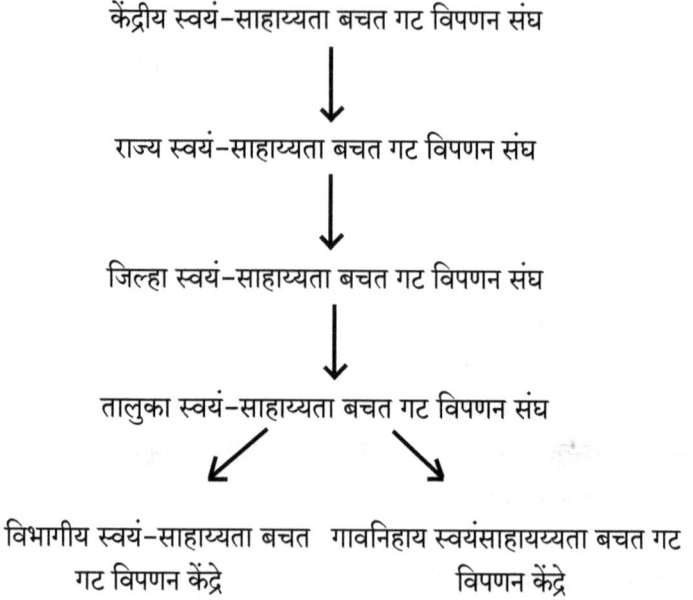

केंद्रीय स्वयं-साहाय्यता बचत गट विपणन संघ

↓

राज्य स्वयं-साहाय्यता बचत गट विपणन संघ

↓

जिल्हा स्वयं-साहाय्यता बचत गट विपणन संघ

↓

तालुका स्वयं-साहाय्यता बचत गट विपणन संघ

↙ ↘

विभागीय स्वयं-साहाय्यता बचत गट विपणन केंद्रे

गावनिहाय स्वयंसाहायय्यता बचत गट विपणन केंद्रे

अशा प्रकारे विपणन व्यवस्था निर्माण केल्यास सहकाराच्या विकासाप्रमाणे बचतगटांचा विकास होऊन ग्रामीण अर्थकारणाच्या विकासास हातभार लागेल. त्यामुळे ग्रामीण अर्थकारण मजबूत होऊ शकेल.

अशा प्रकारे भौगोलिक दृष्ट्या स्थाननिहाय व्यवस्था जाणीवपूर्वक प्रयत्न करून निर्माण करता येईल.

६) हंगामानुसार बाजार उपलब्धता

भारतामध्ये उन्हाळा, पावसाळा, हिवाळा या तीन ऋतुमानानुसार स्वयंभू बाजारपेठा निर्माण होतात. अशा बाजारपेठा काबीज करण्याचे सुनियोजन बचत गटांनी केले पाहिजे. ग्रामीण भागात सण, उत्सव, जत्रा, यात्रा, लग्न समारंभ आयोजित केले जातात. अशा प्रसंगी विविध वस्तू उत्पादन केल्यास हंगामानुसार बाजारपेठा मिळू

शकतील. ज्या गावात जत्रा असते, त्या गावातील बचतगटांनी जत्रा महोत्सव म्हणून 'जत्रा स्पेशल मसाला' बनवून विक्री करावी, गावातील देवस्थानाकरिता वस्तू उत्पादन बचत गटांनी करून हंगामी बाजारपेठ मिळविता येतील. उदा. मकरसंक्रांतीसाठी तिळाच्या वड्या, तिळगूळ, भेटवस्तू मागणीप्रमाणे तयार कराव्यात. दिवाळीसाठी फराळाचे पॅकिंग, स्प्रे, अत्तर, सुगंधी उटणे, तेले, कापूर, पणत्या, किल्ला खेळणी, आकाश कंदील, इ. विक्री करावी. फटाक्यांची लेबले तयार करावीत. नवरात्र उत्सवासाठी नवरात्र पॅकिंग वस्तू विक्री करावी. गणपती महोत्सवासाठी मोदक पॅकिंगसह, आरतीसाहित्य, प्रसाद इ. पॅकिंग करून विक्री केल्यास हंगामी बाजारपेठ मिळू शकते. त्याचप्रमाणे रमजान ईदसाठी शिरखूर्मासाहित्य (काजू, बेदाणे, शेवया) पॅकिंग करून विक्री करता येईल. बकरीईद आणि ११ महिने वयाचे बोकडांचे पालनपोषण जोमदार केल्यास बाजारपेठ सहज मिळू शकेल. ख्रिसमस स्टार, आकाशदिवे, विविध केक बनवून विक्री करावी. नागपंचमीसाठी लाह्यांची पॅकिंगसह विक्री करता येईल.

लग्नसराईत लग्नसमारंभासाठी साखरेचे रुखवत, वधूवर बाशिंगे, मोत्यांच्या मुंडावळ्या, अक्षतांचे पॅकींग व ऑर्डर घेऊन विक्रीकरता येऊ शकेल.

पावसाळ्यामध्ये शोभिवंत रोपे यांना मागणी येते. अशी रोपे, औषधी वनस्पती, विविध प्रकारची कलमे तयार करून नर्सरी उभी करून विक्री करता येईल. त्याचप्रमाणे हिवाळ्यासाठी महिला बचतगटांना स्वेटर विणणे, मफलर, गोधडी, घोंगड्या अशा वस्तूंची उत्पादने करून विक्री करता येईल.

अशा प्रकारे हंगामी बाजारपेठ बचतगटांना काबीज करता येईल. त्याकरिता शासनाच्या सहकार्याची आवश्यकता आहे.

४.८ विमा व्यवस्थापन

स्वयं-साहाय्यता बचत गटातील महिलांच्या कुटुंबासाठी अपघात व आजारपणासाठी एकमेव संरक्षण विमा योजना आहे. भविष्यात होणारे नुकसान भरपाई करण्याची हमी मिळते, त्यास विमा म्हणतात. स्वयं-साहाय्यता बचत गटातील महिलांना ग्रामीण महिला स्वास्थ्य विमा योजना आहे. विमा दोन प्रकारचे आहेत.

१. **जीवनविमा** : विमा पॉलिसी घेणाऱ्या व्यक्तीला ठराविक मुदतीत हप्ते भरून व्यक्तीगत नुकसान झाले तर भरपाई मिळू शकते. अन्यथा मुदतीअंती रक्कम परत मिळते. व्यक्तीला आजार झाल्यास व मृत्यू आल्यास ठरावीक रक्कम नुकसान भरपाई म्हणून विमा कंपनी देत असते.

२. **सर्वसाधारण विमा** : या विमाप्रकारात चोरी, आग, वादळ, भूकंप, अपघात वगैरे संकटांपासून मुकाबला करण्याकरिता विमा घेतला जातो. या विमा पालिसीकरिता एकरकमी विमा हप्ता भरला जातो. विमा मुदतीत नुकसान झाल्यास भरपाई मिळू शकते.

असे दोन प्रकारचे विमा स्वयं-साहाय्यता बचत गटातील महिलांना घेता येतात. स्वत: सदस्यांचा विमा घेता येतो. तसेच गटामार्फत विविध व्यवसायाचा विमा घेता येतो. उदा. गटातील सदस्य दुग्धव्यवसाय म्हणून जनावरांचा विमा, किराणा दुकानाचा विमा उतरवितात.

स्वयं-साहाय्यता बचत गटाच्या माध्यमातून महिलांचा विमा उतरविल्यास कोणत्याही आजारासंबंधी विनाचौकशी नुकसान भरपाई मिळू शकते. त्याकरिता खालीलप्रमाणे विम्याचा हप्ता भरावा लागतो.

१. पती- पत्नी व दोन मुले	२६६ रु.
२. सासू सासरे प्रत्येकी	३२रु.
३. परित्यक्ता विधवा	१९० रु.
४. तिसरे मूल १८ वर्षाखालील	१२रु.
५. तिसरे मूल १८ वर्ष ते २२ वर्षापर्यंत	३२रु.
६. तिसरे मूल २३ वर्षावरील	२६६ रु.

विमा रक्कम बचत गटातून नॅशनल इन्शुअरन्स कंपनी लिमिटेड मुंबई या नावाने ड्राफ्ट भरून विमा पॉलिसी ताबडतोब मिळू शकते.

विमा पॉलिसीचे लाभ पुढीलप्रमाणे मिळतात.

१. आजार, रोग, अपघात, इ.साठी कुटुंबास १५०००रु. नुकसान भरपाई मिळते.

२. मृत्यू आल्यास १८ वर्षाखालील विमा धारकास रु. २५००० व १८ वर्षांवरील विमा धारकास रु. १०,००० नुकसान भरपाई मिळते.

३. मृत्यू आल्यास वारसदारांना रु. ७५,००० मिळू शकतात. व्यवसायाबाबत नुकसान भरपाई हे त्या व्यवसायाचे मूल्यांकन करून मिळू शकते. अशाप्रकारे ही नुकसान भरपाई तात्काळ मिळू शकते.

४. तात्पुरते अपंगत्व आल्यास डॉक्टरांनी लेखी प्रमाणित केल्यास दर आठवड्याला रु. २५० नुकसान भरपाई मिळते.

५. वैद्यकीय खर्चाकरिता औषधासाठी दर दिवसाला रु. ५०=०० प्रमाणे १५ दिवसांकरिता मदत मिळू शकते.

६. विमाकर्त्याचे घरापासून दूर निधन झाल्यास शव हलविण्यासाठी रुग्णवाहिकेचा खर्च मिळतो.
७. विमा कंपनीद्वारा नेमलेल्या रुग्णालयात विमा धारकास आजारपणात मोफत वैद्यकीय सेवेचा लाभ मिळतो.

विमा रक्कम मिळविण्यासाठी खालील गोष्टीची पूर्तता करणे आवश्यक आहे.

१. अपघात झाल्यास पोलीस रिपोर्ट, पोस्टमॉर्टम रिपोर्ट इ. गोष्टी आवश्यक आहेत.
२. आजारपण आल्यास डिस्चार्ज कार्ड, तपासणी अहवालाची प्रत, औषधांचे बिल, डॉक्टरांच्या सूचनांचा कागद, रुग्णालयाचा खर्च इ. गोष्टींची पूर्तता करावी लागते. तसेच या दाव्यावर गटाच्या संघटिकेची सही आवश्यक असते.

स्व. ब. गटाने सर्व सदस्यांचा विमा उतरविल्यास गटाकडे नोंद असणे आवश्यक असते. त्या विम्याची नोंद पुढील नमूना आराखड्यानुसार केली जाते.

नमूना : सदस्य विमा पॉलिसी आराखडा

गटाचे नाव ------------------------------------

विमा कंपनीचे नाव व पत्ता :

क्र.	विम्याची तारीख	सभासदाचे नाव व क्र.	पॉलिसी नंबर	तपशील	विम्याची रक्कम रु.	विमा प्रिमियम	नूतनीकरण		शेरा
							अंतिम तारीख	केल्याची तारीख	

४.९ अनुदान व्यवस्थापन (Subsidy Management)

स्वयं-साहाय्यता बचत गटाच्या माध्यमातून दारिद्र्य निर्मूलन करण्याकरिता आणि त्याद्वारे महिलांचे सबलीकरण करण्याकरिता स्वर्णजयंती ग्राम-स्वयंरोजगार योजनांतर्गत गटानां अनुदान देण्यात येते. दारिद्र्यरेषेखालील असणाऱ्या गटांना अनुदान देण्यात येते. बिगर दारिद्र्यरेषेखालील गटांना अनुदान दिले जात नाही.

स्वयं-साहाय्यता बचत स्थापनेनंतर ६ महिने ते १ वर्षानंतर गटांना खेळते भांडवल म्हणून रु. २५,००० कर्ज बँकेकडून दिले जाते. हे कर्ज एक वर्ष मुदतीचे असते. या कर्जातील रु. १५,००० रक्कम परतफेड करावी लागेल आणि रु. १०,००० अनुदान असते. ते कर्जफेडीत जमा करतात. ही कर्जफेड मुदतीत झाल्यानंतर स्वयं-साहाय्यता बचत गटांना स्वयंरोजगारी प्रकल्पाकरिता ५०% अनुदान व जास्तीत जास्त १,२५,००० आणि प्रत्येक सदस्याकरिता रु. २५००० अनुदान देण्यात येते. स्वयंरोजगारी प्रकल्पासाठीची कर्जफेड झाल्यानंतर हे अनुदान कर्जखात्यात जमा होते.

ग्रामीण भागातील बहुतांश महिला दारिद्र्यातील जीवन जगत असतात. त्यामुळे महिलांच्या सर्व गटांना अनुदान दिल्यास महिलांचे सबलीकरण होऊ शकेल.

४.१० संदेश प्रसार (Message)

स्वयं-साहाय्यता बचत गटाची चळवळ तळागाळापर्यंत पोहोचण्याकरिता व चळवळ बळकट होण्याकरिता, तिचा प्रसार करण्याकरिता आपण स्वत: गट स्थापना करू शकतो. गटाचे संगोपन व संवर्धन करून बँकेशी संलग्नता करू शकतो. त्याकरिता नाबार्डने पोषक वातावरण निर्माण केले आहे.

स्वयं-साहाय्यता बचत गट चळवळीचा प्रसार करण्याकरिता जिल्हा पातळीवर जिल्हा ग्रामीण विकास यंत्रणा आणि नाबार्डशी संपर्क साधता येतो. तसेच तालुका पातळीवर पंचायत समितीशी संपर्क करता येतो. स्वयं-साहाय्यता बचत गटाची चळवळ तळागाळात गावोगावी वॉर्डनिहाय पोहोचण्याकरिता खालील यंत्रणा कार्य करीत आहेत.

(१) ग्रामसेवक (२) अंगणवाडी सेविका व पर्यवेक्षिका, (३) गटविकास अधिकारी, (४) बँक अधिकारी, (५) स्वयंसेवी संस्था, (६) प्रकल्प संचालक, जिल्हा ग्रामीणविकास (७) शिक्षक इत्यादी गट चळवळीच्या संदेश प्रसाराचे काम करीत आहेत. शिवाय संशोधन करणारे संदेश प्रसार करीत आहेत.

४.११.१ संघप्रणालीचे व्यवस्थापन (Management of Federation)
प्रास्ताविक

भारतामध्ये दारिद्र्यनिर्मूलन व महिला सबलीकरण करण्याकरिता अनेक योजनांचा अवलंब केल्याने चांगला परिणाम झालेला असला, तरी दारिद्र्यरेषेखालील महिलांच्या गरजा व सामाजिक विकासभूत घटकांची व्याप्ती फार मोठी असल्यामुळे त्या तळागाळापर्यंत पोहचू शकत नाहीत. परंतु स्वयंसेवी संस्था गेल्या दोन दशकात याबाबत स्वयं-साहाय्यता बचत गटाची स्थापना करून दारिद्र्यरेषेखालील महिलांना लघुवित्तपुरवठा करण्याचा यशस्वीपणे प्रयत्न करीत आहेत. ग्रामीण भागातील स्वयं-साहाय्यता बचत गट एकत्र येऊन संघटनेची बांधणी करतात. परंतु स्वयं-साहाय्यता गटातील आर्थिक व सामाजिक परिस्थिती कमकुवत असल्यामुळे संघाची बांधणी होत नाही. परंतु स्वयंसेवी संस्थांच्या माध्यमातून गावपातळीवर, तालुकापातळीवर संघाची बांधणी मजबूत होते.

देशामध्ये अनेक स्वयं-साहाय्यता बचत गटाचे संघ हे वेगवेगळ्या हेतूने प्रेरित असले तरी, संघाचा हेतू महिला सबलीकरण हाच आहे. स्वयंसेवी संस्थांनी स्थापन केलेल्या गटांचे लोकशाही सहभागाद्वारे सबलीकरण करून सामाजिक व आर्थिक जबाबदारी सामूहिकरीत्या अवलंबणे याकरिता संघाची स्थापना केलेली आहे.

४.११.२ आवश्यकता (Necessity of Federation)

१. सर्व स्वयं-साहाय्यता बचत गटांना एकत्र आणून त्यांच्या कार्यात सुसूत्रता आणणे.

२. गटागटांमधील व्यवहारास मूर्त स्वरूप देण्याकरिता संघाची आवश्यकता आहे.

३. स्वयं-साहाय्यता बचत गटाची क्षमता, कौशल्ये वाढीस लावून त्यांच्या साधनसंपत्तीचा पुरेपूर उपयोग करणे.

४. संघाच्या माध्यमातून गटातील निधी, शिस्त, व्यवस्थापन यात सुसूत्रता आणणे.

५. शासकीय योजनांची कार्यक्षम अंमलबजावणी करून त्यांचा फायदा गटांना करून देणे.

६. संघाच्या माध्यमातून गटांना व्यावसायिक प्रशिक्षण देऊन उद्योजक तयार करणे.

७. गटातील महिलांच्या आर्थिक, सामाजिक समस्या सोडवून त्यांचा दर्जा उंचावणे.

८. स्वयं-साहाय्यता बचत गटांच्या उत्पादित वस्तूंना बाजारपेठ उपलब्ध व्हावी याकरिता वस्तूंचे प्रदर्शन आयोजित करणे.

९. स्वयं-साहाय्यता बचत गटांचा दबाव निर्माण करण्याकरिता संघाची आवश्यकता आहे.

१०. बचत गटातील महिला सदस्यांना आर्थिक, सामाजिक, कायदेशीर, आरोग्यविषयक सेवा प्राप्त होण्याकरिता संघाची आवश्यकता आहे.

४.११.३ संघाची रचना (Structure of Federation)

स्वयं-साहाय्यता बचत गटाच्या संघाची रचना गावपातळीपासून ते देशपातळीवर केली जात आहे. संघाच्या शाखा सर्वत्र निर्माण केल्या जात आहेत. सर्वसाधारणपणे संघाची रचना खालीलप्रमाणे असते.

केंद्रीय स्वयं-साहाय्यता बचत गट महासंघ

↓

राज्य स्वयं-साहाय्यता बचत गट संघ

↓

जिल्हा मध्यवर्ती स्वयं-साहाय्यता बचत गट संघ

↓

तालुका स्तरीय स्वयं-साहाय्यता बचत गट संघ

↓

गावपातळीवर संघ

४.११.४ संघाचे व्यवस्थापन (Management of Ferderation)

स्वयं-साहाय्यता बचत गटाच्या संघाचा कारभार लोकशाहीप्रणालीनुसार संचालक मंडळामार्फत चालतो. संघाच्या प्रत्येक पातळीवर स्वतंत्रपणे संचालक मंडळ असते. संचालक मंडळात एक अध्यक्ष, एक उपाध्यक्ष असतो. शिवाय एक कार्यकारी संचालक असतो. त्यांच्यामार्फत दैनंदिन कारभार चालतो. प्रत्येक गटातील महिला गावपातळीच्या संघाचे प्रतिनिधित्व करीत असते. गावपातळीच्या संघातून एक महिला तालुका पातळीवरच्या संघात प्रतिनिधित्व करीत असते. तसेच तालुक्यातील संघातून

जिल्हा संघावर आणि जिल्हा संघातून राज्यसंघावर एक महिला प्रतिनिधीस पाठविले जाते. त्याचप्रमाणे केंद्रीय महासंघाच्या संचालक मंडळात राज्यातील महासंघातील एक महिला राज्य प्रतिनिधी म्हणून पाठविली जाते. त्याचप्रमाणे विविध संघाच्या पातळीवर बँकांचे प्रतिनिधी, राज्यसरकारचे प्रतिनिधी, जिल्हा ग्रामीण विकास यंत्रणेचे प्रतिनिधी, पंचायत समितीचे प्रतिनिधी आणि नाबार्डचे प्रतिनिधी संचालक मंडळात असतात.

अशा प्रकारे संचालक मंडळाच्या मार्फत संघाचे कामकाज उत्तमरीत्या चालत आहे. तसेच संघाच्या कामकाजाकरिता विविध स्तरावरील संघाने आपआपले पोटनियम तयार केलेले आहेत.

भारतामध्ये प्रदेशनिहाय स्वयं-साहाय्यता बचत गटाचे विविध स्तरावर संघ स्थापन झालेले आहेत. अशा संघ निर्मितीमध्ये स्वयंसेवी संस्थाचे योगदान महत्त्वपूर्ण आहे. उदा. महाराष्ट्रातील पुणे जिल्ह्यामध्ये ॲग्रिकल्चरल डेव्हलपमेंट ट्रस्टच्या माध्यमातून शारदा महिला संघ, बारामती आणि खेड तालुक्यात चैतन्य महिला संघ स्थापन केलेले आहेत. या संघाच्या माध्यमातून महिला बचत गटांना प्रशिक्षण देऊन व्यावसायिक मार्गदर्शन, उत्पादित मालाचे प्रदर्शन करून शहरी बाजारपेठ उपलब्ध करून दिली जात आहे. शारदा महिला संघ, बारामती जि. पुणे भीमथडी जत्रा नावाचे बचत गटाच्या मालाचे प्रदर्शन दरवर्षी आयोजित करीत असून महिलांना प्रोत्साहन देत आहे.

४.११.५ संघाची नोंदणी (Registration of Federation)

महासंघाची स्थापना झाल्यानंतर त्यांची नोंदणी कायदेशीररीत्या करता येते. अशी नोंदणी पुढीलप्रमाणे करता येते.

१. सार्वजनिक न्याय नोंदणी कायदा १९५० व संस्था नोंदणी अधिनियम १८६०.

स्वयंसेवी संस्था ज्या पद्धतीने नोंदविल्या जातात त्याप्रमाणे संघ-महासंघाची नोंदणी केली जाते. त्यासाठी स्वयं-साहाय्यता बचत गटाचे सभासद शुल्क भरून संघाचे सभासद होऊ शकतात. संघ व महासंघाची नोंदणी करताना विहित नमुन्यात अर्ज करून नोंदणी करता येते. नोंदणी करताना संघ/महासंघाची स्वत:ची नियमावली तयार करावी लागते. त्या नियमावलीच्या आधारे संघ/महासंघाची कार्यपद्धती पार पाडावी लागते.

२. सहकारी दुय्यम निबंधक : राज्य सहकारी कायद्यातील तरतुदींनुसार बिगर शेती सहकारी पतसंस्था स्वरूपात तालुका सहकारी दुय्यम निबंधकाकडून संघाची स्थापना किंवा नोंदणी करता येते.

सहकारी कायदा नोंदणीनुसार प्रथम नियोजित सोसायटी नोंदणी परवानगी घेऊन, बँक खाते उघडून, नियोजित सोसायटी नोंदणी करून घ्यावी लागते. त्यासाठी प्रथम ११ महिला प्रवर्तक लागतात. हे बँक खाते जिल्हा मध्यवर्ती बँकेतच उघडून घ्यावे लागते. त्यानंतर भागभांडवल निश्चित केल्यानंतर भाग-शेअर विक्री करून भागभांडवल जमा करावे लागते. हे भाग फक्त स्वयं-साहाय्यता बचत गटांना विकून सभासद करून रीतसर नोंदणी करावी.

सहकारी कायद्यांतर्गत संघाची नोंदणी करताना आवश्यक बाबी –

(अ) नोंदणीपूर्व पुढील बाबी आवश्यक असतात

१. विहित नमुन्यात अर्ज
२. मुख्य प्रवर्तकाची निवड
३. ११ प्रवर्तक महिला
४. सदस्यांच्या बाबत अटी नमूद करणे
५. संघाची जबाबदारी निश्चित करणे
६. प्रस्ताव तयार करणे
७. संघाचे नाव देणे
८. निधी व्यवस्थापन
९. उद्देश
१०. कार्यक्षेत्र
११. ठेवी/कर्ज
१२. भागभांडवल
१३. पोटनियम इ. बाबींचा तपशील द्यावा लागतो.
१४. बँक खाते उघडणे
१५. बँक शिल्लक दाखला
१६. नोंदणी फी चलन
१७. संघाच्या योजना
१८. सभासद याद्या
१९. ठराव प्रत

(ब) नोंदणीनंतर

नियोजित संघाची नोंदणी झाल्यानंतर सध्याचे रीतसर व्यवहार सुरू होतात. त्यासाठी अर्ज करावा लागत नाही. परंतु नियोजित संस्था नोंदणी झाल्यानंतर पुढीलप्रमाणे कार्यवाही करावी लागते.

१.   संघाचे सभासदत्व/अटी

२.   नोंदणी प्रमाणपत्र

३.   ना हरकत प्रमाणपत्र

४.   व्यवस्थापन मंडळ संख्या

५.   सर्वसाधारण सभा

६.   संचालक मंडल सभा

७.   इतिवृत्त

८.   बोधचिन्ह

९.   पोटनियम दुरुस्ती

१०. पदाधिकारी कालावधी

११. मालमत्तेचे सर्वेक्षण

इ. गोष्टी नमूद कराव्या लागतात.

४.११.६ संघ/महासंघाचे स्थापनेचे फायदे (Advantages of Federation)

१.   संघ/महासंघामुळे बचतीतून व इतर वित्तीय संस्थांकडून निधी घेऊन स्वयं-साहाय्यता बचत गटाच्या आर्थिक गरजा पूर्ण करता येतात.

२.   स्वयं-साहाय्यता बचत गटाच्या विकासाबाबतच्या सरकारी योजनांचा फायदा गटांना मिळवून देता येतो.

३.   कर्ज साह्याबरोबर विमा, बाजारपेठ, व्यवसायवाढीकरिता सेवा उपलब्ध करून देता येतात.

४.   सभासद/गटांच्या क्षमता, कुशलता, नेतृत्व गुणवाढीसाठी प्रशिक्षणाच्या सोई उपलब्ध करून देता येतात.

५.   महासंघाद्वारे पतनिर्मिती करून कर्ज विस्तार, जास्तीचे कर्ज, सामुदायिक निधिवृद्धी, बँका, महामंडळे यांची संलग्नता करून बाह्य कर्जे मिळवून संघामार्फत गटांना देता येतात. त्यामुळे गटांची भांडवलविषयक गरज पूर्ण होते.

६.   संघ महासंघाच्या माध्यमातून तळागाळातील गरीब घटकाला राष्ट्रीय विकासाच्या प्रक्रियेत सहभागी करून घेता येते.

७.   संघाच्या माध्यमातून स्वयं-साहाय्यता बचत गटाच्या चळवळीला नवी दिशा देता येते.

८.   संघाच्या माध्यमातून माहिती संकलन, दस्तऐवज निर्मिती, संशोधन, प्रकाशन, प्रशिक्षण इ. फायदे गटांना देता येतात.

९. संघामुळे सरकारला मार्गदर्शक सूचना मिळू शकतात. त्यामुळे धोरणात्मक निर्णय घेता येतात.

१०. महासंघामुळे दबाव गट निर्माण होतो.

११. स्वयं-साहाय्यता बचत गटाच्या महासंघामुळे महिलांचे समाजातील आर्थिक स्थान उंचावून राहणीमान दर्जा वाढलेला असून आत्मिक समाधान प्राप्त झाले आहे.

अशा प्रकारे महासंघाचे फायदे असून समविचारी महिला एकत्र येऊन संघगुंफण करतात. विभागीय संघ/महासंघ तयार करून आपले व्हिजन ठरवीत असतात. त्यामुळे चळवळीस पोषक वातावरण तयार होते.

४.१२ पारितोषिक व्यवस्थापन (Awards Management)

भारतामध्ये स्वयं-साहाय्यता बचत गटाच्या चळवळीला चालना, प्रोत्साहन मिळावे तसेच चळवळीमधील बँका, महिला सदस्या, स्वयंसेवी संस्था या स्वयं-साहाय्यता बचत गट यांच्या कार्याचा गौरव व्हावा, त्यांची दखल घ्यावी जेणेकरून ही चळवळ गुणवत्तापूर्ण सशक्त होईल, या उद्देशाने केंद्रसरकार, राज्यसरकारतर्फे त्यांना उत्कृष्ट पारितोषिक देऊन गौरविण्यात येते. याच धर्तीवर जिल्हा पातळीवर जिल्हापरिषद आणि स्वयंसेवी संस्था या उत्कृष्ट बचत गटांचा गौरव करतात. या सन्मानित गटाचा बँकांचा, तसेच स्वयंसेवी संस्थांचा आदर्श इतरांनी घ्यावा याकरिता अॅवॉर्ड देण्यात येते.

भारतामध्ये ४ बँका, ३ स्वयंसेवी संस्था आणि प्रत्येक राज्यातून १ स्वयं-साहाय्यता महिला बचत गट इत्यादींची निवड केली जाते. निवड करताना खालीलप्रमाणे निकष लावून निवड करतात.

(१) वित्तीय संस्थांच्या निवडीचे निकष

१.	स्वयं-साहाय्यता बचत गटाची बँक संलग्नता	५० गुण
२.	स्वयं-साहाय्यता बचत गटांना वित्तपुरवठा	२० गुण
३.	प्रत्येक शाखेची कर्जरक्कम व संलग्नता	५ गुण
४.	प्रत्येक शाखेची पत संलग्नता	५ गुण
५.	प्रत्यक्षात कर्जरक्कम वितरण	५ गुण
६.	बचत गटाच्या कार्यक्रमात सहभागी	५ गुण
७.	कर्जरक्कम परतफेडीचे प्रमाण	१० गुण
	एकूण	१००

याप्रमाणे गुणांकन देऊन बँकांची निवड करतात. यामध्ये राष्ट्रीयीकृत २ बँका, जिल्हा सहकारी, १ बँक, प्रादेशिक, ग्रामीण बँक यांची निवड करतात.

(२) स्वयंसेवी संस्थांच्या निवडीचे निकष

१.	एका वर्षात ५०० बचतगट राष्ट्रीयीकृत बँकेत संलग्न	२०
२.	एका वर्षात प्रादेशिक बँकेत व जिल्हा सहकारी बँकेत २५० बचत गट संलग्नता	१५
३.	स्वयंसेवी संस्थांनी कमीत कमी १०० बचत गट स्वत: संलग्न केले पाहिजेत.	१०
४.	स्वयंसेवी संस्थांनी कमीत कमी दरवर्षी २०० गटाची नव्याने स्थापना केली पाहिजे.	१०
५.	स्वयंसेवी संस्थांचे गटांना प्रशिक्षण कार्यक्रम	०५
६.	स्वयं-साहाय्यता बचत गटाचे मेळावे व प्रदर्शन	०५
७.	निम्नस्तरावर गटांच्या कार्यक्रमात सहभागी	०५
८.	स्वयंसेवी संस्थांमार्फत स्वयंरोजगारी गटसंख्या	१०
९.	अनुदान प्राप्त करून दिलेली गटसंख्या	१०
१०.	स्वयं-साहाय्यता गटामार्फत रोजगारनिर्मितीचे प्रमाण	१०
	एकूण	१००

या निकषानुसार ३ स्वयंसेवी संस्थांची निवड करण्यात येते.

(३) स्वयं-साहाय्यता महिला बचत गटाच्या निवडीचे निकष

१.	गटाची सभासद संख्या	०५
२.	गटाचे स्वरूप (बीपीएल/एपीएल)	१०
३.	गटाची स्थापना व वय	१०
४.	नियमित बचत व रक्कम	०५
५.	गटाची नियमित सभा	०५
६.	सभेतील उपस्थिती	०३
७.	व्यवहाराच्या नोंदी	०३
८.	कर्जवितरण व वसुलीचे प्रमाण	१०
९.	विमा	०३
१०.	संघटिका व सहसंघटिका फिरते पद	०३
११.	गटाची नियमावलीबाबत जागृती	०३

१२.	अनुदान प्रमाण	०३
१३.	व्यवसायाचे स्वरूप	०५
१४.	गटाचे सामाजिक कार्यक्रम	०५
१५.	शासकीय कार्यक्रमात सहभागी	०५
१६.	गटामार्फत रोजगारनिर्मितीचे प्रमाण	१०
१७.	गटाचे मूल्यांकन	०५
१८.	लाभांश वाटप प्रमाण	०३
१९.	प्रशिक्षण कार्यक्रमात सहभागी	०२
२०	गटाचे संघ सदस्यत्व	०२
	एकूण	१००

या निकषानुसार स्वयं-साहाय्यता बचत गटाची पारितोषिकासाठी निवड करण्यात येते.

स्वयं-साहाय्यता बचत गट, वित्तीय संस्था आणि स्वयंसेवी संस्था यांची पारितोषिकासाठी निवड करण्याकरिता व्यवस्थापन समिती असते. त्या समितीत खालीलप्रमाणे सदस्य असतात.

१. नाबार्डचे चीफ जनरल मॅनेजर

२. एस्. एल. बी. सी. चे सदस्य (SLBC)

३. सहकार आयुक्त

४. चेअरमन सहकारी बँक

५. स्वयंसेवी संस्था प्रतिनिधी

६. प्रादेशिक ग्रामीण बँक चेअरमन

७. ग्रामीण मंत्रालयाचे प्रतिनिधी

❒

प्रकरण ५

स्वयं-साहाय्यता बचत गट : मार्गदर्शक नियमावलीचे व्यवस्थापन

SHGs Concept and Characteristics

प्रस्तावना, ५.१ गटांची कामकाजविषयक मार्गदर्शक नियमावली ५.२ स्ययं-साहाय्यता बचत गटातील सहभागी घटकांच्या जबाबदाऱ्या व कर्तव्ये, ५.३ स्वयंसेवी संस्थांची भूमिका व कर्तव्ये, ५.४ स्वयं-साहाय्यता बचत गटाचे संघटन, ५.५ स्वर्णजयंती ग्राम स्वरोजगार योजना

प्रस्तावना

स्वयं-साहाय्यता बचत गटाचे व्यवस्थापन कार्यक्षम होण्यासाठी तसेच कामकाज सुरळीत होण्यासाठी संघटिका/सहसंघटिका, सचिव आणि सभासद, बँका, स्वयंसेवी संस्था यांनी स्वयंभू बचत गटाची आदर्श नियमावली तयार करावी. स्थानिक परिस्थितीनुसार नियमावली लवचीक ठेवावी. नियमावली तयार करण्याकरिता सहयोगिनी किंवा शासकीय यंत्रणा किंवा बचत गटांना प्रेरणा देणाऱ्यांची मदत घेण्यात यावी. स्वयं-साहाय्यता बचत गटाबाबत कोणतीही शासकीय अधिकृत नियमावली नाही. प्रत्येक स्वयं-साहाय्यता बचत गटाने स्वतः गरजेनुसार नियम बनवावेत, शिवाय परिस्थितीनुसार नियमात बदल सर्वांच्या विचाराने करण्यात यावेत. स्वयं-साहाय्यता बचत गटाचे स्वतःचे नियम सर्वांच्या विचाराने केल्यास नियम पाळण्याचे नैतिक बंधन येते. नियमाबाबत स्पष्टता ठेवल्यास नियम जाचक वाटत नाहीत. म्हणून गटांच्या चर्चेतून सहज सोपी नियमावली तयार करण्यात यावी. प्रस्तुत प्रकरणात गटाच्या सक्षमीकरणाचे काही नियम सांगितले आहेत ते पुढीलप्रमाणे -

५.१ स्वयं-साहाय्यता बचत गटांची कामकाजविषयक नियमावली

५.१.१ गटविषयक नियमावली

१. स्वयं-साहाय्यता बचत गटामध्ये १० ते २० महिला एकाच गावातील व वस्तीवरील असाव्यात. कारण त्या एकमेकांना जवळून ओळखतात. परस्पर विश्वास असल्यामुळे आपुलकीची भावना निर्माण होते. एका गटात २० पेक्षा जास्त महिला घेतल्यास कंपनी कायद्यानुसार नोंदणी करावी लागते.

२. गटाचा स्तर एकच असावा. एका गटात फक्त दारिद्र्यरेषेखालील महिला सदस्य असाव्यात. दुसऱ्या गटात बिगर दारिद्र्यरेषेखालील महिला सदस्य असाव्यात.

३. स्वयं-साहाय्यता बचत गटाला व्यक्तीचे नाव देऊ नये. गटाला सर्वानुमते नाव द्यावे.

४. गटाच्या नावाने बँकेत खाते उघडले पाहिजे.

५. गटाच्या कारभारात पारदर्शकता असावी व गोपनीयता बाळगावी.

६. गटाच्या नियमाचे पालन न केल्यास दंड आकारावा.

७. जात, धर्म, वर्ण, आर्थिक स्थिती यांचा विचार न करता गरजू महिलांना प्रवेश दिला पाहिजे.

८. गटाचे सभासद नोंदणी शुल्क एकदाच घेतले जावे.

९. गटातील सर्व निर्णय सर्वानुमते घेतले पाहिजेत.

१०. गटामध्ये एकाधिकारशाही होणार नाही याबाबत दक्षता घ्यावी.

११. बचत गटाचे सर्व व्यवहार गटाच्या नावे केले पाहिजेत.

१२. गट सुरू झाल्यानंतर काही महिन्याने एखादी महिला गटात येण्यास इच्छुक असेल तर तिला गटातील सर्व सभासदांच्या सहमतीने सामील करून घ्यावे. बचतीचे पैसे व्याजासह घ्यावे.

१३. गटातून एखादी महिला गट सोडून जात असेल तर दोन महिने बचतीची रक्कम कपात करून बाकीची रक्कम परत करावी. कर्जव्यवहार पूर्ण करून घ्यावा.

१४. गटामध्ये पुरुष हस्तक्षेप नसावा.

१५. गटाच्या कोणत्याही सभासदास कमीत कमी एक वर्ष सदस्यत्व कमी करू दिले जाऊ नये.

५.१.२ स्वयं-साहाय्यता बचत गटाची सभेविषयक नियमावली

१. मासिक सभा व वार्षिक सभेच्या अध्यक्षस्थानी संघटिकाच असली पाहिजे / संघटिकेच्या अनुपस्थित सहसंघटिका अध्यक्ष राहील.

२. गटाची सभा सर्वानुमते मासिक, पंधरवडा किंवा आठवड्याने घ्यावी.

३.	गटाच्या सभेची तारीख, वेळ, जागा अगोदरच निश्चित केलेली असावी.

४.	गटाच्या सभेला सर्व सभासदाने स्वेच्छेने यावे लागेल. कोणीही कोणाला बोलविणार नाही.

५.	विनापरवानगी सभेस गैरहजर सभासदाला दंड आकारला जाईल.

६.	सभेची सुरुवात गीत, प्रार्थना याने करून नंतर आर्थिक व्यवहार केले जावेत.

७.	सभेमध्ये सभासदाव्यतिरिक्त इतर कोणालाही प्रवेश दिला जाऊ नये.

८.	गटाचे कामकाज सभेतच करण्यात यावे.

९.	सभेतच गटाचे सर्व निर्णय सर्वानुमते घेतले जावेत.

१०.	सभेची बैठक व्यवस्था गोलाकार बैठी स्वरूपाची असावी.

११.	सभेमध्ये कोरम आवश्यक असतो.

१२.	सभेची कार्यक्रमपत्रिका व्यवस्थित असावी.

१३.	सभा संपेपर्यंत सभासदांनी हजर राहणे आवश्यक आहे.

१४.	सभेचे वातावरण खेळीमेळीचे ठेवणे आवश्यक आहे.

१५.	सभेमध्ये आर्थिक व्यवहाराबरोबर मनव्यवहार सामाजिक बांधिलकी इतर विषयांचा समावेश करणे.

१६.	सभेमध्ये प्रत्येक सभासदाने आपले विचार मांडून त्यावर सखोल चर्चा करून सर्वानुमते निर्णय घेण्यात यावेत. सर्व निर्णयांची/ठरावांची इतिवृत्तांत नोंदी भराव्यात.

१७.	सभेमध्ये सर्व व्यवहारांच्या नोंदी करण्यात याव्यात.

१८.	पुढील सभेची विषयपत्रिका करूनच सभेचा समारोप केला जावा.

१९.	गटाच्या सभेमध्ये गटाचे भविष्यकालीन धोरण किंवा नियोजन निश्चित केले जावे.

२०.	सभेस येताना सर्व सदस्यांनी बचत रक्कम पासबुक, कर्जहप्ता व्याजासह घेऊन यावे.

५.१.३ स्वयं–साहाय्यता बचत गटाची बचतविषयक नियमावली

१.	गटाची बचत रक्कम सर्वांची समान असली पाहिजे.

२.	बचत रक्कम गटाच्या सभेमध्ये आणली पाहिजे, अन्यथा दंड करावा.

३.	जास्तीची बचत रक्कम गटात जमा करता येईल त्यावर सर्वानुमते व्याज देता येईल.

४.	बचतीशिवाय प्रसंगानुरूप निधी गोळा केला जाईल.

५. बचत रक्कम गटांतर्गत कर्ज वाटपासाठी वापरली जाईल.

६. बचत रक्कम एकाच दिवशी गटाच्या बँक खात्यात जमा करावी लागते.

७. बचत रक्कम रोख स्वरूपात जमा करावी लागते. चेक, ड्राफ्ट देता कामा नये.

८. गट सोडून जाणाऱ्या सभासदाची बचत अडवून ठेवणे आवश्यक आहे. व्यवहार पूर्ण करून बचत रकमेचा निर्णय घ्यावा.

९. बचत रक्कम सभासदाच्या पासबुकात नोंदवून पासबुक संबंधिताला दिले पाहिजे.

१०. बचत रकमेच्या नोंदी व्यक्तिगत खतावणी पुस्तकात करणे आवश्यक आहे.

५.१.४ कर्जविषयक नियमावली

स्वयं-साहाय्यता बचत गटामधील बचतीद्वारे जमा होणारे निधी आणि वित्तीय संस्थांकडून जमा होणारे निधी यांचे वाटप समासदामध्ये करताना दोन प्रकारच्या नियमावली आहेत.

(अ) गटांतर्गत कर्जविषयक नियमावली :

१. गट स्थापनेनंतर ३ महिन्यानंतर बचतीच्या रकमेतून सभासदांना कर्जवाटप केले पाहिजे.

२. गटांतर्गत कर्जवाटप बचतीच्या प्रमाणात केले पाहिजे.

३. प्रत्येक सभासदाच्या प्राधान्य गरजानुसार कर्ज रक्कमानुसार वितरण करावे.

४. कर्जाची कमाल व किमान रक्कम आणि व्याजदर, मुदत हप्ता त्या गटाने ठरवावे.

५. अर्जाच्या मागणीनुसार कर्ज द्यावे.

६. कर्जवितरणासाठी गटातील दोन जामीनदार घ्यावे.

७. पहिल्या कर्जफेडीनंतर दुसरे कर्ज क्रमानुसार द्यावे.

८. कर्जहप्ता थकल्यास दंड घ्यावा.

९. सभासदाने साधन खरेदीसाठी कर्ज घेतल्यास ते गहाण खताप्रमाणे राहिल.

१०. गटांच्या सभासदांच्या सर्वानुमते इतर गटाबरोबर कर्जव्यवहार करू शकतील.

११. एखाद्या सभासदाने एक रकमी कर्जफेड केल्यास त्यास पुन्हा लगेच कर्ज मिळत नाही.

१२. कर्जव्यवहार धनादेशाच्या साह्याने बँक खात्यामार्फत केले पाहिजे.

१३. ज्या कारणासाठी कर्ज घेतले त्याच कारणासाठी त्याचा वापर केला पाहिजे.

१४. नवीन सभासदास तो सभासद झाल्यानंतर ६ महिने नंतर कर्ज देण्यात यावे.

१५. गटांतर्गत कर्जरक्कम अपुरी पडत असल्यास बँकेकडून गटाला कर्ज घेता येते.

(ब) बँकेकर्ज घेण्याविषयक नियमावली

१. गटांतर्गत कर्जाचे व्यवहार सहा महिने समाधानकारक केल्यानंतर कर्ज मागणी करता येते.

२. गटातील सभासदांना आवश्यक कर्ज व्यवसायानुसार मिळू शकेल.

३. बँकेकडून फक्त उत्पादक कारणासाठीच कर्ज मागणी करता येईल.

४. बँककर्जाची जबाबदारी संपूर्ण गट सदस्यांची राहील.

५. बँककर्जासाठी गटाचे ताळेबंद, नफा-तोटा पत्रक सादर करावे लागतील.

६. बँककर्ज घेण्याकरिता गटाचे मूल्यांकन करून घ्यावे.

७. बँककर्ज हे सभासदांच्या समक्ष सर्वांना दिले जावे.

८. बँककर्ज घेताना बँकेच्या नियमानुसार कागदपत्रांची पूर्तता करावी.

५.१.५ कर्जफेड थकबाकीविषयक नियमावली

१. सभासद पहिल्या कर्जास थकबाकीदार झाल्यास किंवा त्याने कर्जफेड विलंबाने केल्यास पुन्हा कर्ज देऊ नये.

२. कर्जाचे तीनपेक्षा जास्त हप्ते थकल्यास वसुलीसाठी सर्वानुमते निर्णय घ्यावा.

३. कर्ज हप्ते विलंबाने आल्यास दंड आकारावा.

४. योग्य कारण नसताना कर्जफेड न केल्यास गटामार्फत दबाव आणावा.

५. कर्जाच्या वसुलीसाठी सर्व सदस्यांनी जागृत राहावे.

६. कर्जाची परतफेड ५ वर्ष राहील.

७. खेळत्या भांडवलाची कर्जफेड १ वर्ष राहील.

५.१.६ स्वयं-साहाय्यता बचत गटातील सभासदांविषयक नियमावली

१. एकाच गावातील, वस्तीवरील समान परिस्थितीतील सर्वांबाबत समानता असणारे सभासद असावेत.

२. प्रत्येक सभासद १८ वर्षांवरील विवाहित महिला असावी.

३. स्वेच्छेने समजून उमजून सभासदत्व दिले जाईल.

४. एकाच कुटुंबातील एकाच गटात एकच महिला सभासद राहील.

५. बचत रक्कम, कर्जव्यवहार, सभा उपस्थिती इ. गोष्टी सभासदावर बंधनकारक राहतील.

६. गटाचा निर्णय सभासदावर बंधनकारक राहील.

७. गटातील प्रश्न/समस्या सोडविताना महिलांनी कुटुंबातील पुरुषांना गटात आणता कामा नये.

८. प्रत्येक सभासदाने गटाचे संकेत पाळलेच पाहिजेत.
९. प्रत्येक सभासदाने आपल्या वारस व्यक्तीची नोंद करावी.
१०. प्रत्येक सभासदाने स्वेच्छेने आवडीने बैठकांना हजर राहून आर्थिक व्यवहार नियमित पाहावेत.
११. सभासदाचा मृत्यू झाल्यास त्याच्या वारसांना गटाचे फायदे देण्यात यावेत.
१२. प्रत्येक सभासदाने गटाची प्रवेश फी भरली पाहिजे.
१३. सभासद सतत तीन सभेस विनापरवानगी गैरहजर राहिल्यास सभासदत्व रद्द करावे.
१४. गटाच्या हिताविरुद्ध काम करणाऱ्या सभासदाचे सभासदत्व रद्द करण्यात यावे.
१५. सर्व सभासदांनी गटाच्या सामाजिक उपक्रमात सहभाग घेतला पाहिजे.

५.१.७ स्वयं-साहाय्यता बचत गटाची पदाधिकाऱ्याविषयक नियमावली

स्वयं-साहाय्यता बचत गटाचे कामकाज सुरळीत चालण्याकरिता गटासाठी सर्वानुमते तीन व्यक्तींची निवड सदस्यांमधून पदाधिकारी म्हणून केली जाते. या तीन पदाधिकाऱ्यामध्ये संघटिका किंवा सहसंघटिका आणि सचिव तसेच आवश्यकतेसाठी खजिनदार असावे लागतात. या पदाधिकाऱ्यांची निवड लोकशाही पद्धतीनुसार केलेली असावी. तसेच आर्थिक व्यवहारांची क्षमता व जाण असणाऱ्या महिलांची निवड करण्यात येते. त्या पदाधिकाऱ्यांविषयक खालील नियमावली दिलेली आहे.

(अ) संघटिका व सहसंघटिकाविषयक नियमावली

१. नेतृत्व गुण असणारी संघटिका असावी.
२. सर्वांना बरोबर घेऊन जाणारी असावी.
३. गटाच्या कामासाठी वेळ देणारी व जोखीम स्वीकारणारी असावी.
४. संघटिका ही सर्वमान्य असावी. शिक्षित नसली तरी समंजस व धीट असावी.
५. संघटिकेने सभेच्या व्यवहारात पारदर्शकता ठेवावी.
६. संघटिका आवश्यक कालावधीनुसार बदलावी. कारण प्रत्येक सभासदाला संघटिका होता येईल.
७. संघटिकेला सर्व सभासदांनी प्रोत्साहन व मार्गदर्शन करावे.
८. संघटिका व सहसंघटिकेने निरपेक्ष पद्धतीने गटाचा कारभार चालवावा.
९. सर्व सभासदांना विश्वासात घेणे आवश्यक आहे.
१०. सभेला हजर राहण्याचे बंधन पाळणारी व सभेचे सूत्र सांभाळणारी

(ब) सचिव विषयक नियमावली

१. सचिव हा सभेच्या कामकाजाच्या हिशोब ठेवणारा असणारा असल्यामुळे तो शिक्षित असावा.
२. गटातील एका सदस्याची सचिव म्हणून नेमणूक सर्वानुमते करावी.
३. सचिव विश्वासू असावा.
४. गटातील सर्व हिशोब अचूक ठेवणारा असावा.
५. सचिवाने गटाचे कागदपत्र व्यवस्थितपणे जतन करावेत.
६. गटाचे सभेचे कामकाज पार पाडण्यास सहकार्य केले पाहिजे.
७. सचिव आणि संघटिका यांच्यामध्ये समन्वय असावा.
८. सचिवाने गटाचे सर्व दप्तर लेखी स्वरूपात जतन करावे व सचिव व्यवहारचतुर असावा.
९. गटाचे भांडवल वाढविण्यास प्रयत्नशील असावा.
१०. सचिवाने बँका व इतर वित्तीय संस्थांशी गटाच्या विकासासाठी संपर्क ठेवणारा असावा.
११. गटावर निष्ठा आणि आत्मविश्वास असणारा असावा.

५.१.८ कर्जदाराविषयक नियमावली

१. गरजेनुसार योग्य कारणांसाठी कर्ज घेणारा असावा.
२. कर्ज स्वयंरोजगारासाठी असेल तर व्यावसायिक प्रशिक्षण घेतलेले असावे.
३. कर्जाच्या परतफेडीच्या कुवतीनुसार कर्ज रक्कम घेणारा असावा.
४. सतत कर्जाची मागणी करणारा नसावा.
५. कर्जाची परतफेड मुदतीत करणारा असावा.
६. कर्ज ज्या कारणासाठी घेतो त्या कारणासाठी वापरणारा असावा.
७. कर्जदाराने पहिले कर्ज परतफेड केल्याशिवाय दुसरे कर्ज घेणारा नसावा.
८. कर्जदार व्यक्तीने कर्ज घेतल्यास कर्जफेडीस घरातील व्यक्तीचा पाठिंबा असावा.
९. कर्ज घेतल्याची माहिती घरातील व्यक्तींना/महिलांना दिलेली असावी.
१०. बँककर्ज विषयी कर्जदाराने जागरूक असावे.
११. कर्जदाराची वचनचिठ्ठी लिखित असावी.
१२. सर्व सभासदांच्या सर्वानुमते कर्ज परतफेडीचे हप्ते वाढवून देता येतील.

५.१.९ स्वयं-साहाय्यता बचत गटातील जामीनदारविषयक नियमावली

१. जामीनदाराला कर्जदाराची संपूर्ण माहिती असावी.
२. जामीनादराने कर्जवसुलीबाबत सतर्क असले पाहिजे.
३. जामीनदार कर्जाचा वापर योग्य रीतीने झाला हे पाहणारा असावा.
४. जामीनदार कर्ज घेणाऱ्या व्यक्तीच्या कामकाजावर देखरेख ठेवणारा असावा.
५. कर्जदाराने कर्ज परतफेड न केल्यास त्याच्या कर्ज परतफेडीस मार्गदर्शन करणारा असावा.
६. जामीनदार हा गटातील सदस्य असावा.
७. जामीनदाराने एक किंवा दोन व्यक्तीस जामीनदार म्हणून राहावे.

५.१.१० स्वयं-साहाय्यता बचत गटाच्या दंडआकारणीबाबत नियमावली

१. पूर्वपरवानगीशिवाय मासिक सभेस गैरहजर राहणाऱ्या सभासदास दंड आकारला पाहिजे.
२. सभेमध्ये बचतीचा मासिक हप्ता न भरल्यास दरमहा दंड आकारला पाहिजे.
३. सभेमध्ये कर्जफेड न केल्यास दरमहा दंड आकारला जावा.
४. मासिक सभेस पासबुक न आणल्यास नाममात्र दंड घ्यावा.
५. गट सोडताना खर्चापोटी दंड आकारावा.
६. गटाच्या हिताला बाधा आणणाऱ्या सभासदास दंड आकारला जावा.

५.१.११ स्वयं-साहाय्यता बचत गटाच्या बँकविषयक व्यवहाराचे व्यवस्थापन

१. गटाच्या नावाने बँकेत खाते असले पाहिजे.
२. गटाने गटांतर्गत आर्थिक साहाय्याचे व्यवहार ६ महिने केल्यानंतर बँकेकडे कर्ज मागणी करता येते.
३. बँकेकडून गटांना उत्पादक कार्यासाठी साह्य देण्यात येईल.
४. बँक व्यवहारास संपूर्ण गट सामुदायिकरीत्या जबाबदार राहील.
५. बँक व्यवहार करताना बँकेच्या मागणीनुसार सर्व कागदपत्रांची पूर्तता केली पाहिजे.
६. बँकेकडून कर्जविषयक व इतर व्यवहार करताना गटाचे मूल्यांकन केले पाहिजे.
७. बँकेतील सर्व व्यवहार गटाच्या नावाने केले पाहिजेत.
८. बिगर दारिद्र्यरेषेखालील गटाने साठवलेल्या रकमेच्या साधारणपणे १ते ४ पट कर्जाची रक्कम देता येते.

९. बँकेच्या अधिकाऱ्याने गटास वेळोवेळी भेटी दिल्या पाहिजेत.

१०. गटाने आपली सर्व बचत व वसुलीची रक्कम बँकेत बचत ठेव खाती जमा केली पाहिजे.

११. गटातील सर्व सभासदांना बँकेचे नाममात्र सभासद करून घेतले पाहिजे.

१२. बँकेची बचत व कर्जविषयक व्यवहाराबाबत नियमितता बाळगावी.

१३. गटाने बँकेशी सलोख्याचे संबंध ठेवून गटाच्या कार्यक्रमात बँकेला सहभागी करून घ्यावे.

५.१.१२ स्वयं–साहाय्यता बचत गटाची अनुदानविषयक नियमावली

१. BPL गटांना अनुदान मिळू शकेल.

२. BPL गटांना खेळत्या भांडवलासाठी १०,००० पर्यंत अनुदान मिळेल.

३. BPL स्वयंरोजगार प्रकल्पासाठी खर्चाच्या ५०% अनुदान मिळू शकते.

४. अनुदान प्राप्त झालेल्या गटाची अनुदान रक्कम सबसिडी रिझर्व्ह खाती स्वतंत्रपणे ठेवली जाते.

५. अनुदान रकमेवर व्याज दिले जाणार नाही.

६. कर्जफेड करण्यासाठी दिलेला कालावधी (लॉकिंग पिरिअड) लक्षात घेऊन पात्र ठरणारी अनुदानाची रक्कम लाभधारकाच्या खाती जमा केली जाते.

७. गटास मिळालेली अनुदान रक्कम गटाच्या हिशोबपुस्तकात सरकारी देणी दर्शविलेली असली पाहिजेत.

५.१.१३ स्वयं–साहाय्यता बचत गटातील व्याजआकारणीबाबत व्यवस्थापन

१. सभासदाच्या बचतीवर व्याज आकारणी केली जात नाही.

२. बँक कर्जावरील व्याजदर बँक प्रचलित पद्धतीने करतील.

३. गटांतर्गत कर्जावरील व्याज सर्वानुमते ठेवण्यात येईल. याबाबत गटाला पूर्णपणे स्वातंत्र्य असले तरी गटांतर्गत कर्जावरील व्याजदर दरमहिना १ ते २% असा ठेवण्यात येईल.

४. व्याज आकारणी दरमहा करण्यात येईल.

५. बँकेकडून घेतलेल्या कर्जावर व्याजदर हा बँकेपेक्षा ३% जास्त आकारण्यात येईल.

६. थकबाकीवर प्रचलित व्याजदरापेक्षा १% जास्त व्याज आकारणी करण्यात येईल.

५.१.१४ स्वयं-साहाय्यता बचत गटाच्या नोंदणीविषयक व्यवस्थापन

१. कोणत्याही स्वयं-साहाय्यता बचत गटाला शासकीय दप्तरी नोंद करण्याची आवश्यकता नाही. कारण हे स्वेच्छा संघटन आहे.

२. एखाद्या स्वयं-साहाय्यता बचत गटाला नोंदणी करावयाची असल्यास सहकार निबंधक किंवा सार्वजनिक विश्वस्त न्यास आणि कंपनी कायदा १९२० नुसार नोंदणी करता येते.

३. गटाची नोंदणी केल्यास अधिकृतपणे नोंदणी दाखला घेण्यात यावा.

५.१.१५ रेकॉर्ड/दप्तरविषयक व्यवस्थापन

१. प्रत्येक गटाने कार्यवृत्त पुस्तिका जतन करावी. त्यामध्ये बैठकीची कार्यवाही, गटाचे नियम, सदस्य, व्यक्तिगत माहिती जतन करून ठेवावी.

२. गटाने बचत व कर्जरजिस्टर जतन करून त्यामध्ये प्रत्येक सदस्याची बचत, कर्जे, परतफेड, व्याज, दंड यांच्या नोंदी करून सुस्थितीत ठेवले जाते.

३. अर्धमासिक/मासिक रजिस्टर सुस्थितीत ठेवावे लागते. शिवाय त्यामध्ये जमाखर्च तेरीजपत्रक यांचा समावेश लिहून ठेवला जातो.

४. प्रत्येक सदस्याने पासबुक जतन करून त्यामधील नोंदी नियमित केल्या पाहिजेत.

५. गटाचे बँक पासबुक सुरक्षित सांभाळ करून त्यामधील नोंदी नियमितपणे बँकांकडून करून घेतल्या पाहिजेत.

६. गटस्थापनेच्या वेळी करारपत्र जपून ठेवावे.

७. बँक व गट यांच्यातील करारनामा सुरक्षित ठेवावा.

८. गटाच्या श्रेणीकरणाचा दाखला अतिशय सुरक्षितपणे जतन करावा. त्या श्रेणीकरणावरून गटाचे भविष्य निश्चित होते.

९. प्रत्येक सभासदाच्या विमा पॉलिसीचे दप्तर गटाने तसेच प्रत्येक सभासदाने सुस्थितीत ठेवले पाहिजे.

१०. गटाने गटाच्या नावाचे शिक्के व लेटरपॅड अतिशय जबाबदारीने ठेवली पाहिजेत. त्याचा गैरवापर होऊ देऊ नये.

११. प्रत्येक गटाने वेळोवेळी शासनाने गटासंदर्भात घेतलेल्या निर्णयाची आदेशप्रत पंचायत समितीकडून घेऊन आपल्या रेकॉर्डमध्ये जतन करावी.

१२. गटाचे रेकॉर्ड बचतगटाशी संबंधित अधिकाऱ्यास दाखवावे.

५.१.१६ गटाच्या निधी–मालमत्ता उभारणीबाबत व्यवस्थापन

१. प्रत्येक गटाला सभासद बचतीच्या मार्गाने गटाचा निधी उभारता येतील.
२. शासन व बँकांकडून फिरता निधी उभारता येतो.
३. शासनाकडून अनुदानमार्गाने निधी मिळविला जातो.
४. सर्व मालमत्ता गटाची असली तरी गट संपुष्टात आल्यानंतर शासन अनुदानातील निर्माण झालेली मालमत्ता शासनाची असते.
५. दानपत्राद्वारे मालमत्ता मिळू शकते.
६. शासनाकडून बक्षिसपात्र जमीन प्राप्त करू शकतात.
७. गटाला एखाद्या स्वयंसेवी संस्थेमार्फत मालमत्ता उभारता येईल.

५.१.१७ गटाच्या मूल्यांकनाबाबत व्यवस्थापन

१. गटाच्या कामकाजाचे मूल्यमापन करून श्रेणीकरण करताना सहयोगिनी बँक अधिकाऱ्याने, पंचायत समिती अधिकाऱ्याने प्रत्यक्ष भेट देणे आवश्यक आहे.
२. गटाने मूल्यांकन करताना तक्ता क्र.४.१ नुसार करण्यात यावे व वर्गवारी करावी.
३. दर सहामाही व वार्षिक मूल्यांकन करून घ्यावे.
४. गटाच्या नियमावलीप्रमाणे गटाचे कामकाज ठेवल्यास मूल्यांकन करता येते.
५. मूल्यांकन तक्त्यानुसार करून त्यावर सह्या घेऊन दप्तर दाखल करावे.
६. तक्त्यातील मुद्यांनुसार तपासणी करून अ, ब, क, ड प्रमाणे वर्गवारी करावी.
७. गटाचे मूल्यांकन तटस्थ वृत्तीने केले पाहिजे.
८. गटाच्या मूल्यांकनानंतर गटाच्या सभासदांशी चर्चा करावी.
९. गटातील सर्व सभासदांना मूल्यांकन करण्याबाबत पूर्वसूचना द्यावी लागते.
१०. मूल्यांकनाला वापरावयाचे साधन व त्याची माहिती सभासदांना असावी.

५.१.१८ गटाच्या विमाविषयक नियमावली

१. प्रत्येक गटातील सभासदाला वर्गणी विमा उतरविणे आवश्यक.
२. विमा पॉलिसीचा सांभाळ करावा.
३. व्यवसायाचा विमा उतरून त्याचे नूतनीकरण करावे.
४. विमाविषयक सेवा गटामार्फत उपलब्ध करून दिली जाईल.
५. विमापत्रे गटाच्या ताब्यात राहतील.
६. कर्जदार सभासदाकडून संकटप्रसंगी विम्याच्या रकमेतून थकबाकी वसुलीचे हमीपत्र घेतले जाईल.

७. विमा संदर्भात दावा दाखल करताना विमा कंपनीच्या नियमाप्रमाणे गटामार्फत कागदपत्रांची पूर्तता करावी लागते.

८. सभासदाचा अपघात झाल्यास पोलीस रिपोर्ट, पोस्ट मार्टम रिपोर्ट, दावा पूर्तता अर्जावर संघटिकेची सही व गटाचा शिक्का लागतो.

९. सभासदास आजारपण आल्यास डिस्चार्ज कार्ड, तपासणी अहवालप्रत, औषधांचे बिल व डॉक्टरांच्या सूचनांचा कागद आणि रुग्णालयाचा खर्च इ. द्यावा लागतो.

१०. प्राणघातक अपघात झाल्यास (१) सरपंच, (२) गटविकास अधिकारी, (३) जिल्हा ग्रामीण विकास अधिकारी, (४) जिल्हा आरोग्य विकास अधिकारी, (५) तहसीलदार, (६) जिल्हाधिकारी, (७) विशेष कार्यकारी दंडाधिकारी, (८) महापालिका आयुक्त, (९) चीफ ऑफीसर, (१०) मेडिकल ऑफिसर यापैकी एका अधिकाऱ्याने प्रमाणित दस्तऐवज सादर करावा लागेल.

११. व्यावसायिक किंवा वाहन विमा उतरविताना संबंधित विभागामार्फत दखलपत्रांची पूर्तता करावी.

१२. विमापॉलिसीमध्ये वारसदाराची नेमणूक करणे आवश्यक आहे.

५.१.१९ स्वयं-साहाय्यता बचत गटाच्या नफा वाटणीबाबत नियमावली

१. कोणत्याही गटाने आपले हिशोबी वर्ष १ एप्रिल ते ३१ मार्च ठेवावे.

२. गटाच्या उत्पादनातून सर्व खर्च वजा करावा आणि नफा काढावा.

३. नफ्यातील १०% रक्कम भविष्य विकास कार्यासाठी राखीव ठेवण्यात यावी.

४. ५०% नफा सभासदाच्या बचतीच्या प्रमाणात वाटता येईल.

५. ३०% नफा गटाच्यागटाच्या उपक्रमासाठी वापरता येईल.

६. गटाच्या सामुदायिक व्यवसायातील नफा सभासदांच्या भांडवलाच्या प्रमाणित करण्यात येईल.

७. गटाच्या सभासदाचा व्यक्तिगत व्यवसायातील नफा हा त्या सभासदाचा राहील. त्यामध्ये इतर कोणताही सभासद भागीदार असणार नाही.

५.१.२० स्वयं-साहाय्यता बचत गटाच्या नोंदीविषयी नियमावली

१. गटाच्या सर्व व्यवहाराच्या नोंदी नियमित, वेळेत म्हणजे सभेत केल्या पाहिजेत.

२. गटाच्या नोंदी निर्धारित केलेल्या रेकॉर्ड पुस्तकात कराव्यात.

३. गटात हिशोबाच्या नोंदी कायमस्वरूपी खात्रीशीर ठेवण्याची व्यवस्था असावी.

४. गटाच्या नोंदी नेमलेल्या व्यक्तीने कराव्यात.

५. गटाने आर्थिक नोंदीची पडताळणी किमान ६ महिन्यातून एकदा बँकेच्या पुस्तकाबरोबर व वैयक्तिक सभासद पुस्तकाबरोबर करावी.

६. गटाचे ताळेबंद, उत्पन्नखर्च पत्रक, जमा तोटा पत्रक, सहा महिन्यातून एकदा तयार करावे.

७. नोंदीच्या सुरक्षिततेसाठी जबाबदारी निश्चित करावी.

८. गटाच्या नोंदी करणाऱ्या महिलेस शक्यतो मानधनाची व्यवस्था करावी.

९. गटाच्या नोंदीत गटाबाबत अभिप्राय ठेवावा.

१०. गटातील सदस्य नोंदी करण्यास असमर्थ असेल तर एखादी गटाबाहेरील व्यक्तीची नेमणूक करावी. त्यास नाममात्र मानधन देण्यात यावे. ही व्यक्ती गटाच्या कार्यक्षेत्रातील असावी.

५.१.२१ स्वयंसेवी संस्थेचे सहयोगिनी (कार्यकर्ती)बाबत नियमावली

१. ग्रामीण महिलांच्या समस्यांची जाणीव व आस्था, स्पष्टता व संवेदनशीलता असावी.

२. ग्रामीण भागातील सामाजिक, आर्थिक, सांस्कृतिक, राजकीय परिस्थितीची जाणीव असावी.

३. सहयोगिनी मध्ये संवाद-संभाषण कौशल्य व सादरीकरण कौशल्य असावे.

४. बचत गटाबाबत संपूर्ण माहिती असावी.

५. सहयोगिनी स्वत: गटाच्या आर्थिक व्यवहारात सहभागी होणाऱ्या नसाव्यात.

६. सहयोगिनीने फक्त प्रेरक व मार्गदर्शनाची भूमिका बजावावी.

७. सहयोगिनी शक्यतो स्थानिक परिसरातील असावी.

८. महिला गटासाठी सहयोगिनी स्त्री असावी.

९. गटाच्या कामाबाबत तन मन धनाची समरसता असावी.

१०. सहयोगिनी प्रशिक्षणास नियमित उपस्थित असावी.

११. सहयोगिनी कल्पक असावी. वेगवेगळ्या कल्पनांच्या साह्याने नवनवीन प्रयोग करणारी असावी.

१२. सहयोगिनी नम्र तथापि उद्देशाप्रती दृढ निश्चयी असावी.

१३. सहयोगिनीने गटाच्या आर्थिक नोंदी किंवा दप्तरांची वारंवार पाहणी करावी.

१४. सहयोगिनी ही संयोजन, नियोजन कौशल्य, सभाधीटपणा, विश्वास, संपादन करणारी असावी.

१५. सहयोगिनी बचत गट व शासन यांच्यात समन्वयाची भूमिका करणारी असावी.

१६. सहयोगिनी शिक्षित असावी.

१७. सहयोगिनीला सामाजिक कार्याची तळमळ व आस्था असावी.
१८. सहयोगिनी कोणत्याही अमिषाला बळी पडणारी नसावी.
१९. शासन व गट यांच्यात सतत संपर्क वाढविणारी असावी.
२०. गटाच्या माध्यमातून महिला सबलीकरणाची भूमिका घेणारी असावी.

५.२ स्वयं-साहाय्यता बचत गटातील सहभागी घटकांच्या जबाबदाऱ्या व कर्तव्ये

स्वयं-साहाय्यता बचत गटांच्या कामकाजात सहयोगिनी गटाचे पदाधिकारी, वित्तीय संस्था, नोंदणी कार्यालय, जिल्हा ग्रामीण विकास यंत्रणा, पंचायत समिती, अंगणवाडी सेविका, संशोधक इत्यादी घटक सहभागी झालेले आहेत. या सहभागी घटकांनी आपापल्या जबाबदाऱ्या व कर्तव्ये निष्ठेने पार पाडल्यामुळे स्वयं-साहाय्यता बचत गट चळवळ फलश्रृती अनुभवास येत आहे. या चळवळीत सहभागी झालेल्या काही घटकांच्या जबाबदाऱ्या व कर्तव्ये खालीलप्रमाणे आहेत.

५.२.१ स्वयंसेवी संस्थेच्या सहयोगिनी (कार्यकर्ती) यांच्या जबाबदाऱ्या व कर्तव्ये

१. स्वयं-साहाय्यता बचत गट संकल्पना आत्मसात करणे.
२. ग्रामीण महिलांच्या समस्यांची जाणीव आस्था, स्पष्टता व संवेदनशीलता असावी.
३. सहयोगिनीने सतत संवाद, जनसंपर्क, संभाषण करून गटांमध्ये आपुलकी वाढवावी.
४. ज्या कार्यक्षेत्रात काम करावयाचे आहे त्या ठिकाणी सरपंच, पोलीस पाटील, ग्रामसेवक, शिक्षक इत्यादींना भेटून ओळख करून घ्यावी.
५. गावातील संबंधित गटाकडे जाऊन उद्दिष्टपूर्ती सांगावी.
६. महिलांना शेताच्या कामावर, पाणवठ्यावर, नदी, ओढ्यावर जाऊन भेटावे तसेच स्वयंपाक घरापर्यंत गेले पाहिजे.
७. गावातील आर्थिक, सामाजिक, रुढीपरंपरा, चालीरीती, इ. समजून घेतले पाहिजे.
८. सहयोगिनीने कोणत्याही प्रकारचे आमिष गटाला दाखवू नये. स्वत: अमिषाला बळी पडू नये.
९. अभ्यासूवृत्तीने संपर्क वाढवून गटाचे जाळे विस्तारावे.
१०. कामामध्ये समरस, कल्पकता, एकनिष्ठता ठेवून नवनवीन प्रयोग करावे.
११. गटांसाठी उद्योजकीय प्रशिक्षण आयोजित करावे.

१२. सहयोगिनीने गटाचे रेकॉर्ड सतत हाताळावे.
१३. गटाचे प्रदर्शन/मेळावे आयोजित करावे.
१४. गटांचे मूल्यांकन पारदर्शकपणे करून गटांच्या सभेला हजर राहणे आवश्यक आहे.
१५. शासकीय यंत्रणेशी सतत संपर्क ठेवला पाहिजे व शासकीय योजनांची माहिती गटांना दिली पाहिजे.

५.२.२ स्वयं-साहाय्यता बचत गटाच्या संघटिकेच्या व सहसंघटिकेच्या जबाबदाऱ्या व कर्तव्ये

१. संघटिकेने गटाच्या कामकाजाचे नियोजन करून सर्वांना बरोबरीने घेऊन जावे. तसेच गटाचे कामकाज अतिशय जबाबदारीने करावे.
२. गटाच्या सभेच्या वेळा, तारीख, ठिकाण इ. जबाबदारीची निश्चिती करावी.
३. गटाची विषयपत्रिका तयार करून नियमांचे प्राधान्यक्रम ठरविणे व नियम बदलांची माहिती देणे.
४. गटाच्या निर्णय प्रक्रियेत सर्वांना सामावून घेतले पाहिजे.
५. गटाबाबत विचारपूर्वक निर्णय घ्यावा. घेतलेल्या निर्णयाची कठोरपणे अंमलबजावणी करावी. त्या निर्णयात बदल करू नये.
६. गटाच्या कामाला वेळ देऊन गटातील अडीअडचणी सोडविणे तसेच सभासदांचे मतभेद मिटविणे.
७. गटाच्या तातडीच्या गरजांच्या पूर्ततेसाठी अर्थसाह्य पुरविणे.
८. गटांच्या सदस्यांना स्वत:चे विचार मांडण्याचे स्वातंत्र्य देणे.
९. गटाला सतत मार्गदर्शन करून नवनवीन गट स्थापन करून ह्या गटांना प्रोत्साहन देणे.
१०. गटाच्या सदस्यांना व्यावसायिक प्रशिक्षण देणे.
११. गटांच्या तालुका व जिल्हा कार्यक्रमात त्या सहभागी झाल्या पाहिजेत.
१२. गटाच्या आर्थिक, सामाजिक कार्यावर सतत लक्ष ठेवून गटाच्या प्रगतीकडे लक्ष देणे.
१३. गटासाठी नवीन संघटिका, सचिव तयार करणे.
१४. गटाला शासकीय योजना व बँकविषयक योजनांची माहिती देणे. शासकीय योजनांचा लाभ उठविणे.
१५. गटसंघाच्या जबाबदाऱ्या व फायदे जाणून घेणे.

५.२.३ स्वयं-साहाय्यता बचत गटातील सचिवांच्या जबाबदाऱ्या व कर्तव्ये

१. गटाच्या सचिवाने हिशोब चोख ठेवून वक्तशीरपणा बाळगावा.
२. गटाच्या सर्व आर्थिक व्यवहाराच्या नोंदी ठेवणे.
३. गटाच्या नियमावली तयार करण्यासाठी संघटिकेला मदत करून विषयपत्रिका ठरविणे.
४. गटाच्या कामकाजाचा तपशील सदस्यांना सांगणे.
५. सचिवाने गटासंदर्भातील सर्व पत्रव्यवहार करणे.
६. शासकीय योजनांचा फायदा गटाला मिळण्याकरिता कराव्या लागणाऱ्या सर्व योजनांची माहिती मिळवून प्रस्ताव सादर करणे.
७. हिशोब वर्षाच्या शेवटी गटाचे ताळेबंद तयार करून संबंधितांना सादर करणे.
८. गटाच्या निर्णयांची अंमलबजावणी करणे.
९. एखाद्या सभेत संघटिका उपस्थित नसेल तर नवीन संघटिका तयार करणे.
१०. गटाच्या सचिवांनी गटाच्या कारभाराबाबत पारदर्शक राहावे. तसेच गटातील सदस्यांना मार्गदर्शन करून गटामध्ये प्रोत्साहनात्मक आणि चेतनाप्रवृत्त वातावरण तयार करावे.

५.२.४ गटातील खजिनदाराच्या जबाबदाऱ्या

१. स्वयं-साहाय्यता बचत गटाचा निधी सांभाळणे.
२. सभासद फी व दंडरक्कम यांचा योग्य विनियोग करून तपशील सदस्यांना सांगणे.
३. गटाच्या खर्चाची कल्पना गटाला देणे.
४. गटातील शिल्लकीची माहिती देणे.
५. बँका व इतर शासकीय संस्थांशी गटाच्या विकासाकरिता संपर्क साधणे.
६. गटाचे भांडवल वाढविण्यासाठी प्रयत्न करणे.
७. गटाचे पैसे बँकेत भरणे व काढणे.
८. गटाचे दस्तऐवज सांभाळणे.
९. गटाचे कार्यनियंत्रण व गटाला मार्गदर्शन करणे.
१०. गटाविषयक सतत ध्यास घेऊन नवीन कल्पना राबविणे.

५.२.५ स्वयं-साहाय्यता बचत गटाच्या सभासदांच्या जबाबदाऱ्या व कर्तव्ये

१. प्रत्येक सभासदाने गटाच्या सभेला नियोजित वेळेत उपस्थित राहावे. सभेला अनुपस्थितीची पूर्वसूचना द्यावी.
२. सभेला शेवटपर्यंत उपस्थित राहून गटाच्या कामकाजाची माहिती घ्यावी.

३. सभेला येताना कर्जाचा हप्ता, बचतरक्कम, व्याजरक्कम, पासबुक इ. घेऊन यावे.
४. गटाच्या चर्चेत उत्स्फूर्तपणे सहभागी व्हावे.
५. संघटिकेच्या कामकाजावर देखरेख ठेवावी.
६. गटाच्या निर्णय प्रक्रियेत सहभागी होऊन सहकाऱ्याची भूमिका घेऊन सभासदामध्ये संपर्क वाढविणे व गटाचे फायदे सांगणे.
७. गटाच्या सामाजिक उपक्रमात सहभागी होणे.
८. गटाच्या विकासाकरिता आग्रही राहून त्याबाबत गटाला मार्गदर्शन व सल्ला देणे.
९. गावाच्या विकासाकरिता गटाच्या माध्यमातून कृतिशील कार्यक्रम हाती घेणे.
१०. शासकीय योजनांचा फायदा मिळविण्यासाठी शासकीय विभागाशी संपर्क साधणे.
११. नवीन गटांच्या स्थापनेला प्रोत्साहन देऊन ह्या गटांना मार्गदर्शन करणे.
१२. बँकेमध्ये आळीपाळीने जाऊन बँकेविषयक व्यवहार माहिती करून घेणे.
१३. गटामार्फत उद्योजकीय प्रशिक्षण कार्यक्रम राबवून गटामार्फत मेळावे आयोजित करण्यास सहकार्य करणे.
१४. गटाच्या हिताला बाधा आणणाऱ्या कृतींना पायबंद घालणे.
१५. गटाचा नावलौकिक वाढण्याचा प्रयत्न करणे.

५.२.६ स्वयं-साहाय्यता बचत गटातील कर्जदाराच्या जबाबदाऱ्या

१. कर्जदाराने गरजेनुसार योग्य कारणाकरिता कर्ज घ्यावे.
२. कर्ज ज्या कारणासाठी घेतले त्याच कारणासाठी वापरावे.
३. कर्जदाराने कर्ज व्यावसायिक कारणासाठी घेतले असेल तर त्या व्यवसायाचे प्रशिक्षण घ्यावे.
४. कर्जहप्ते व व्याजरक्कम मुदतीत परतफेड करावी.
५. घेतलेल्या कर्जाचा हिशोब ठेवावा.
६. कर्जाची कल्पना कर्जदाराने घरातील सदस्यांना द्यावी. त्यामुळे कर्जफेडीस पाठिंबा मिळतो.
७. कर्जाचा एखादा हप्ता, परतफेड शक्य नसल्यास गटाला पूर्वसूचना द्यावी.
८. स्वत:च सतत कर्जाची मागणी करू नये. सर्व सदस्यांचा विचार करून कर्जमागणी करावी.
९. कर्जदाराने आपल्या जामीनदाराची कदर ठेवावी.
१०. पहिले कर्जफेड झाल्याशिवाय दुसरे कर्ज घेऊ नये.

५.२.७ स्वयं-साहाय्यता बचत गटातील जमीनदाराच्या जबाबदाऱ्या

१. जामीनदाराने कर्जदाराची संपूर्ण माहिती करून घ्यावी.
२. जामीनदाराने योग्य व लायक व्यक्तीला जामीनदार राहावे.
३. कर्जाचा वापर निश्चित उद्दिष्टपूर्तीसाठी झाला का हे पाहावे.
४. कर्जदाराला कर्जफेडीस तगादा लावावा. अन्यथा त्यांच्या कुटुंबांना कर्जफेडीसाठी मार्गदर्शन करावे.
५. कर्ज थकल्यास स्वत: कर्जभरणा करण्याची तयारी ठेवावी.
६. कर्ज घेणाऱ्या व्यक्तीच्या व्यवहारावर लक्ष ठेवावे.
७. कर्जफेड मुदतीत होत नसल्यास त्याची कल्पना गटाला, बँकेला, कर्जदाराला द्यावी.
८. जामीनदाराने कर्जदारास विविध बंधने घालून जामीदार व्हावे.
९. जामीनदाराने गटाच्या हितासाठी कर्जदाराबाबत सतर्क राहावे.

५.३ स्वयंसेवी संस्थांची भूमिका व कर्तव्ये

स्वर्णजयंती स्व-ग्राम रोजगार अंतर्गत स्वयंसेवी संस्थांना भरपूर समाजकार्य करण्यासारखे आहे. त्यासाठी स्वयंसेवी संस्थांना बचत गटाच्या कामाकरिता यशदा, चैतन्य संस्थांकडे प्रशिक्षण घेऊन कार्य करता येते. ज्या संस्थांचे ग्रामीण भागात कार्याचे जाळे आहे त्या संस्थांनी या बचत गटाच्या चळवळीत उतरावे. त्यांनी स्वत: स्वयं-साहाय्यता बचत गटाच्या चळवळीचा सखोल अभ्यास करून गटांना भेटी देऊन या चळवळीत उतरावे. या चळवळीत स्वयंसेवी संस्थांनी उतरविण्यापूर्वी गटाची संकल्पना स्पष्ट करून घ्यावी. या चळवळीत संस्थेच्या माध्यमातून भरीव कार्य घडवून आणण्याच्या दृष्टीने उतरावे याकरिता स्वयंसेवी संस्थांनी पुढील प्राथमिक कृती करावी.

(१) कृती

१. खेड्यातील गटांना वारंवार भेटी देणे.
२. विविध गटातील/विभागातील लोकांशी अनौपचारिक चर्चा करावी.
३. परस्पर जिव्हाळा असणाऱ्या गटांची निवड करावी.
४. गावाचा सर्व्हे करून BPL यादी तयार करावी.
५. गावातील सामाजिक/आर्थिक परिस्थितीचे, माहितीचे संकलन करावे.
६. गावातील सरपंच, तलाठी, ग्रामसेवक, कृषिदूत यांच्याबरोबर औपचारिक बैठका घ्याव्यात.
७. गट कुटुंबाशी औपचारिक चर्चा करावी.
८. प्रारंभी काही गट तयार करावेत.

९. स्वयंसेवी संस्थांनी आपल्या कार्यकर्त्यांना प्रशिक्षण देण्याची व्यवस्था करावी. त्यामुळे कार्यक्षेत्रामध्ये काम करणे सोपे जाते.

१०. स्वयंसेवी संस्थेने बचत गटाच्या चळवळीत अधिकृतपणे सहभागी होण्यासाठी जिल्हा ग्रामीण यंत्रणा, जिल्हा परिषद यांच्याकडून परवानगी घ्यावी.

(२) परवाना प्रस्ताव

स्वयंसेवी संस्थेला स्वयं–साहाय्यता बचत गट चळवळीत सहभागी होण्याकरिता रीतसर कागदपत्रासह प्रस्ताव दाखल करणे आवश्यक आहे. सदर प्रस्ताव प्रकल्प अधिकारी जिल्हा ग्रामीण विकास यंत्रणा यांच्याकडे दाखल करून परवानगी घेण्यात यावी. त्यानंतर प्रकल्प अधिकारी व संस्था यांच्यात सामंजस्य करार करून प्रत्यक्ष कार्यारंभ करावा. प्रस्तावित कार्यक्षेत्रात गट तयार करून पंचायत समितीकडून गावे निश्चित केली जातात. कार्यक्षेत्रामध्ये प्रत्यक्ष पाहणी कामास प्रारंभ करावा. गटाच्या स्थापनेमध्ये संघटिका/सहसंघटिका तयार कराव्यात. संस्थेच्या कार्यकर्तीची नेमणूक करून गट स्थापन करावे.

(३) अनुदान

स्वर्णजयंती ग्रामस्थरोजगार अंतर्गत (BPL गट) गट स्थापना, संघटना व प्रशिक्षण बँक संलग्नता याकरिता संस्थेला एका गटाकरिता ४ वर्षापर्यंत रु. १०,०००=०० अनुदान प्राप्त होते. हे अनुदान खालीलप्रमाणे चार टप्प्यात देण्यात येते.

१. गटस्थापन झाल्याबरोबर	=	३०००=००
२. प्रथम मूल्यांकन	=	२०००=००
३. कर्जप्राप्त झाल्यानंतर	=	४०००=००
४. कर्जफेडीनंतर	=	१०००=००
एकूण	=	१०,०००=००

अशा प्रकारे वरील हप्तानिहाय अनुदान जिल्हा ग्रामीण विकास यंत्रणा यांच्याकडून मिळते.

स्वयंसेवी संस्था गटांना यांच्यामार्फतच अनुदान मिळवून देते.

(४) स्वयंसेवी संस्थेचे स्वरूप

१. स्वयंसेवी संस्था विधिमान्य असावी.

२. कमीत कमी तीन वर्ष ग्रामीण भागात काम करणारी असावी.

३. स्वयंसेवी संस्थेचा नावलौकिक असावा.

४. स्वयंसेवी संस्थेने लेखापरीक्षण दरवर्षी केलेले असावे.

५. स्वयंसेवी संस्थेकडे अर्थव्यवस्थापनाची क्षमता असावी.

६. स्वयंसेवी संस्था धर्म, जात, लिंग, वंशभेद न करणारी असावी.

७. संस्थेकडे प्रकल्पामध्ये नियोजन, अंमलबजावणी, देखरेख करण्याची व्यावसायिक क्षमता असावी.

८. स्वयंसेवी संस्थांना महिला प्रश्नांची जाण व जागृती असावी.

(५) स्वयंसेवी संस्थेच्या जबाबदाऱ्या व कर्तव्ये

१. विभाग निश्चिती करणे.

२. उपक्रमाची निवड करणे.

३. स्वयंरोजगारी निवड करणे.

४. गटांना लोकशिक्षण व प्रबोधन करणे.

५. सभासदांना स्वयंरोजगारी शिक्षण, चेतना देणे.

६. गटनिर्मिती करून संचलन करणे.

७. गटांना प्रशिक्षण देणे.

८. गटाचे ग्रेडेशन करणे, दर्जा निश्चित करणे.

९. प्रत्यक्ष काम करणाऱ्या कार्यकर्त्यांना प्रशिक्षण देणे.

१०. आर्थिक, सामाजिक लेखपरीक्षण व नियंत्रण करणे.

११. गटाच्या प्रत्यक्षातील परिस्थिती अनुभव इ. बाबत संवेदनक्षम असावे.

१२. स्वयंसेवी संस्थांनी गटांना उत्पादनविषयक प्रशिक्षण देऊन बाजारपेठा निर्माण करण्यात मदत करावी.

१३. गटाला कर्जवितरण करून कर्जवसुलीस मदत करणे.

१४. स्वयंसेवी संस्थांनी गटबाबत शासकीय योजनांची माहिती व अंमलबजावणी करून गटांना प्रत्यक्षात लाभ मिळवून देणे.

१५. स्वयंसेवी संस्थांनी गटाचे महासंघ स्थापन करावेत.

१६. गटाच्या मेळावे, प्रदर्शन, सहली आयोजित करणे.

१७. गट सबलीकरण करण्याकरिता सतत प्रबोधन करणे आवश्यक आहे.

१८. बचत गटाच्या माध्यमातून महिलांना हक्काचे व्यासपीठ निर्माण करून त्यांना

आत्मनिर्भर, स्वावलंबी, कर्ती बनविणे.

१९. महिलांमध्ये नेतृत्वगुणास प्रोत्साहन देणे.

२०. गटाच्या सबलीकरणाबाबत विविध शासकीय योजनांची अंमलबजावणी करून गटांना लाभ प्राप्त करून देणे.

२१. गटाच्या माध्यमातून आपल्या कार्यक्षेत्रात दबाव गट निर्माण करणे.

२२. स्वयंसेवी संस्थांनी गटांना परावलंबी करू नये.

२३. संस्थेने गटाच्या विविध उपक्रमात सहभागी होणे आवश्यक आहे. त्यामुळे आपुलकी, जिव्हाळा, एकरूपता प्राप्त होत असते. त्यातून गटाची चळवळ मजबूत होत असते.

२४. संस्थेने गटाच्या बँक जोडणी (लिंकेज बाबत) कार्यक्रमाबाबत जागरूक असले पाहिजे.

अशा प्रकारे स्वयं-साहाय्यता बचत गटाच्या चळवळीत स्वयंसेवी संस्था महत्त्वपूर्ण भूमिका बजावत असल्यामुळे गटात गुणात्मक वाढ झालेली दिसत असून दारिद्र्य निर्मूलनात स्वयंसेवी संस्था सहभागी झालेल्या आहेत.

५.४ स्वयं-साहाय्यता बचत गटाचे संघटन

स्वयं-साहाय्यता बचत गटाची अंमलबजावणी किंवा प्रशासन केंद्रीय पातळी, राज्यपातळीवर आणि जिल्हा पातळीवर तसेच गावपातळीवर असते. प्रत्येक पातळीवर प्रशासन समित्या असतात. त्या समित्यांमार्फत स्वयं-साहाय्यता बचत गटाचे नियोजन केले जाते. स्वयं-साहाय्यता बचत गटाचे प्रशासनासाठी त्रिस्तरीय यंत्रणा पुढीलप्रमाणे आहे.

जिल्हा पातळी   राज्यपातळी   केंद्रिय यंत्रणा

जिल्हा ग्रामीण विकास यंत्रणा

महिला संघ

जिल्हा मध्यवर्ती सहकारी बँका

महिला बाल विकाससमती

ग्रामीण विकाससमती

बँका

राष्ट्रीयकृत बँका

स्वयंसेवी संघ

महिला सक्षमीकरण समिती

पंचायत समिती

सहयोगिनी

ग्रामविकास मंत्रालय

महिला आर्थिक विकास महामंडळ

सचिव

सहसंघटिका

संघटिका

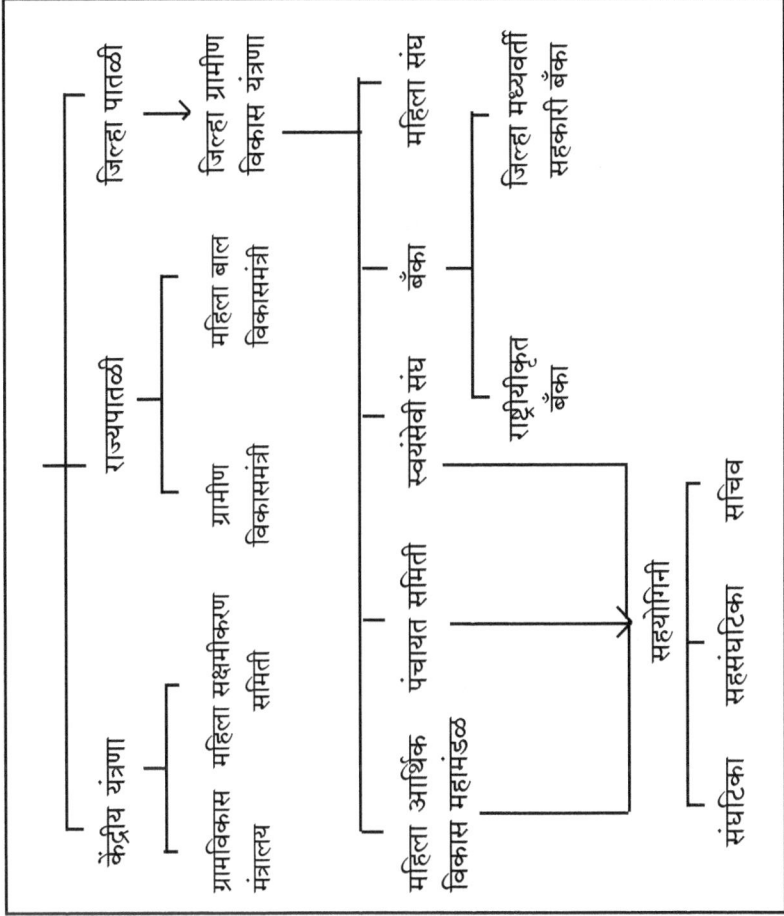

वरील यंत्रणांमार्फत स्वयं-साहाय्यता बचत गटाचे प्रशासन चालत असते.

५.५ स्वर्णजयंती ग्रामस्वरोजगार योजना (S.G.S.Y.)

प्रास्ताविक

एकात्मिक ग्रामविकास कार्यक्रम, ट्रायसेम, ड्राक्रा, ग्रामीण कारागीरांसाठी सुधारित योजना गंगा कल्याण योजना, दशलक्ष विहीर योजना हे शासकीय कार्यक्रम बंद करून केंद्रशासनाने दि. १/४/१९९९ पासून 'स्वर्णजयंती ग्राम रोजगार' ही दारिद्र्यनिर्मूलनासाठी महत्त्वाकांक्षी योजना सुरू केलेली आहे. या योजनेपूर्वी दारिद्र्यनिर्मूलनासाठी अनेक योजना राबविण्यात आल्या. परंतु मूल्यमापन पातळीवर

निराशा पदरी आली. या सर्व योजना एकत्रित करून S.G.S.Y ही योजना सुरू केलेली आहे.

५.५.१ उद्दिष्टे

१. संसाधन किंवा उत्पादक भांडवली साधने निर्माण करणे.

२. कौशल्य देऊन उत्पादक घटकांची क्षमता विकसित करणे.

३. या योजनेअंतर्गत आगामी ५ वर्षात (दहाव्या पंचवार्षिक योजनेत) दारिद्र्यरेषेखालील एकूण कुटुंबापैकी ३०% कुटुंबांना दारिद्र्यरेषेच्या वर आणणे.

४. दारिद्र्यरेषेतील कुटुंबांना तीन वर्षामध्ये स्वरोजगारी बनवून उत्पन्नवृद्धी म्हणून वार्षिक रु. २४,०००=०० किंवा दरमहा रु. २०००=०० निव्वळ उत्पन्न मिळवून देणे.

५. ग्रामीण भागात मोठ्या प्रमाणावर लहान व्यवसाय, उद्योग स्थापन करून त्याद्वारे गरिबांना स्थिर व कायमस्वरूपी उत्पन्न मिळवून देणे.

६. या योजनेअंतर्गत स्वरोजगारी कालावधी ५ वर्षांचा असेल. तीन वर्ष क्षमता विकास व्यवसाय प्रारंभ करणे आणि २ वर्ष मूल्यमापन काळ राहील.

७. या योजनांतर्गत ज्यांना लाभ मिळणार आहे त्यांना लाभार्थी न म्हणता स्वरोजगारी असे संबोधण्यात येईल. म्हणजे स्वरोजगारी प्रमाण राखून ठेवले जाईल.

८. या योजनांतर्गत स्वयं-साहाय्यता समूहाची स्थापना करून महिलांचे आर्थिक, सामाजिक सबलीकरण करणे.

९. या योजनेमध्ये किमान ५०% अनुसूचित जाती जमाती, ४०% महिला आणि ३% विकलंग व इतर ७% स्वरोजगारी निश्चित केलेली आहे.

१०. या योजनांतर्गत लक्ष्य पूर्ततेसाठी स्वयंसेवी संस्थांना सामावून घेणे अशी उद्दिष्टे आहेत.

५.५.२ स्वर्णजयंती ग्रामस्वरोजगार योजनेची वैशिष्ट्ये

S.G.S.Y या योजने अंतर्गत स्वरोजगार निर्माण करण्यासाठी व्यवसायसमूह, स्वयं-साहाय्यता समूह तसेच व्यक्तिगत स्वरोजगारी निर्माण करून स्वयंसेवी संस्थांमार्फत त्यांच्या व्यवसायास बाजारपेठ मिळवून देऊन कायम स्वरोजगारी निर्माण करीत आहे. त्याची वैशिष्ट्ये पुढीलप्रमाणे -

(१) **व्यवसाय समूह** (Activity Clusters) : स्वर्णजयंती ग्राम रोजगार योजनेमध्ये व्यवसायांच्या समूहावर भर देण्यात आला आहे. अनेक व्यवसायांना अर्थसाहाय्य करण्याऐवजी प्रत्येक तालुक्याने काही निवडक व्यवसायावर लक्ष केंद्रित करावे व अशा व्यवसायांच्या सर्व बाजूंचा सांगोपांग विचार करावा. जेणेकरून स्वरोजगारींना त्यांच्या गुंतवणुकीपासून स्थिर व कायमस्वरूपी अन्न मिळू शकेल. व्यवसायाची निवड करताना स्थानिक साधन सामग्री, कच्च्या मालाची उपलब्धता, स्थानिक लोकांचे कौशल्य, बाजारपेठ इ. घटकांचा विचार करणे आवश्यक आहे.

वरील सर्व घटकांचा विचार करून व संबंधित सर्व संस्थांशी विचारविनिमय करून तालुका स्वर्णजयंती ग्राम रोजगार योजना समिती तालुक्यासाठी प्राधान्याने ८ ते १० व्यवसायांची निवड करील. सदर व्यवसायाची यादी पंचायत समितीच्या सर्वसाधारण सभेपुढे ठेवून समितीच्या शिफारशीसह अंतिम निर्णयासाठी जिल्हा स्वर्णजयंती ग्राम स्वरोजगार योजना समितीकडे पाठविली जाईल. तालुक्याकडून आलेल्या प्रस्तावांची छाननी करून जिल्हा समिती प्रत्येक तालुक्यासाठी ४ ते ५ व्यवसायांची निवड करील. सदर प्रमुख व्यवसाय सर्वसाधारणपणे पुढील ५ वर्षांसाठी कायम राहील. तथापि दोन वर्षांनंतर आढावा घेता येईल.

स्वर्णजयंती ग्राम स्वरोजगार योजनेच्या एकूण अर्थसाहाय्यापैकी मोठा भाग व्यवसाय समूहासाठी/प्रमुख व्यवसायाकरिता (Key activities) असेल. प्रत्येक गटातील निवडलेल्या ४ ते ५ प्रमुख व्यवसायाकरिता ७५% (आर्थिक व भौतिक) समूहाच्या आणि वैयक्तिक साहाय्यासाठी राहील. इतर व्यवसायाकरिता अर्थसाहाय्यासाठी प्रतिबंध नसेल. स्वरोजगारी असा व्यवसाय निवडू शकेल ज्यामध्ये त्याला आर्थिक उत्पन्नाची शाश्वती आहे. अशा व्यवसायाकरिता २५% पर्यंत (भौतिक व आर्थिक) साधनासाठी राहतील.

निवड केलेल्या प्रत्येक व्यवसायाचा स्वतंत्र प्रकल्प अहवाल तयार करणे आवश्यक आहे. सदर प्रकल्प अहवालामध्ये प्रशिक्षण, कर्ज, तंत्रज्ञान, मूलभूत सुविधा, बाजारपेठ इत्यादी घटकांचा अंतर्भाव असला पाहिजे.

(२) **स्वरोजगारी निवड** : दारिद्र्यरेषेखालील कुटुंबाच्या सर्वेक्षणानुसार तयार झालेल्या दारिद्र्यरेषेखालील कुटुंबांची ग्रामसभेने मंजूर केलेली यादी स्वर्णजयंती ग्राम स्वरोजगार योजनेचा लाभ घेणाऱ्या कुटुंब निवडीसाठी प्रमाण राहील. स्वयं-साहाय्यता गटातील सदस्यसुद्धा ग्रामसभेने मंजूर

केलेल्या कुटुंबाच्या यादीतील असतील. यामध्ये अनुसूचित जाती व जमाती ५०%, महिला ४०%, अपंग ३%, इतर ७% या प्रमाणात स्वरोजगारी निवडले जातील.

(३) **स्वयं–साहाय्यता गट :** स्वयं–साहाय्यता गट हा १० ते २० व्यक्तींचा असेल. लघुसिंचनाचे बाबतीत व अपंग व्यक्तींच्या बाबतीत गटाची मर्यादा ५ व्यक्तींची असेल. एका गटामध्ये एका कुटुंबातील एकापेक्षा जास्त व्यक्तींचा समावेश नसेल किंवा एका व्यक्तीला एकापेक्षा जास्त गटाचा सदस्य होता येणार नाही. गटाने आपल्यावर बंधनकारक असेल अशी आचारसंहिता बनविली पाहिजे. गटातील सर्व सदस्यांना नियमितपणे बचत करणे आवश्यक आहे. अशा बचतीचा विनियोग गटातील सदस्यांना कर्ज देण्यासाठी करता येईल. प्रत्येक गटाने नियमित सभा घेणे आवश्यक आहे. तसेच हजेरीपत्रक, कार्यवृत्तांत पुस्तक, कर्ज नोंदवही, सामान्य लेजर, रोकडवही, बँक पासबुक, वैयक्तिक पासबुक इ. रेकॉर्ड ठेवणे आवश्यक आहे.

प्रत्येक तालुक्यातील किमान ५०% गट केवळ महिलांचे असतील. सर्वसाधारणपणे स्वयं–साहाय्यता बचत गट हा अनौपचारिक (Informal) गट असेल. तथापि गटांना आपली नोंदणी भागीदारी संस्था किंवा सहकारी संस्था म्हणून करता येईल. गटाच्या स्थापनेमध्ये सेवाभावी संस्थांची भूमिका अत्यंत महत्त्वाची असेल. गटाच्या स्थापनेचा कालावधी (Formation stage) सर्वसाधारणपणे ६ महिने गृहीत धरला आहे. सहा महिन्यानंतर जिल्हा ग्रामविकास यंत्रणेच्या मार्फत बँका, स्वयंसेवी संस्था व इतर संस्थांच्या मदतीने सदर गटांची प्रतवारी (Grading) करण्यात येईल. जे गट ६ महिन्याच्या पहिल्या टप्प्यामध्ये टिकून राहतील अशा गटांचा दुसऱ्या टप्प्यामध्ये प्रवेश होईल. अशा गटांना बँकांकडून रु. २५०००/– खेळते भांडवल कॅश क्रेडिट म्हणून दिले जाईल. त्यापैकी रु. १०,०००/– जिल्हा ग्रामीण विकास यंत्रणेकडून बँकांना दिले जातील. या खेळत्या भांडवलाचा उपयोग गटातील सदस्यांना वैयक्तिक कर्ज देण्यासाठी, कच्च्या मालाच्या खरेदीसाठी, विक्री व्यवस्थेसाठी आणि मूलभूत सुविधांसाठी करता येईल. गटांना खेळते भंडवल दिल्यानंतर ६ महिन्यांनी जिल्हा ग्रामीणविकास यंत्रणेमार्फत पुन्हा प्रतवारी (Garding) करण्यात येईल. या दुसऱ्या टप्प्यामध्ये जे गट यशस्वी ठरतील असे गटच व्यवसायासाठी अर्थसाहाय्य (कर्ज+अनुदान) मिळण्यास पात्र

ठरतील. असे अर्थसाहाय्य गटाला एकत्रितरीत्या तसेच गटातील सदस्यांना वैयक्तिकरीत्या दिले जाईल.

(४) **वैयक्तिक स्वरोजगारी :** वैयक्तिक स्वरोजगारीच्या निवडीची पद्धत पुढीलप्रमाणे असेल. दरवर्षी तालुका स्वर्णजयंती ग्राम रोजगार योजना समितीने गावांची यादी निश्चित केल्यानंतर त्या गावाच्या सरपंचांना सूचना देण्यात येईल. वैयक्तिक स्वरोजगारीची निवड ग्रामसभेद्वारे करण्यात येईल. वैयक्तिक स्वरोजगारी निवडीसाठी तीन सदस्यांची समिती असेल. त्यामध्ये सरपंच, गटविकास अधिकारी यांचे प्रतिनिधी व बँकेचे शाखाधिकारी असतील. स्वरोजगाराची निवड झाल्यानंतर गटविकास अधिकारी यांच्यामार्फत स्वरोजगाराकडून अर्थसाहाय्य मिळण्यासाठी विहित नमुन्यातील अर्ज भरून घेतला जाईल. असा अर्ज बँकेला प्राप्त झाल्यानंतर १५ दिवसात जास्तीत जास्त १ महिन्याच्या कालावधीत बँकेला सदर अर्जाला मंजुरी द्यावी लागेल.

(५) **अनुदान :**

(अ) अनु. जाती/जमाती स्वरोजगारी : प्रकल्प खर्चाच्या ५०% परंतु जास्तीत जास्त १०,०००/-च्या मर्यादेत.

(ब) इतर स्वरोजगारी : प्रकल्प खर्चाच्या ३०% परंतु जास्तीत जास्त रु. ७.५००/- च्या मर्यादित.

(क) समूहासाठी : प्रकल्प खर्चाच्या ५०% परंतु जास्तीत जास्त रु. १.२५ लाखाच्या मर्यादेत.

(६) **कर्ज** : प्रकल्पासाठी प्रकल्प अहवालानुसार अनुदानाव्यतिरिक्त बँकेमार्फत कर्जे दिली जातील. सर्व प्रकारची कर्जे मध्यम मुदतीची असतील व कर्ज परतफेडीची मुदत कमीत कमी ५ वर्षे असेल.

(७) **निधी उपलब्धता :**या योजनेत केंद्रशासनामार्फत ७५% व राज्यसरकारमार्फत २५% निधी उपलब्ध करून दिला जातो. या निधीचे वाटप संरचनासाठी २०%, प्रशिक्षणावर १०%, १०% खेळते भांडवलासाठी ६०% अनुदान याप्रमाणे असेल.

(८) **कर्ज वसुली** : सदर योजनेच्या अंमलबजावणीमध्ये कर्जाची वसुली १००% होईल याची काळजी घेण्यात आली आहे. तालुका स्वर्णजयंती ग्राम स्वरोजगार योजना समिती कर्जाची वसुली १००% होण्याच्या दृष्टीने वेळोवेळी आढावा घेईल. समितीचा अहवाल गट विकास अधिकारी,

पंचायत समिती सर्वसाधारण सभेपुढे ठेवतील. जिल्हा समिती कर्जवसुलीचा आढावा दरमहा घेईल व कर्जाच्या वसुलीबाबत जरूर ती पावले उचलली जातील.

ग्रामपंचायत पातळीवर तसेच तालुका पातळीवर किमान ८० टक्के कर्जाची परतफेड मुदतीत न झाल्यास अशा ग्रामपंचायतींना व तालुक्यांना पुढील वर्षामध्ये स्वर्णजयंती ग्राम स्वरोजगार योजने अंतर्गत अर्थसाहाय्य दिले जाणार नाही. योजनेपासून त्यांना वंचित राहावे लागेल.

(९) **प्रशिक्षण तंत्रज्ञान :** सदर योजनेअंतर्गत स्वरोजगाराला कर्ज मंजूर झाल्यानंतर परंतु प्रत्यक्ष कर्ज वाटपाच्या अगोदर तालुक्याच्या मुख्यालयी, अभियांत्रिकी महाविद्यालये, औद्योगिक प्रशिक्षणसंस्था, पॉलिटेक्निक, विद्यापीठे, स्वयंसेवी संस्था यांचेमार्फत व्यवसायासाठी, उद्योगधंद्यासाठी आवश्यक असणारे मूलभूत तसेच कौशल्यवाढ प्रशिक्षण दिले जाईल. प्रशिक्षणासाठी स्टायपेंड दिला जाणार नाही. प्रशिक्षणाचा कालावधी एक आठवड्यापेक्षा जास्त असल्यास बँकेमार्फत कर्ज दिले जाईल.

(१०) **बाजारपेठ :** स्वरोजगारींनी उत्पादित केलेल्या वस्तुसाठी बाजारपेठ उपलब्ध करून देण्यासाठी विशेष प्रयत्न केले जातील. यामध्ये पारंपरिक अनुभव, स्थानिक बाजारपेठ सर्वेक्षण, अनुभवपात्र संस्थांशी समन्वय, मेळावे इ. वर भर. यामध्ये विविध वित्तीय संस्था व महामंडळे यांची जबाबदारी अधिक आहे.

(११) **मूलभूत सुविधा** : निवडलेल्या प्रमुख व्यवसायासाठी महत्त्वाच्या आवश्यक मूलभूत सुविधांचा शोध घेऊन त्या निर्माण करण्यावर भर. आवश्यक मूलभूत सुविधांबाबत प्रथमत: संबंधित संलग्न शासकीय खात्यांनी कार्यवाही करावयाची असून आवश्यकता असल्यास निधी या योजनेतून देणे आहे.

(१२) **सनियंत्रण** : स्वरोजगारीच्या मत्तेची तपासणी दरमहा अधिकाऱ्यांकडून केली जाईल. त्याचे उद्दिष्ट खालीलप्रमाणे राहील.

मुख्य कार्यकारीअधिकारी	१०	सहप्रकल्प अधिकारी	२०
प्रकल्प संचालक	२०	गट विकास अधिकारी	२०
कृषिविकास अधिकारी	२०		

(१३) **समिती** : तालुकास्तरावर तालुका स्वर्णजयंती ग्राम स्वरोजगार समिती तसेच जिल्हा स्तरावर जिल्हा स्वर्णजयंती ग्राम स्वरोजगार समिती गठित झाल्या असून दरमहा स्वर्णजयंती ग्रामस्वरोजगार योजनेअंतर्गत नियोजन व कामाच्या प्रगतीचा आढावा घेतला जाईल.

(१४) **स्वयंसेवी संस्थांचा सहभाग** : या संस्थेच्या मार्फत गटबांधणी, मार्गदर्शन प्रशिक्षण, बँक संलग्नता व बाजारपेठेबाबत मार्गदर्शन केले जाते.

(१५) **कार्यकक्षा :** स्वर्णजयंती ग्रामस्वरोजगार योजनांतर्गत प्रत्येक पंचायत समिती/विकास गट क्षेत्रातील दारिद्र्यरेषेखालील कुटुंबापैकी पुढील ५ वर्षाकरिता ३०% कुटुंबे निवडली जातात.

५.५.३ स्वर्णजयंती ग्रामस्वरोजगार योजनांतर्गत तरतूदी

१. बचत गट स्थापना व प्रोत्साहन इ. खर्च

२. प्रशिक्षण गटातील सदस्यांना प्रवास, दैनिक भत्ता इ.

३. बचत गटाच्या दैनंदिन कामकाजासाठी पंचायत समिती अधिकाऱ्यामार्फत मार्गदर्शन तसेच स्वयंसेवी संस्थांची नियुक्ती.

४. राष्ट्रीयीकृत व जिल्हा मध्यवर्ती बँकांमार्फत अनुदान, खेळते भांडवल, व्यावसायिक कर्जाची तरतूद.

५. बचत गटामार्फत उद्योग उभारणीसाठी मार्गदर्शन

६. उद्योग उभारणीसाठी ७ दिवसाचे प्रशिक्षण देणे.

७. बचत गटाचे मूल्यांकन करणे.

८. बचत गटांनी तयार केलेल्या वस्तूंच्या विपणनासाठी मदत करून मार्गदर्शन व स्टॉल्ससाठी खर्च करणे.

९. उद्योगांना मशिनरी सुविधा देणे.

१०. बचत गटांना संस्कारण मूल्यवाढ व आवेष्टन करणे.

११. विमा संरक्षण प्राप्त करून देणे.

१२. दारिद्र्यरेषेखालील कुटुंबांना आर्थिक लाभ मिळवून त्यांना सबल करणे.

अशा तरतुदी केल्यामुळे बचत गटांच्या चळवळीचा प्रसार वाढत आहे.

५.५.४ व्यवस्थापन

स्वर्णजयंती ग्रामस्वरोजगार योजनेची अंमलबजावणी करण्यासाठी जबाबदार असलेल्या निरनिराळ्या यंत्रणामध्ये हा कार्यक्रम यशस्वी करण्यासाठी निकट समन्वय असणे फारच महत्त्वाचे आहे. सर्व अभिकरणांनी त्याच्या संबंधित भूमिकेची जाणीव ठेवत हा कार्यक्रम एक संयुक्त कार्यक्रम आहे असे समजण्यात यावे. समन्वय कार्यक्रमाची सुनिश्चित खातरजमा करण्यासाठी स्वर्णजयंती ग्राम स्वयंरोजगार योजनेखाली पुढील समित्या स्थापन करण्यात आल्या आहेत.

(अ) तालुकापातळी समिति

प्रत्येक तालुका पातळीवरील स्वर्णजयंती ग्राम स्वरोजगार योजना समिती असेल. तिची रचना पुढीलप्रमाणे असेल.

१. प्रकल्प संचालक–जिल्हा ग्रामीण विकास यंत्रणा	अध्यक्ष
२. प्रकल्प अधिकारी – (स्वयंरोजगार)	सदस्य
३. गटामधील सर्व बँक शाखांचे अंमलबजावणी करणारे व्यवस्थापक	सदस्य
४. संबंधित संलग्न विभागाचे गटस्तरीय उपविभागीय अधिकारी	सदस्य
५. अशासकीय संघटना प्रतिनिधी (एक)	सदस्य
६. गटविकास अधिकारी	निमंत्रक

गटविकास अधिकारी यांच्यामार्फत या समितीची बैठक बोलावण्यात येईल. अग्रणी बँक अधिकारी डी. डी. एम. नाबार्ड आणि अग्रणी जिल्हा अधिकारी आर. बी. आय. हे विशेष निमंत्रित म्हणून या बैठकींना उपस्थित राहतील. प्रत्येक गटात शक्य तितक्या संस्थांशी ते परिचित राहतील व त्यामुळे समस्या सोडविण्यासाठी ते मदत करू शकतील.

तालुका स्तरीय स्वर्णजयंती ग्राम स्वरोजगार योजना समितीची प्रमुख कार्ये पुढीलप्रमाणे आहेत.

१. कार्यक्रमाच्या सुरुवातीलाच मुख्य कार्यक्रमांची निवड करणे.
२. गावांची निवड करणे आणि प्रत्येक वर्षी समाविष्ट करावयाच्या स्वरोजगार करणाऱ्या व्यक्तींची संख्या निश्चित करणे.
३. बँक शाखांमध्ये कामाचे वाटप करणे.
४. विविध अभिकरणांच्या कामाचे वाटप करणे.
५. पायाभूत सुविधा, कर्ज, पतकर्ज तंत्रज्ञान आणि पणन या बाबतीतील समन्वय प्रश्नाची सोडवणूक करणे.

६. स्वरोजगार करणाऱ्या व्यक्तींना मिळणाऱ्या उत्पन्नाचा आढावा घेणे.

७. वसुली कामाचा आढावा घेणे आणि वसुली शिबिर इ. करिता तारखा निश्चित करणे.

८. मतांची पडताळणी करण्यासाठी नमुना तपासणी करणे.

९. मासिक अहवाल काढणे.

१०. दारिद्र्यरेषा पार करण्यात स्वरोजगार करणाऱ्या व्यक्तींनी केलेल्या प्रगतीचा आढावा घेणे.

प्रत्येक महिन्याच्या ५ व १० या दिनांकाच्या दरम्यान तालुका पातळी समितीची बैठक होईल. बैठकी अगदी नियमितपणे घेण्यात येतात याची खात्री करून घेतली पाहिजे. गटामध्ये स्वर्णजयंती ग्राम स्वरोजगार योजनेविषयी वित्त व्यवस्था करणाऱ्या संस्थांच्या शाखा व्यवस्थापकांनी पूर्वनिश्चित नमुन्यात अहवाल तयार करावेत आणि ते अहवाल गटविकास अधिकारी यांनी संकलित करावेत. गटस्तरीय स्वर्णजयंती ग्राम स्वरोजगार योजना समितीचे कार्यवृत्त माहितीसाठी आणि जर काही अपरिहार्य बाब असल्यास जिल्हा ग्रामीण विकास यंत्रणा आणि अग्रणी बँक अधिकारी यांना पाठविण्यात येईल.

(ब) जिल्हा पातळी समिती

जिल्हा पातळीवर जिल्हाधिकारी/मुख्य कार्यकारी अधिकारी यांच्या अध्यक्षतेखाली जिल्हा स्वर्णजयंती ग्राम स्वरोजगार योजना समिती कार्यरत असेल. जिल्हा पातळीवर स्वर्णजयंती ग्राम स्वरोजगार योजना समितीच्या कामकाजात पुढील बाबी समाविष्ट आहेत.

१. स्वर्णजयंती ग्राम स्वरोजगार योजनेच्या संबंधातील योजनेचा आढावा घेणे.

२. प्रत्यक्ष व वित्तीय स्वरूपातील एकूण प्रगतीचे सनियंत्रण करणे व त्याचा आढावा घेणे.

३. अभिकरणातील मतभेद दूर करणे व राज्यस्तरीय समितीच्या विचारार्थ बाबी तयार करणे

४. स्वयं-साहाय्यता बचत गटाच्या स्थापनेकरिता स्वयंसेवी संस्थांची निवड करण्यात येईल.

५. स्वरोजगार करणाऱ्या व्यक्तींच्या प्रशिक्षणविषयक गरजांचे मूल्यनिर्धारण करणे. तसेच योग्य संस्था निश्चित करून प्रशिक्षणासाठी केलेल्या व्यवस्थेचा आढावा घेणे.

६. बँकनिहाय व गटनिहाय वसुलीच्या स्थितीचे सनियंत्रण करणे. जेणेकरून आवश्यक असेल तिथे उपाययोजना करता येईल.

७. स्वयं-साहाय्यता बचत गट बँक संलग्नता अभियान राबविणे इ. कामे करण्यास जिल्हा पातळीवर या योजनेची रचना खालीलप्रमाणे

१.	जिल्हा अधिकारी/मुख्य कार्यकारी अधिकारी	अध्यक्ष
२.	नाबार्डचे जिल्हाविकास व्यवस्थापक	सदस्य
३.	भारतीय रिझर्व्ह बँकेचे एल. डी. ओ.	सदस्य
४.	कार्यान्वयन बँकेचे जिल्हा स्तरावरील समन्वयक	सदस्य
५.	जिल्हा स्तरावरील संबंधित विभागाचे संबंधित प्रमुख	सदस्य
६.	महाव्यवस्थापक, जिल्हा उद्योग केंद्र	सदस्य
७.	जिल्हा खादी व ग्रामोद्योग बँकेचे अधिकारी	सदस्य
८.	प्रकल्प संचालक, जिल्हा ग्रामीण विकास अभिकरण	सदस्य
९.	२-३ अशासकीय प्रतिनिधी	सदस्य
१०.	अग्रणी बँक अधिकारी	सदस्य

(क) राज्यपातळी समिती

ज्या ग्रामविकास विभागास किंवा अन्य कोणत्याही विभागास ग्रामविकास विषयक कामे वाटून दिली आहेत, त्यांनी राज्य स्तरावरील कार्यक्रमाचे नियोजन करणे, त्याचे कार्यान्वयन, सनियंत्रण व मूल्यमापन करणे ही त्याची जबाबदारी असेल.

स्वर्णजयंती ग्राम स्वरोजगार योजनेच्या अंतर्गत कामकाज कसे पार पाडले जात आहे. हे पाहण्यासाठी राज्यस्तरीय योजना समितीची तरतूद करण्यात आली आहे, त्याची रचना खालीलप्रमाणे :

१.	मुख्य सचिव/विकास आयुक्त	अध्यक्ष
२.	सचिव, संस्थात्मक वित्त विभाग	सदस्य
३.	सचिव, नियोजन वित्त विभाग	सदस्य
४.	प्रभारी सचिव, महिला विकास	सदस्य
५.	आवश्यक तेथे संबंधित विभागाचे प्रमुख	सदस्य
६.	प्रभारी सचिव, अनुसूचित जाती/जमातीचे कल्याण	सदस्य
७.	नाबार्डचे प्रतिनिधी (प्रादेशिक कार्यालयांचे स्थानिक प्रमुख)	सदस्य
८.	भारतीय रिझर्व्ह बँकेचे प्रतिनिधी	सदस्य
९.	राज्य मुख्यालयाच्या ठिकाणी संबंधित कार्यान्वयन बँकेचे प्रतिनिधी	सदस्य
१०.	उपसचिवांच्या दर्जापेक्षा कमी नसेल असा भारत सरकारचा प्रतिनिधी	सदस्य
११.	संचालक, एस. आय. आर. डी	सदस्य
१२.	निमंत्रक, एस. एल. बी. सी.	सदस्य
१३.	प्रभारी सचिव, ग्रामविकास मंत्रालय सचिव	सदस्य

राज्य पातळीवरील स्वर्णजयंती ग्राम स्वरोजगार योजना समितीची कार्ये खालीलप्रमाणे आहेत.

१. कार्यक्रमाचे नियोजन, कार्यान्वय व सनियंत्रण याबाबत पुढाकार घेणे व मार्गदर्शन करणे.

२.	स्वर्णजयंती ग्राम स्वरोजगार योजनेअन्वये जिल्हानिहाय प्रगतीचा आढावा घेणे व सुधारात्मक उपाययोजना सुचविणे.

३.	कार्यक्रमाच्या उद्दिष्टांच्या संदर्भात कार्यक्रमाच्या कार्यान्वयाचे सनियंत्रण व मूल्यमापन करणे.

४.	स्वर्णजयंती ग्राम स्वरोजगार योजनेमधील ख्यातनाम अशासकीय संस्थांच्या सहभागाचे पुनर्विलोकन करणे व आवश्यकता वाटल्यास निर्देश देणे.

५.	राज्य पातळीवर धोरण तयार करणाऱ्या व्यक्ती व क्षेत्रीय स्तरावर कार्यान्वय करणाऱ्या व्यक्ती तसेच बँका यांच्यामध्ये अर्थपूर्ण संवाद साधण्यासाठी त्यांना चर्चापीठ मिळवून देणे.

६.	स्वर्णजयंती ग्राम स्वरोजगार योजनेशी संबंधित असलेल्या अन्य कोणत्याही प्रश्नाविषयी चर्चा करणे.

(ड) केंद्रीय पातळी समिती

धोरण तयार करणे, कार्यक्रमाचे सनियंत्रण व मूल्यमापन करणे आणि निधीचा केंद्रीय हिस्सा देणे ही भारत सरकार नवी दिल्ली यांच्या ग्रामविकास मंत्रालयातील ग्रामविकास विभागाची जबाबदारी आहे. विभागाला साहाय्य करण्याकरिता खालीलप्रमाणे केंद्रस्तरीय समन्वय समितीची स्थापना करण्यात आली आहे. या केंद्रस्तरीय समन्वय समितीची सहा महिन्यातून एकदा बैठक होईल.

१.	सचिव, ग्राम विकास मंत्रालय	अध्यक्ष
२.	डेप्युटी गव्हर्नर, भारतीय रिझर्व्ह बँक	सदस्य
३.	सचिव, कृषि सहकार विभाग	सदस्य
४.	सचिव, व्यय विभाग	सदस्य
५.	विशेष सचिव, बँक विभाग, वित्त मंत्रालय	सदस्य
६.	सचिव, महिला व बाल विकास विभाग	सदस्य
७.	सचिव, लघुउद्योग व कृषि संबंधित उद्योग विभाग	सदस्य
८.	सचिव, विज्ञान व तंत्रशास्त्र विभाग	सदस्य
९.	सचिव, कल्याण मंत्रालय	सदस्य
१०.	व्यवस्थापकीय संचालक, नाबार्ड	सदस्य
११.	सल्लागार (ग्राम विकास), नियोजन आयोग	सदस्य
१२.	अतिरिक्त सचिव व क्षेत्र साहाय्यक, ग्राम-विकास मंत्रालय	सदस्य
१३.	राज्य सचिव, ग्राम विकास	सदस्य
१४.	सर्व वाणिज्यिक क्षेत्रीय बँकांचे अध्यक्ष व व्यवस्थापकीय संचालक	सदस्य
१५.	महासंचालक, सी. ए. पी. ए. आर. टी.	सदस्य

१६.	महासंचालक, एन. आय. आर. डी.	सदस्य
१७.	अध्यक्ष, भारतीय बँक महासंघ	सदस्य
१८.	सहसचिव, (आय. आर. डी.) ग्रामविकास विभाग सचिव	सदस्य

या केंद्रीय पातळीवर समन्वय समितीची कार्य पुढीलप्रमाणे.

१. कार्यक्रमाचे पुनर्विलोकन करणे व प्रभावी कार्यक्रमाची सुनिश्चिती करणे.

२. स्वर्णजयंती ग्रामस्वयंरोजगार योजनेकरिता आधार, सेवांसाठीच्या दुव्यांचा आधार घेणे.

३. कर्ज साहाय्यासहित, वित्तीय व दर्जात्मक प्रगतीचा आढावा घेणे.

४. समवर्ती मूल्यमापन अहवालांचा विचार करणे.

५. राज्यशासन व बँका यांच्यात सुसंवाद चालू ठेवण्यासाठी चर्चापीठाची तरतूद करणे.

६. पतविषयी आढावा घेऊन, सुधारणांविषयी शिफारशी करणे.

अशा प्रकारे स्वर्णजयंती स्वग्रामरोजगार योजनेची अंमलबजावणीसाठी समित्या आहेत.

५.५.५ स्वर्णजयंती ग्रामरोजगार योजनेची निधी उपलब्धता व वितरण

या योजनेअंतर्गत निधीचे व्यवस्थापन केंद्र व राज्य शासन यांच्या अनुक्रमे ७५:२५ या प्रमाणात केलेले आहे. राज्यांकरिता राखीव ठेवलेल्या केंद्रीय निधीचे वाटप राज्यातील दारिद्र्याच्या प्रमाणात करण्यात येते. तसेच समावेशन क्षमता आणि विशेष आवश्यकता या निकषावर जादा निधी दिला जातो. जिल्ह्यांना देण्यात येणारा निधी राज्याद्वारे देण्यात येतो. तसेच केंद्रसरकार जिल्हा ग्रामीण विकास यंत्रणेला थेट निधी देऊ शकते. जिल्हा ग्रामीण विकास यंत्रणा जिल्ह्यामध्ये निधीचे वाटप करते. ह्या निधीचे वाटप जिल्हा विकास यंत्रणेचे नियामक मंडळाच्या निर्णयानुसार जानेवारी महिन्यापर्यंत केले जाते.

केंद्रसरकारच्या या योजनांतर्गत निधीचा जिल्हा विकास यंत्रणा खालील बाबींवर खर्च करते.

(अ)	प्रशिक्षण निधी (वाटपाच्या)	१०%
(ब)	मूलभूत सुविधांसाठी	२०% आणि
(क)	फिरता निधी	१०%
(ड)	अनुदान स्वरूपात वाटप	६०%

या योजनेच्या प्रशासनाकरिता जिल्हा ग्रामीण विकास यंत्रणेला जिल्हा केंद्रपुरस्कृत योजनेद्वारे स्वतंत्र निधीची तरतूद करण्यात येते.

केंद्रसरकार या निधीचे वितरण पुढीलप्रमाणे करते. सर्वसाधारणपणे केंद्र सरकार दोन हप्त्यांत निधी देते. थंड बर्फाळ जिल्ह्यांच्या बाबतीत उदा. लाहूल व स्पीटी, लेह व कारगील जेथे कामाचा कालावधी काही महिन्यांपुरताच मर्यादित असतो तेथे संपूर्ण केंद्रीय साहाय्याचा भाग एका हप्त्यात देता येईल. केंद्राने निधी दिल्यानंतर राज्यांनी ताबडतोब हा निधी द्यावा.

स्वर्णजयंती ग्राम स्वरोजगार योजना निधीचा केंद्रीय भाग देण्याची प्रक्रिया पुढीलप्रमाणे –

(इ) साधारण क्षेत्रे

१. पहिला हप्ता देणे : स्वर्णजयंती ग्राम स्वरोजगार योजनेच्या साहाय्याचा दुसरा हप्ता मागील वर्षात कोणत्याही शर्तींशिवाय देण्यात आला असेल तर आर्थिक साहाय्यतेचा पहिला हप्ता कोणत्याही औपचारिक विनंतीशिवाय देता येईल. जर हप्ता अजिबात दिलाच नसेल किंवा काही शर्तींवर दिला असेल तर शर्ती पूर्ण केल्यावर/दुसरा हप्ता न देण्याची कारणे कळविल्यावर जिल्हा ग्रामीण विकास अभिकरणाने पहिल्या हप्त्यासाठी औपचारिक विनंती करणे आवश्यक आहे.

२. दुसरा हप्ता देणे : केंद्रीय निधीचा दुसरा हप्ता जिल्हा ग्रामीण विकास यंत्रणेने विनंती केल्यावर खालील शर्ती पूर्ण केल्यावर विहित प्रपत्रात देण्यात यावा.

१. चालू वर्षाकरिता असलेली अर्थसंकल्पीय तरतूद राज्य शासनाकडून दर्शविण्यात यावी. या प्रमाणात केंद्रीय निधीत राज्याच्या प्रमाणापेक्षा अधिक वाढ होणार नाही.

२. राज्य शासनाने मागील वर्षात निधीचे अंशदान दिलेले असले पाहिजे. त्यांचा भाग देण्यात त्रुटी राहिल्यास दुसऱ्या हप्त्यातून ती वजा करण्यात यावी.

३. जिल्हा ग्रामीण विकास यंत्रणा प्रारंभिक शिल्लक ही, ज्या वर्षात नियत वाटप करण्यात आले आहे, त्या वर्षाच्या नियत वाटपाच्या १५ टक्क्यांपेक्षा अधिक नसावी. प्रारंभिक शिलकीमध्ये ही मर्यादा ओलंडली जात असेल तर ज्या केंद्रीय रकमेमुळे ही मर्यादा ओलांडली आहे, ती रक्कम दुसऱ्या हप्त्याच्या वेळी वजा करण्यात येईल.

४. पुढे नेलेल्या निधीसह उपलब्ध निधी निदान ६० टक्केपर्यंत उपयोगात आणला पाहिजे होता.

५. मागील वर्षाचे लेखा परीक्षा अहवाल, उपयोजन प्रमाणपत्र सादर करण्यात यावे.

६. जिल्हा ग्रामीण विकास अभिकरणाच्या नियामक मंडळाने वार्षिक योजनांना मान्यता दिलेली असावी.

७. शेवटचा निधी देताना लादलेल्या अन्य कोणत्याही अटी व शर्तीपूर्ण केलेल्या असाव्यात.

८. राज्यांना दुसरा हप्ता उशिरात उशीरा डिसेंबर महिन्याच्या अखेरीस मिळाला पाहिजे. दुसऱ्या हप्त्याची देय रक्कम ही, दुसरा हप्ता वापरल्याचे सांगण्यात आल्यावर दिली पाहिजे. दुसऱ्या हप्त्याकरिता पूर्ण प्रस्ताव प्राप्त झाल्यावर हप्ता देण्याचे प्रमाण खालील नियमानुसार राहील.

प्राप्त झालेले प्रस्ताव

डिसेंबर अखेरपर्यंत – नियत वाटप केलेल्या निधीच्या ५० टक्के

जानेवारी अखेरीपर्यंत – नियत वाटप केलेल्या निधीच्या ४०%

फेब्रुवारी अखेरपर्यंत – नियत वाटप केलेल्या निधीच्या ३० टक्के

मार्चमध्ये – नियत वाटप केलेल्या निधीच्या २० टक्के

(ढ) थंड वाळवंटी जिल्हे

निधी एका हप्त्यात देण्यात येतो. परंतु दुसरा हप्ता देण्यापूर्वी खालील शर्ती पूर्ण केल्या पाहिजेत –

(क) मागील वर्षात निधी देताना घालून देण्यात आलेल्या शर्ती पूर्ण झालेल्या असाव्यात.

(ख) चालू वर्षाकरिता असलेली अर्थसंकल्पीय तरतूद दर्शविलेली असावी. केंद्राने द्यावयाची रक्कम त्याच्यापेक्षा जास्त नसावी.

(ग) राज्य शासनाने त्यांचा हिस्सा मागील वर्षी दिलेला असावा. राज्याच्या अंशदानाची रक्कम देण्यात उणीव राहिल्यास चालू वर्षाच्या रकमेतून वजा करण्यात यावी.

(घ) पुढे नेण्यात आलेली शिल्लक रक्कम मागील वर्षाच्या नियत वाटपाच्या १५ टक्क्यांपेक्षा जास्त नसावी. पुढे नेण्यात आलेली जादा रक्कम चालू वर्षी द्यावयाच्या रकमेतून कमी करावी.

(ड) पुढे नेण्यात आलेल्या निधीसह उपलब्ध निधीचे ७५ टक्के एवढ्या रकमेचे उपयोजन.

(च) जिल्हा ग्रामीण विकास अभिकरणाच्या नियामक मंडळाने वार्षिक योजनेस मान्यता दिलेली असावी.

(छ) मागील वर्षाचे लेखा अहवाल, उपयोजन प्रमाणपत्र व बँकेचे मेळ प्रमाणपत्र मिळालेले असावे.

वरीलप्रमाणे केंद्रसरकार या योजनेच्या निधीचे हस्तांतरण करीत असते.

५.५.६ मूल्यमापन व संनियंत्रण

स्वर्णजयंती ग्रामस्वरोजगार योजनेचे मूल्यमापन व संनियंत्रण करणे आवश्यक आहे.

१. स्वरोजगार करणाऱ्या व्यक्तीने दारिद्र्यरेषा ओलांडली आहे याची निश्चिती करण्याकरिता त्यांना अर्थसाहाय्य व कर्ज याद्वारे मत्ता पुरविणे पुरेसे नाही. वाढत्या उत्पन्नाच्या निर्मितीसाठी असलेल्या त्यांच्या मत्तेच्या व्यवस्थापनात झालेल्या प्रगतीचा सातत्याने पाठपुरावा करणे, त्याचे संनियंत्रण करणे आणि मूल्यमापन करणे आवश्यक आहे.

२. स्वरोजगार करणाऱ्या व्यक्ती त्याच्या मत्तांचे योग्य रीतीने व्यवस्थापन करत आहे आणि योजलेले उत्पन्न निर्माण करू शकते. हे पाहण्यासाठी स्वरोजगार करणाऱ्या व्यक्तींना देण्यात आलेल्या प्रकल्पांबाबत जिल्हा ग्रामीण विकास अभिकरण/गट अधिकारी आणि बँका यांनी पाठपुरावा केला पाहिजे. स्वरोजगार करणाऱ्या व्यक्तींना येणाऱ्या कोणत्याही अडचणी दूर करण्यासाठी सर्व प्रयत्न केले पाहिजेत. स्वरोजगार करणाऱ्या प्रत्येक व्यक्तीला विकास पत्रिका देण्यात यावी. या दस्तऐवजाच्या दोन प्रती तयार करण्यात याव्यात. त्यापैकी एक प्रत स्वरोजगार करणाऱ्या व्यक्तीला देऊन दुसरी प्रत गट मुख्यालयाच्या ठिकाणी ठेवावी. प्रकल्पाच्या प्रगतीसंबंधी दोन्ही प्रती सतत अद्ययावत ठेवाव्यात.

३. प्रत्येक वर्षाच्या अखेरीस उपक्रमांच्या आधारे मतांची वार्षिक प्रत्यक्ष पडताळणी करण्याचे काम देखील हाती घेण्यात यावे. अशा प्रकारे केलेल्या पडताळणीचे निष्कर्ष पुढील वर्षाच्या वार्षिक योजनेत समाविष्ट करण्यात येतात.

४. विविध पातळ्यांवर आणि जिल्हा ग्रामीण विकास अभिकरण, गट विकास अधिकारी, पंचायती व बँकेच्या शाखा इत्यादींसारख्या अभिकरणांकडून पाठपुरावा आणि संनियंत्रण देखील करण्यात येते.

५. स्वर्णजयंती ग्राम स्वरोजगार योजनेच्या अंमलबजावणीच्या कामाचे सर्व पातळ्यांवर सातत्याने स्वनियंत्रण करावयाचे आहे. गट व जिल्हा पातळीवर हे काम मत्तेविषयीचा अहवाल आणि त्यांची प्रत्यक्ष पडताळणी याद्वारे करण्यात येत. केंद्र शासनाच्या स्तरावर मासिक प्रगती अहवालाच्या आधारे या कार्यक्रमाचे सातत्याने संनियंत्रण करण्यात येईल. राज्य शासन हे जिल्हा ग्रामीण विकास अभिकरणाकडून मिळालेली जिल्हावार माहिती केंद्र सरकारकडे खालीलप्रमाणे पाठवील.

(क) **मासिक प्रगती अहवाल** : मासिक प्रगती अहवाल, प्रत्येक पुढील महिन्याच्या २० तारखेपर्यंत केंद्र शासनाला मिळेल अशा प्रकारे पाठविण्यात यावा. वरील मासिक अहवाल सादर करण्यासाठी राज्यांना प्रपत्र पाठविण्यात येईल.

(ख) **वार्षिक प्रगती अहवाल** : वित्तीय वर्षाच्या शेवटच्या म्हणजे मार्च महिन्याचा प्रगती अहवाल हा त्या वर्षाकरिता असलेला अंतिम वार्षिक प्रगती अहवाल समजण्यात येईल.

राज्यातील स्वर्णजयंती ग्राम रोजगार योजनेच्या कार्यान्वयावर विशेषत: खालील मुद्यांवरील विश्लेषणात्मक टिप्पणीसह हा वार्षिक प्रगती अहवाल पाठविण्यात यावा.

वर्षभरातील प्रत्यक्ष व वित्तीय प्रगती,

विविध कार्यक्रमांसाठी पुरविण्यात आलेले आणि उपयोगात आणलेले दुवे आणि

कार्यक्रमाच्या कार्यान्वयासंबंधात काही सूचना असल्यास त्यासहित सर्वसाधारण अभिप्राय देणे.

६. कार्यक्रमाच्या प्रभावी कार्यान्वयाकरिता क्षेत्रीय निरीक्षणाद्वारे प्रत्यक्ष सनियंत्रण करणे महत्त्वाचे आहे. राज्य मुख्यालयाच्या ठिकाणी स्वर्णजयंती ग्राम स्वरोजगार योजनेशी संबंधित अधिकारी जिल्ह्यांना नियमितपणे भेटी देतील व क्षेत्रीय भेटीद्वारे कार्यक्रम समाधानकारक रीतीने अमलात आणण्यात येत आहे व विहित पद्धतीनुसार आहे व विनिर्दिष्टपणे पार पाडण्यात येत आहे, याची खात्री करतील. तसे जिल्ह्यातील उपविभागातील व गटपातळीवरील अधिकारी दुर्गम भागातील क्षेत्रांस भेटी देऊन कार्यक्रमाच्या सर्व पैलूंचे सनियंत्रण करतील.

७. गट/जिल्हा ग्रामीण विकास अभिकरण स्तरावर क्षेत्रीय भेटीद्वारे स्वर्णजयंती ग्राम स्वरोजगार योजनेच्या अंमलबजावणीचे संनियंत्रण करण्याच्या पद्धतीमध्ये सतत विकास करण्यासाठी व मत्तांची प्रत्यक्ष पडताळणी करण्यासाठी तसेच उत्पन्न निर्मितीच्या संदर्भात स्वरोजगार करणाऱ्या व्यक्तीच्या झालेल्या प्रगतीच्या संदर्भात विविध स्तरावरील अधिकाऱ्यांद्वारे कुटुंबाचे निरीक्षण करण्यासाठी खालील वेळापत्रक देण्यात येते.

(एक) जिल्हा दंडाधिकारी/अध्यक्ष जिल्हा ग्रामीण विकास अभिकरण	दरमहा १०
(दोन) प्रकल्प संचालक, जिल्हा ग्रामीण विकास अभिकरण	दरमहा २०

(तीन) प्रकल्प अधिकारी व प्रकल्प अर्थशास्त्रज्ञ	दरमहा ४०
(चार) एस. डी.एम.	दरमहा २०
(पाच) गट विकास अधिकारी	दरमहा २०
(सहा) ए. डी. ओ.	दरमहा २०

८. जिल्हाधिकाऱ्यांनी/जिल्हा ग्रामीण विकास अभिकरण अध्यक्षांनी संबंधित विभागाच्या अधिकाऱ्यांसाठी योग्य क्षेत्रीय भेटी विहित करून त्यांच्या तपासणीविषयीचे अहवाल घ्यावेत. या तपासणी अहवालांच्या आधारावर जिल्हा ग्रामीण विकास यंत्रणांकडील संनियंत्रण शाखा एकत्रित अहवाल तयार करील. जिल्हा ग्रामीण विकास अभिकरणाच्या नियामक मंडळाच्या बैठकीमध्ये या अहवालांवर चर्चा करण्यात यावी. आवश्यक असेल तिथे सुधारात्मक कार्यवाही करावी. या प्रश्नावर ठळक निष्कर्षावरील भाष्यांचा गोषवारा आणि करण्यात आलेली अनुवर्ती कार्यवाही जिल्हा ग्रामीण विकास तिमाहीच्या आधारे एकत्रित अहवाल देखील राज्यांकडे पाठवील.

९. राज्य पातळीवरील स्वर्णजयंती ग्राम स्वरोजगार योजना समितीने स्थायी कार्यसूची म्हणून कार्यक्रमाच्या गुणात्मक संनियंत्रणातून उद्भवलेल्या निष्कर्षाचे तीन महिन्यांनी पुनर्विलोकन करावे. निवडक अध्यक्ष/प्रकल्प संचालक यांना अशा बैठकींना बोलविण्यात यावे.

अशा प्रकारे वरीलप्रमाणे स्वर्णजयंती ग्रामरोजगारी योजनेमुळे स्थावर मालमत्ता किती निर्माण झालेली आहे या योजनेमुळे स्वरोजगारी किती निर्माण झाले आणि त्याद्वारे दारिद्र्यनिर्मूलन कितपत झाले याचा अंदाज येऊ शकतो. या मूल्यमापनावर शासनाने पुढीलप्रमाणे कार्यवाही करावी. तसेच अभ्यासासाठी सुपूर्द करावा.

१. राज्यांनी/संघ राज्यक्षेत्रांनी कार्यक्रमाच्या अंमलबजावणीबाबत नियतकालिक मूल्यमापन अभ्यासक्रम आयोजित करावा.

२. पात्रता ठरविण्यासाठी केलेल्या समवर्ती मूल्यमापनाच्या तपशीलावर अभ्यासक्रमाद्वारे मांडलेल्या प्रश्नावर नामवंत संस्था व संघटनांना मूल्यमापन अभ्यास करण्यास द्यावा. हा अभ्यासक्रम देण्यात तसेच राज्यांकडून/ संघराज्य क्षेत्रांकडून देण्यात यावा. राज्यांनी आयोजित केलेल्या मूल्यमापन अभ्यासक्रमासंबंधीच्या प्रती केंद्र सरकारकडे सादर करण्यात याव्यात.

३. या मूल्यमापन अभ्यासाबाबत काढलेल्या निष्कर्षाच्या आधारावर राज्यांनी/संघराज्य क्षेत्रांनी तसेच भारत सरकारने केलेल्या समवर्ती मूल्यमापनावर सुधारात्मक कार्यवाही करण्यात यावी.

❏

प्रकरण ६

स्वयं-साहाय्यता बचत गट व महिला सबलीकरण
Self Help Groups & Women's Empowerment

६.१ महिलांची सद्य:स्थिती, ६.२ महिलांचे सबलीकरण, ६.३ सबलीकरणात येणाऱ्या अडचणी

प्रस्तावना

भारतीय आर्थिक व समाजव्यवस्थेत महिलांना दुय्यम स्थान असल्यामुळे त्या आजपर्यंत संधीवंचित, अर्थवंचित, सत्तावंचित आणि प्रतिष्ठावंचित राहिलेल्या आहे. स्वातंत्र्योत्तर काळात महिलांच्या विकासासाठी जाणीवपूर्वक प्रयत्न करण्यात आलेले असले तरी अपेक्षित यश प्राप्त झालेले नाही. महिला समस्यांचे मूळ आर्थिक असल्याने आर्थिक सुबत्ता आली तर महिलांना दर्जा व स्थान प्राप्त होईल. समाजात महिला घटक उपेक्षित असून त्यांच्या कष्टाची, गुणांची कदर कोणीही करत नाही. आयुष्यभर लहान मोठ्यांची काळजी घेण्यात आयुष्य खर्च होते, तरी स्त्रीघटकाचा मान कोणी ठेवत नाही. याचे मूळ कारण आर्थिक आहे. म्हणून महिलांना आर्थिकदृष्ट्या स्वावलंबी बनवून समाजातील पैशाला महत्त्व देण्याची प्रवृत्ती बदलून गुणांना मान देण्यासाठी एक नवे साधन स्वयं-साहाय्यता बचत गट पर्व निर्माण झाले आहे.

स्वयं-साहाय्यता बचत गटामुळे महिलांचे परिवर्तन होत असल्यामुळे समाज परिवर्तन होते. त्याकरिता नवा विचार, नवी व्यवस्था, नवी मानसिकता घडविण्यासाठी स्वयं-साहाय्यता बचत गट महत्त्वपूर्ण आहेत. म्हणून प्रस्तुत प्रकरणात महिला सबलीकरण करण्यासाठी स्वयं-साहाय्यता बचत गटाचे योगदान याचा अभ्यास केलेला आहे. त्याअगोदर महिलांची विविध स्तरावरील निराशाजनक स्थिती पाहणे सयुक्तिक राहील.

६.१ महिलांची सद्य:स्थिती

जागतिक पातळीवर महिलांच्या दर्जाबाबत तुलना करता भारतीय महिलांचा दुय्यम दर्जा असून भारतात विविध स्तरावर दर्जा दुय्यम आहे. त्या संधी, हक्क, प्रतिष्ठा, शिक्षण समान व्यवसाय, रोजगार, समान वेतन यापासून वंचित आहेत.

भारतीय महिलांच्या समस्येचा अभ्यास नॅशनल सेंटर अॅडव्होकन्सी स्टडीचे संशोधक जॉन सॅम्युअल या करीत असून त्यांना महिलांच्या वास्तवतेचे विदारक चित्र मांडले आहे. त्यांच्या मते स्त्रीशोषक मूल्यहीन असून समाजात दर्जाहीन आहेत तसेच दर १००० पुरुषामध्ये ९३५ स्त्रिया असून ३९.५% निरक्षर आहेत. दर मिनिटाला ४५ स्त्रिया बलात्कार, अपरहण इत्यादींना बळी पडत आहे. जागतिक तुलनेने विचार करता विविध निकषांच्या आधारे भारतीय सद्य:स्थितीचे स्थान पुढीलप्रमाणे दिसून येते.

६.१.१ आर्थिक स्थान (Economic status)

भारतीय महिला पुरुषांबरोबर सर्वच प्रकारची कमी वेतनावर कमी प्रतिष्ठेची कामे करतात. त्यांच्या कामाची नोंद व मोबदला याची दखल सरकारी दरबारी आढळत नाही. कामाचे वेतन पुरुषांकडे द्यावे लागते. तिचा त्या मोबदल्यावर हक्क नसतो. म्हणजे आर्थिक स्थानाबाबत महिला परावलंबी आहे. ही भारतीय महिलांची शोकांतिका आहे.

श्रमाच्या बाजारपेठेत महिलांची कामे नित्कृष्ट असून त्यांना व्यवहाराचे निर्णय घेण्याचे स्वातंत्र्य नाही. शिवाय संघटित क्षेत्रात महिला श्रमिकांची संख्या नाममात्र असून असंघटित क्षेत्रात कृषिक्षेत्रातील, अल्परोजगारावर असुरक्षित अशा क्षेत्रात त्या कार्यरत आहे. याबाबत जॉन सॅम्युअल यांनी जागतिक वास्तव दर्शन मांडले आहे, ते पुढीलप्रमाणे.

तक्ता क्र. ६.१

क्र.	देश	श्रमबाजारातील महिलांचे रोजगार प्रमाण	कृषी क्षेत्रातील स्त्रीमजुरांचे प्रमाण
१.	जग	५४%	५२%
२.	विकसित राष्ट्रे	५५%	६३%
३.	आशिया खंड	५३%	६७%
४.	भारत	४१%	७४%
५.चीन Report population research Bareau Washington			

या तक्त्यावरून स्पष्ट होते की श्रमबाजारात महिला रोजगाराचे प्रमाण भारतात कृषिक्षेत्रात सर्वाधिक ७४% आहे. म्हणजे असंघटित, अल्प रोजगार, कष्टाचे काम,, असुरक्षिततेचे प्रमाण जास्त आहे.

भारतातील व्यवसायनिहाय महिला रोजगार प्रमाण

तक्ता ६.२

अ.क्र.	व्यावसायिक क्षेत्र	प्रमाण
१.	प्राथमिक क्षेत्र	८१.२०%
२.	द्वितीय क्षेत्र	७.९८%
३.	सेवा क्षेत्र	१०.८२%
	एकूण	१००%

तक्ता क्र. ६.३

जागतिक तुलनेने भारतातील महिलांचे अर्थोत्पादनातील प्रमाण

क्र.	देश	प्रमाण
१.	चीन	७२.४१%
२.	बांगलादेश	६६.५१%
३.	नॉर्वे	६०.३%
४.	नेपाळ	५६.९%
५.	अमेरिका	५६.७%
६.	श्रीलंका	४३.५%
७.	भारत	४२.५%

स्रोत – २००६-०७ भारतीय अंदाजपत्रक

वरील तक्त्यावरून स्पष्ट होते की श्रमबाजारात चीनमध्ये महिलांचे प्रमाण सर्वाधिक असून बांगला देश दुसऱ्या क्रमांकावर आहे. कारण स्वयं-साहाय्यता बचत गटामुळे बांगलादेशात हे प्रमाण जास्त आहे. भारतात हे प्रमाण खूप कमी आहे.

भारतामध्ये श्रमबाजारात महिलांचे स्त्रीपुरुष व प्रादेशिक विभागानुसार महिलांचे प्रमाण कमी दिसते. हे खालील तक्त्यावरून स्पष्ट होते.

तक्ता क्र. ६.४
भारतातील रोजगाराचे स्त्रीपुरुष, प्रादेशिक प्रमाण

वर्ष	तपशील	एकूण	पुरुष	स्त्रिया
१९९१	ग्रामीण	४०.२%	५२.५%	२७.२
	शहरी	३०.४%	४९.०	९.७%
	एकूण	३७.७%	५१.६%	२२.७%
२००१	ग्रामीण	४२.०%	५२.४%	३१.०%
	शहरी	३२.२%	५९.९%	११.६%
	एकूण	३९.२%	५१.९%	२५.९%

स्त्रोत : जनगणना २००१

सन १९९१-मे २००१ या दशकात ग्रामीण भागात स्त्री रोजगाराचे प्रमाण वाढलेले असले तरी पुरुषांच्या मानाने हे प्रमाण कमी राहिलेले आहे.

जागतिकीकरणामुळे महिलांच्या रोजगाराची परिस्थिती खालावलेली आहे. जागतिकीकरण करताना फलोद्यान, फूलोद्यान यांना महत्त्वाचे स्थान प्राप्त झाले आहे. परंतु शेतीत स्त्री संबंधित धान्य पिकविणे, भाजीपाला या पिकांचे महत्त्व कमी झाल्यामुळे शेतीतील सर्वाधिक लाभ स्त्रियांपेक्षा पुरुषांना मिळत आहे.

वरील आकडेवारीच्या साहाय्याने स्पष्ट होते की, श्रमबाजारात स्त्रीपेक्षा पुरुषांचे वर्चस्व जास्त दिसते. तसेच अर्थोत्पादक ठिकाणी पुरुषांचे नियंत्रण दिसते. शेतीतील वाटा व मालकी हक्क स्त्रियांकडे नाही, म्हणजे आर्थिक क्षेत्रात स्त्री परावलंबी आहे. तिला स्वावलंबी बनविण्यासाठी स्वयं-साहाय्यता बचत गटाचे माध्यम महत्त्वाचे आहे.

६.१.२ सामाजिक स्थान (Social Status)

महिलांना दुर्लक्षित केल्यामुळे समाजाला अपंगत्व आले आहे. स्त्रीने घराबाहेर पडून विविध क्षेत्रात नेतृत्व, प्रतिनिधित्व, अर्थोत्पादन करावे असा समाजाचा आग्रह नाही. त्यामुळे समाजात महिलांना दुय्यम स्थान आहे. शिवाय सामाजिक संस्कार, रुढी, परंपरा यामुळे कन्या, पत्नी, माता या नात्याने आयुष्य खर्च होत आहे. त्याचप्रमाणे समाजातील सुसंस्कृतपणा, रीतीरिवाज यांची जबाबदारी महिला पार पाडत असल्यामुळे समाजात सौख्य नांदते तरी त्याची कदर करावीशी वाटत नाही.

महिलांमध्ये स्वत:च्या समस्या स्वत: सोडविण्याची क्षमता असूनही त्यांना संधी दिली जात नाही. महिलांकडे समाज हीनवृत्तीने पाहतो. वरचेवर भृणहत्या होत आहेत. सतत अन्याय सहन करीत स्त्री जीवन जगत आहे. महिला अबला आहे ती सबला होऊ शकत नाही ही पुरुषांची मानसिकता आहे. तसेच समाजात स्त्री–पुरुष या दोन गोष्टी भिन्न आहेत. व्यक्तिमत्त्व भिन्न आहे. परंतु पुरुषाने स्वत:च्या स्वार्थासाठी स्त्रियांच्या गुणांना दोष व दोषांना गुण मानल्यामुळे समाजात स्त्रीला गौण स्थान प्राप्त झाले आहे.

समाजामध्ये स्त्रीची सतत त्यागाची भूमिका राहिलेली आहे. कुटुंबाच्या निर्णयात ती सहभागी नसते. फक्त दासी म्हणून काम करावयाचे असते. तसेच परित्यक्ता, विधवा महिलांना धार्मिक सोहळ्यात सामील करून घेतले जात नाही. हा फार मोठा अन्याय असून महिलांकडे भोगवस्तू, बाहुली म्हणून पाहिले जाते. अशाप्रकारे समाजात एकूणच महिलांचे स्थान उपेक्षित आहे.

यूनोच्या २००१च्या अहवालानुसार भारतीय महिलांना सामाजिक लाभ, न्याय, स्वातंत्र्य कितपत मिळाले याबाबत जगप्रसिद्ध अभ्यासिका व संशोधिका कल्याण मेनन सेन व ए. के. सिकुमार यांनी चित्र रेखाटले आहे. त्यांच्या अहवालानुसार भारतीय महिला 'हरविलेली वा गायब महिला' असे वर्णन केलेले आहे. या अहवालानुसार दर हजार पुरुषांमागे स्त्रीप्रमाण ९७२ वरून ९३२ पर्यंत घसरले आहे. तसेच १०० कोटी लोकसंख्येमध्ये ४९ कोटी ६० लाख महिला असून ४० लाख महिलांची जन्मापूर्वीच हत्या केली जाते. तसेच दर एका मिनिटाला ५४ महिलांवर बलात्कार होतात. दर एका मिनिटाला ४५ महिलांचे अपहरण केले जाते. असे विदारक चित्र दिसत आहे. याचे परिणाम भारतीय समाजाला भोगावे लागत आहेत. अशारीतीने महिलांचे सामाजिक स्थान उपेक्षित, दुर्लक्षित आहे.

६.१.३ राजकीय स्थान (Political Status)

भारतामध्ये महिलांची लोकसंख्या ५०% असूनही राजकारणात महिलांचा सहभाग १% एवढा नगण्य आहे. त्यामुळे देशामधील प्रश्नांचा एकांगी विचार, चुकीचे

निर्णय, समस्यांची निर्मिती मालिका, धोरणात्मक गोंधळ व संभ्रम, भ्रष्टाचार असे प्रश्न निर्माण होतात. याकरिता महिलांचा राजकीय सहभाग वाढविण्याकरिता ३३% राखीव जागा पंचायत राज्यामध्ये करूनही महिला नेतृत्व अभावानेच आहे. सत्तेत नावापुरत्या महिला असून सर्व निर्णय पुरुषांकडून घेतले जातात. तसेच संसदीय लोकशाहीत महिलांना ३३% राखीव जागाबाबत घोषणा होतात. परंतु तो विषय चिंतनापुरता व चर्चेपुरता सीमित राहिलेला आहे. अशी दयनीय अवस्था महिलांची राजकारणाबाबत आहे.

जागतिक पातळीवर विचार करताना महिला राजकीय सत्ता, संधी, समानता यापासून वंचित आहे. याबाबत संयुक्त राष्ट्रसंघाच्या 'वुमेन टू थायलंड' या पुस्तकावरून ४८ देशात एकही महिला मंत्री नाही. तसेच १३६ देशात अर्थकारण संबंधित खात्यात एकही महिला नाही. फक्त १५ देशात २० ते ३०% प्रतिनिधित्व महिलांना आहे असा निष्कर्ष निघतो.

यूनोच्या एका जागतिक पाहणीनुसार संसदीय व्यवस्थेत महिलांचे प्रमाण खालीलप्रमाणे -

तक्ता क्र. ६.५

अ.क्र.	देश	प्रमाण
१.	स्वीडन	४०%
२.	अर्जेंटिना	२५.९%
३.	चीन	२१%
४.	आशिया	१३.३%
५.	अमेरिका	१२.७%
६.	यूरोप	१२.६%
७.	पॅसिफिक	११.६%
८.	सहारा आफ्रिकन	१०.६%
९.	भारत	७%

या तक्त्यावरून स्पष्ट होते की संसदीय लोकशाहीत सर्वाधिक महिला प्रमाण स्वीडन देशात आहे. त्यानंतर अर्जेंटिना देशात २५.९% प्रमाण दिसते. भारतात सर्वात कमी ७% दिसत आहे. म्हणजे जागतिक राजकारणात महिलांचे स्थान नगण्य आहे.

भारतामध्ये स्वातंत्र्योत्तर काळात लोकसभा व राज्यसभा मध्ये महिला प्रतिनिधित्व पुढीलप्रमाणे

तक्ता क्र. ६.६

लोकसभा व राज्य सभेतील प्रतिनिधित्व (१९५२ ते २००४)

	वर्ष	लोकसभा			राज्यसभा		
क्रम		एकूण जागा संख्या	स्त्री खासदार	स्त्री खासदार टक्केवारी	एकूण जागा	स्त्री खासदार संख्या	स्त्री खासदार टक्केवारी
१.	१९५२	४९९	२२	४.४	२१९	१६	७.३
२.	१९५७	५००	२७	५.४	२३७	१८	७.५
३.	१९६२	५०३	३४	६.८	२३८	१८	७.४
४.	१९६७	५२३	३१	५.९	२४०	२०	८.३
५.	१९७१	५२१	२२	४.२	२४३	१७	७.२
६.	१९७७	५४४	१९	३.४	२४४	२५	१०.२
७.	१९८०	५४४	२८	७.९	२४४	२४	९.८
८.	१९८४	५४४	४४	८.१	२४४	२८	११.४
९.	१९८९	५१७	२७	५.३	२४५	२४	९.७
१०.	१९९१	५४४	३९	७.२	२४५	३८	१५.५
११.	१९९६	५४३	३९	७.२	२२३	२०	९.०
१२.	१९९८	५४३	४३	८.०	२३७	२२	९.२
१३.	१९९९	५४३	५१	९.२	२३७	२२	९.२
१४.	२००४	५४३	४४	८.१०	-	-	-

या तक्त्यावरून स्पष्ट होते की, भारतामध्ये स्वातंत्र्यानंतर १४ लोकसभा व राज्यसभा निवडणुकांमध्ये महिलांचे प्रतिनिधित्व १०% पेक्षा कमी म्हणजे अतिशय नगण्य आहे.

भारतामध्ये महिलांचा राजकारणात सहभाग वाढावा म्हणून स्थानिक स्वराज्य संस्थेत ३३% राखीव जागा ठेवल्यामुळे महिलांचे राजकारणात प्रमाण वाढलेले आहे. हे आकडेवारीत स्पष्ट होते.

तक्ता ६.७

स्थानिक स्वराज्य संस्थेत महिला प्रतिनिधी प्रमाण

अ.क्र.	संस्था	संख्या	महिला संख्या
१.	ग्रामपंचायती	२,४४९७५९	७,६८,८५६२ (३१.३७%)
२.			
३.	पंचायत समिती	१,२९,८७१	-
४.	जिल्हा परिषद	१२६७१	४०३९ (३१,८७%)

या तक्त्यावरून स्पष्ट होते की महिलांचे राजकारणातील प्रतिनिधित्व वाढलेले आहे. याबाबत प्रथम क्रमांक उत्तर प्रदेश आणि दुसरा क्रमांक महाराष्ट्र राज्याचा लागतो.

महाराष्ट्रामध्ये १ एप्रिल २००१ मधील स्थानिक स्वराज्य संस्थामधील महिलांचे प्रमाण खालीलप्रमाणे -

तक्ता क्र. ६.८

महराष्ट्रात पंचायत राज्यसंस्थेत महिलांचे प्रमाण

अ.क्र.	संस्था	सदस्या	अध्यक्षा स्थायी समिती
१.	महानगरपालिका	२४.५४%	२९.९०%
२.	नगरपरिषद	१८.७०%	७२.३८%
३.	जिल्हा परिषद	५५.६४%	२१.६१%
४.	पंचायतसमिती	३२.७२%	२९.७३%
५.	ग्रामपंचायत	२८.१२	२४.४०% सरपंच

वरील तक्त्यावरून स्पष्ट होते की महाराष्ट्रात स्थानिक स्वराज्य संस्थेत महिलेचा सहभाग संख्यात्मक असला तरी तेथील नेतृत्व व निर्णय पुरुषांच्या हातात आहे.

६.१.४ महिलांचे शैक्षणिक स्थान (Educational Status)

राष्ट्राच्या विकासामध्ये शिक्षणाचे फार मोठे योगदान असून शिक्षणाचे प्रमाण वाढले तरच अपेक्षित विकास साध्य करणे शक्य होते. त्याप्रमाणे शिक्षण हे मानवी विकासाच्या गुंतवणूक शिक्षणामुळे मानवी संसाधनांचा विकास होतो. शिक्षण आणि मानवी संसाधन विकास यांच्यात धनात्मक संबंध असतो, असे प्रतिपादन नोबेल विजेते अमर्त्यसेन यांनी केले आहे. शिक्षणामुळे मानवी इच्छा, आकांक्षा, तंत्रज्ञान, उत्पादकता, संचार, अंतर्गत उर्मी अशा गुणांची पूर्ती करणारे साधन असूनही महिलांना शिक्षणापासून वंचित ठेवल्याचे आढळते. एक स्त्री जर शिकली तर सारे कुटुंब शिक्षित होते. याचे महत्त्व ओळखून म. फुले यांनी सर्वप्रथम महिलेच्या शिक्षणासाठी शाळा सुरू केल्या. परंतु महिलांना शिक्षणापासून जाणूनबुजून वंचित ठेवल्याचे आढळते.

स्वातंत्र्योत्तर काळात महिलांसाठी शिक्षणाचे सार्वत्रिकीकरण केले असले तरी महिलांची शैक्षणिक प्रगती कमी आहे त्यामुळे महिलांचा अपेक्षित विकास झाला नाही.

जागतिक पॉप्युलेशन ॲक्शन संस्थेने जगातील ११२ देशांच्या मुलींच्या शिक्षणाचा अभ्यास केलेला आहे. त्यांच्या मते मुलींचे शिक्षणाचे प्रमाण मुलांपेक्षा कमी आहे. त्यामुळे सर्वांगीण विकास होत नाही. सुप्रसिद्ध समाजसेविका दुर्गाबाई देशमुख यांच्या मते, ''एका मुलाचे शिक्षण म्हणजे एका व्यक्तीचे शिक्षण तर एका मुलीचे शिक्षण म्हणजे संपूर्ण कुटुंबाचे शिक्षण होय.''

महिलांच्या शिक्षणाबाबत म. फुले यांचे धोरण असे होते की, ''जोपर्यंत समाजातील स्त्री साक्षर होत नाही तोपर्यंत तो समाज अधोगतीत असतो. एक साक्षर महिला कुटुंबात जे संस्कार करू शकते ते काम हजार शिक्षक व गुरू करू शकत नाहीत.'' म्हणून शिक्षणामुळे अज्ञानरूपी अंध:कारावर प्रकाश येतो.

भारतामध्ये महाराष्ट्रासह महिलांच्या साक्षरतेवरून महिलांची शैक्षणिक स्थिती पुढीलप्रमाणे दिसून येते.

तक्ता क्र. ६.९

	वर्ष	एकूण साक्षरता	स्त्रीसाक्षरता	पुरुष साक्षरता	स्त्री–पुरुष साक्षरता फरक
भारत	१९५१	१८.३३%	८.८६%	२७.१६%	१८.३०%
	१९९१	५२.२१%	३९.२९%	६४.१३%	२४.८४%
	२००१	६५.३८%	५४.१६%	७५.८५%	२१.६९%
महाराष्ट्र	१९५१	२७.९१%	१५.५६%	४०.४९%	२४.९३%
	१९९१	६४.८७%	५२.३२%	७६.५६%	२४.२४%
	२००१	७७.२७%	६७.५१%	८६.२७%	१८.७६%

संदर्भ : भारत २००३–२००४ सूचना और प्रसारण मंत्रालय भारत सरकार.

या तक्त्यावरून स्पष्ट होते की १९५१ पासून भारतात स्त्री साक्षरता दर वाढतेला असलेला तरी पुरुष साक्षरतेपेक्षा नेहमीच कमी राहिलेला आहे. परंतु स्त्री–पुरुष साक्षरता १९५१ पासून ८.५६% वरून २००१ पर्यंत ५४.१६% पर्यंत वाढलेला आहे. ही सबलीकरणाच्या दृष्टिकोनातून कौतुकास्पद बाब आहे.

महाराष्टात साक्षरता दराबाबत फार विषमता दिसून येते. पुरुषापेक्षा महिलांचे साक्षरता प्रमाण कमी आहे. १९५१ मध्ये १५.५६% वरून २००१ पर्यंत ६७.५१% पर्यंत वाढलेले आहे. यावरून स्पष्ट होते की भारतात महिलांची साक्षरता वाढत आहे.

भारतामध्ये महिलांच्या शिक्षणाच्या विविध टप्प्यांवर प्रादेशिकनिहाय स्थिती खालीलप्रमाणे

तक्ता क्र. ६.१०

भारतातील महिलांची १९९९-२००० शिक्षणातील सहभाग

तपशील	ग्रामीण		शहरी	
	पुरुष	स्त्री	पुरुष	स्त्री
निरक्षर	३९.६%	७३.९%	१६.0%	४४.0%
प्राथमिक शिक्षण	२७.३%	१५.५%	२१.९%	१७.८%
माध्यमिक	१६.३%	६.२%	१८.९%	९.३%
उच्चमाध्यमिक	१३.५%	३.७%	२६.४%	१४.२%
पदवी व अधिक	३.३%	0.७%	१६.८%	१४.७%
एकूण	१00%	१00%	१00%	१00%

संदर्भ : एन्. एम्. एस्. ऑर्गनायझेशन रिपोर्ट नं. ४५८ जून, जुलै १९९९-२000

वरील तक्त्यावरून स्पष्ट होते की, भारतात ग्रामीण भागात माध्यमिक स्तरावरील शिक्षणाने तर महिलांचे प्रमाण नगण्य स्वरूपाचे आहे. उच्च शिक्षणातील महिलेचे प्रमाण 0.७% एवढेच आहे. म्हणजे शिक्षणाबाबत महिलांची स्थिती चिंताजनक आहे.

६.१.५ आरोग्यविषयक स्थान (Health Status)

भारतीय स्त्रियांच्या आरोग्याचा प्रश्न गंभीर स्वरूपाचा असून पुरुषांच्या तुलनेने महिला आरोग्याकडे दुर्लक्ष करतात. शारीरिक व मानसिक आरोग्यासाठी आवश्यक कॅलरीज पुरवठा आर्थिक अडचण आणि पुरुषी मानसिकतेमुळे होत नाही. तसेच शहरी महिलांपेक्षा ग्रामीण महिला व आदिवासी महिलांच्या आरोग्याची सर्वाधिक परवड होत आहे. बऱ्याच वेळा महिला स्वत: आरोग्याकडे दुर्लक्ष करतात. त्यामुळे सरासरी आयुष्यमान कमी होत आहे.

भारतात पितृसत्ताक पद्धतीमुळे सकस, ताजे, अन्न प्रथम पुरुषांना व उरलेले अन्न महिलांना मिळते. तसेच बऱ्याच महिला उपाशी पोटी दिवस कंठत असतात. त्यामुळे साथीच्या रोगांना लवकर बळी पडतात. तसेच महिलांना आरोग्यविषयक

सुविधा लवकर व वेळेत मिळत नाहीत. तसेच पुरुष डॉक्टरांकडे जाणे संकुचित वाटते. महिला डॉक्टरांची संख्या फार कमी असल्यामुळे दुखणे अंगावर काढतात, तपासण्या टाळतात. त्यामुळे मानसिक रोगाला बळी पडतात.

जागतिक पातळीवर महिलांचा आरोग्याबाबत विचार करता आयुष्यमान, प्रजनन दर, आरोग्यसुविधा, संतती प्रतिबंधक साधने इ. बाबत हेळसांड होत आहे. हे खालील तक्त्यावरून स्पष्ट होते.

तक्ता क्र. ६.११
महिलांची आरोग्याची स्थिती

निकष	जग	विकसित राष्ट्रे	आशिया खंड	भारत
आयुष्यमान	६८	७८	६७	५९
प्रजनन दर	३.०	१.६	२.९	३.५
संतती प्रतिबंधक साधनांचा वापर (विवाहित महिला)	५०%	६०%	५४%	३६%
शास्त्रोक्त प्रसूतीचे प्रमाण	६५%	९९%	६१%	३५%

वरील तक्त्यावरून स्पष्ट होते की, भारतीय महिलांच्या आरोग्याची स्थिती अतिशय दयनीय आहे. कारण की हॉस्पिटलांची संख्या कमी, प्राथमिक आरोग्य केंद्रे महिलांच्या संख्येच्या मानाने कमी, रोगाबाबत महिलांच्या अनभिज्ञपणा, अंधश्रद्धा या कारणामुळे रोगांना लवकर बळी पडतात. त्यामुळे स्त्री पुरुष प्रमाण विषम राहिलेले आहे.

६.१.६ सांविधानिक स्थान (Legal Status)

भारतीय राज्यघटनेने महिलांना स्वातंत्र्य हक्क, शोषणमुक्ती, धार्मिक स्वातंत्र्य, शिक्षण व संस्कृतीचा अधिकार देण्यात दिला आहे. परंतु सर्वोच्च न्यायालय व नैसर्गिक सिद्धान्तावर दृष्टी टाकली तर स्त्री व पुरुष समानता प्रदर्शित करतात पण वास्तव वेगळेच आहे. कारण स्त्रियांना कोणत्याही क्षेत्रात समानता दिली जात नाही. महिला संरक्षणासाठी घटनेत तरतुदी आहेत. परंतु त्या कायद्याची अंमलबजावणी करणारे पुरुष हे हेतूपुरस्सर

कायद्याचे उल्लंघन करतात. त्यामुळे स्त्रिया लैंगिक छळ, मानसिक छळ, आर्थिक छळ अशा विघातक कृत्यांना बळी पडतात. कृतिविरोधी आवाज उठविणारी यंत्रणा मजबूत नाही.

भारतीय महिलांना घटनेनुसार हक्क, कर्तव्य, अधिकार दिलेले आहेत. त्यांचे स्वसंरक्षण करणाऱ्या घटनेतील तरतुदींची जाणीव, जागृती महिलांमध्ये नाही. स्वतःवरील अन्याय दूर करणाऱ्या यंत्रणांची माहिती नसल्यामुळे सतत तणावग्रस्त, भीतीदायक वातावरणात महिला वावरत आहेत. समाजातील परित्यक्ता, विधवा, घटस्फोटित महिलांना कमालीचा मानसिक व सामाजिक अवहेलना सहन करावी लागते. एकंदरीत भारतीय महिला संविधानिकबाबत पूर्णपणे अनोळखी असल्यामुळे अत्याचार सहन करीत आहेत.

अशा प्रकारे भारतीय महिलांची सद्यःस्थिती विविध स्तरावर हलाखीची असली, शासन पातळीवर विविध उपाय केलेले असले, तरी स्त्रीच्या दर्जात फारसा फरक पडत नाही, म्हणून महिलांचे मजबूत संघटन व शाश्वत प्रगती करण्याचे स्वयं–साहाय्यता बचत गट प्रभावी साधन आहे.

६.२ महिलांचे सबलीकरण (Women's empowerment)

प्रत्येक राष्ट्रातील प्रत्येक स्त्री किंवा पुरुष, बालक, वृद्ध, अपंग, सुदृढ यांचा सर्वांगीण विकास झालेला असेल तर त्या देशाचा बहुमुखी विकास होतो. परंतु जागतिक पातळीवर विविध स्तरावर महिलांचा विकास झालेला नाही. त्याकरिता शासन सामाजिक संस्था यांनी त्यांचा सर्वांगीण विकास करण्याकरिता अनेक योजना राबविण्यात आहेत. भारतात स्वातंत्र्यपूर्व काळात महिलांचे सबलीकरण करण्याचा प्रयत्न केला गेला. स्वातंत्र्यानंतर सबलीकरणाबाबत शासनाने अनेक धोरणे राबविली आहे. तसेच महिलांचे सबलीकरणाकरिता २००१ हे वर्ष महिला सबलीकरण वर्ष जाहीर केले होते. सबलीकरण प्रक्रिया सतत चालणारी असली तरी प्रत्येक टप्प्यावर सबलीकरणाचे संदर्भ बदलत असतात. म्हणून सबलीकरणाची समर्पक अशी व्याख्या करता येत नसली तरी काही अभ्यासकांनी सबलीकरणाच्या व्याख्या करण्याचा प्रयत्न केला आहे.

६.२.१ व्याख्या

१. महिला सबलीकरण म्हणजे स्त्रीने स्वतःच्या क्षमतांची ओळख करून क्षमतांचा विकास करावयाच्या घरगुती व सामाजिक निर्णयाच्या प्रक्रियेत सहभागी होण्याचा प्रयत्न करणे.

२. स्वतःच्या क्षमतांचा विकास करणे, स्वतःच्या समस्यांचे निराकरण करून

आत्मनिर्भरतेने व आत्मविश्वासाने काम करणे, यासाठी मदतीची माहिती मिळविणे त्यास महिला सबलीकरण म्हणतात.

३. जागतिक बँकेने केलेली व्याख्या : ''व्यक्तींना किंवा गटांना आपली पसंती ठरविण्याची व ही पसंती इष्ट त्या कृतीमध्ये आणि फलप्राप्तीमध्ये उतरविण्याची क्षमता वाढविण्याची प्रक्रिया म्हणजे सबलीकरण होय.''

४. १९८७ युनोने जागतिक महिला स्तरावरील कार्यशाळेत ''व्हिनेसा ग्रिफनने'' केलेली व्याख्या ''स्त्री सक्षमीकरण म्हणजे स्त्रीच्या अंगी निर्णय घेण्याची, नियंत्रण करण्याची, संघटित करण्याची क्षमता, मतप्रदर्शन करणे, कृतिशील कार्यक्रम घडवून आणणे, लोकसंपर्क, जनसंपर्क, संस्थासंपर्क, आर्थिक व्यवहार इ. करण्याची क्षमता व आवड निर्माण होणे त्यास महिला सबलीकरण म्हणतात.''

५. स्त्री सबलीकरण म्हणजे ''आत्मविश्वासामध्ये वाढ, क्षमता, वृद्धी, सामाजिक जाणीव जागृती, कार्यात्मक साक्षरता, लिंगसमभाव संचेतन, आरोग्यविषयक जाणीव, स्वत: आत्मसन्मानाने जगणे, आत्मनिर्भर व वित्तीय संस्थांबरोबर जोडणी घेणे त्यास महिला सबलीकरण म्हणतात.''

६. स्त्रीला समाजात सुख-समाधानाने आनंदाने जगता यावे तसेच कार्यक्षमता वाढविणे, समर्थपणे कुटुंबात व समाजात भूमिका पार पाडणे, निर्णय प्रक्रियेत सहभागी होणे, समानता प्राप्त होणे म्हणजे सबलीकरण होय.

७. महिलांना समाजकारणात, अर्थकारणात पुरुषांच्या बरोबरीने आणून त्यांना मानसिकदृष्ट्या व आर्थिकदृष्ट्या सुदृढ करणे म्हणजे महिला सबलीकरण होय.

अशा प्रकारे महिलांच्या सबलीकरणाबाबत विविध स्तरावर वेगवेगळ्या संकल्पना मांडलेल्या आहेत.

६.२.२ सबलीकरणाची आवश्यकता-गरज

१. देशातील सर्वांगीण साधन संपत्तीच्या विकासासाठी सबलीकरण गरजेचे आहे.

२. महिला सबलीकरणामुळे स्त्री-पुरुष सर्वच स्तरावर समानता प्रस्थापित होईल त्यामुळे समतोल विकास संकल्पना अस्तित्वात येईल.

३. स्त्री घटकांना मानसिक, सामाजिक, आर्थिक विकासाकरिता सबलीकरण आवश्यक आहे.

४. महिलांचे आरोग्य, मानसन्मान वाढविणे, जीवनमान उंचावणे, समाजात निर्भयतेने जगणे.

५. महिला सबलीकरणाच्या दृष्टीने समतोल साहाय्याकरिता स्वावलंबन, महिला कौशल्य, स्वास्थ्य रोजगार, निर्णय प्रक्रियेत सहभाग, तसेच समाजाच्या वैचारिक दृष्टिकोनातून सकारात्मक बदल घडवून आणण्याकरिता महिला सबलीकरण आवश्यक आहे.

६. राजकीय क्षेत्रातील दुर्गुणांचा नाश करण्याकरिता व निकोप राजकीय क्षेत्रात प्रवेश करण्याकरिता सबलीकरण गरजेचे आहे.

७. महिलांना आर्थिक समता, हक्क, अधिकार, निर्णय, कर्तव्य, स्वअस्तित्व याची जाणीव व्हावी.

८. जागतिकीकरणाच्या प्रक्रियेत हरविलेली महिला हे कलंक पुसून काढण्याकरिता व स्वत:चे कर्तृत्व सिद्ध करण्याकरिता व स्वत:च्या ठायी असलेल्या गुणांचा यथायोग्य विकास करणे.

९. पुरुषांना स्त्रीच्या त्यागाची, कर्तव्याची, सहनशीलतेची जाणीव याकरिता महिला सबलीकरण अशा अनेक जबाबदाऱ्या पेलू शकतील.

१०. महिला सर्वच क्षेत्रात पुरुषांच्या बरोबरीने अनेक जबाबदाऱ्या पेलू शकतील.

११. संपूर्ण समाज सुख-समाधान, आनंदाने व समाजात जबाबदार म्हणून कार्य करण्याकरिता सबलीकरण आवश्यक आहे.

१३. समाजामध्ये मुलगी, पत्नी, माता या भूमिका समर्थपणे सांभाळण्याकरिता आवश्यक आहेत.

१४. महिलांचे संघटन मजबूत होण्याकरिता आणि महिलांवरील अन्याय, अत्याचार, गुन्हेगारी दूर होण्याकरिता महिलांचे सबलीकरण आवश्यक आहे.

६.३.३ सबलीकरणाचे घटक

महिलांचे सबलीकरण अनेक घटकांनी अपेक्षित असले तरी काही सबलीकरणाचे घटक खालीलप्रमाणे नमूद केले आहे.

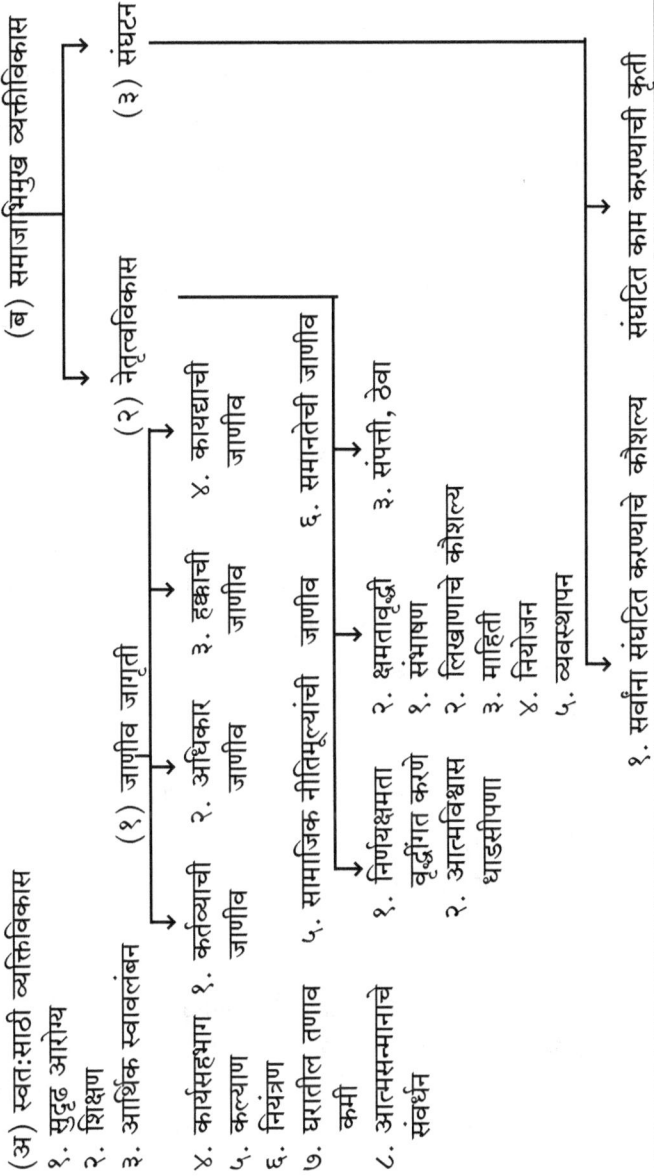

घटक

(अ) स्वत:साठी व्यक्तिविकास
१. सुदृढ आरोग्य
२. शिक्षण
३. आर्थिक स्वावलंबन
४. कार्यसहभाग
५. कल्याण
६. नियंत्रण
७. घरातील तणाव कमी
८. आत्मसन्मानाचे संवर्धन

(ब) समाजाभिमुख व्यक्तिविकास

(१) जाणीव जागृती
१. कर्तव्याची जाणीव
२. अधिकार जाणीव
३. हक्काची जाणीव
४. कायद्याची जाणीव
५. सामाजिक नीतिमूल्यांची जाणीव
६. समानतेची जाणीव

(२) नेतृत्वविकास
१. निर्णयक्षमता वृद्धिगत करणे
२. आत्मविश्वास वाढविणे
२. क्षमतावृद्धी
१. संभाषण
२. लिखाणाचे कौशल्य
३. माहिती
४. नियोजन
५. व्यवस्थापन
३. संपत्ती, ठेवा

(३) संघटन
१. सर्वांना संघटित करण्याचे कौशल्य
२. संघटित काम करण्याची कृती

(अ) स्वत:साठी व्यक्तीविकास

१. **सुदृढ आरोग्य** : आरोग्य हे स्त्री विकासाचे आणि समाज परिवर्तनाचे साधन आहे. महिलांचे आरोग्य सुदृढ राहिले तर कौटुंबिक सौख्य नांदते. त्याकरिता आहार, जल, निवास, दिनचर्या, वैद्यकीय सुविधा, व्यायाम इ. पालन केले पाहिजे. सुदृढ आरोग्याने व्यक्तीविकासाबरोबर देश विकास होतो. म्हणून आरोग्यविषयक जागृती करण्याकरिता बचत गटांनी विभागीय स्तरावर, तालुका स्तरावर, आरोग्य परिचय शिबिरे, प्रबोधन घ्यावे. त्याचप्रमाणे ग्रामस्वच्छता, शौचालय असे कार्यक्रम घेतल्यास महिलांना सुदृढ आरोग्य प्राप्त होईल. त्यामुळे महिलांचे सबलीकरण झाले असे मानता येईल.

२. **शिक्षण** : व्यक्ती परिवर्तनाचे मुख्य साधन शिक्षण आहे. शिक्षणामुळे साक्षरता वाढून जीवनमान उंचावते. शिक्षणामुळे संवाद, कौशल्य वृद्धी, व्यवसायवृद्धी, महिलांचा सर्वांगीण विकास होतो. सामाजिक जडणघडण असे विविध गुण अंगीकृत होतात. त्यामुळे महिलांना प्राथमिक व उच्च शिक्षण देणे गरजेचे आहे. तसेच तांत्रिक, वैद्यकीय व शिक्षणाची सुविधा निर्माण करण्यात आली आहे. त्याकरिता महिला शैक्षणिक धोरणाची अंमलबजावणी केली जात आहे.

   औपचारिक शिक्षणामुळे लग्नाचे वय, बालविवाह प्रथा अशा घटना आपोआप पुढे जातात. लहान कुटुंब, मुलीची काळजी, बालमृत्यूचे घटते प्रमाण, मुले निरोगी, कुटुंब नियोजन, इ. घटकांवर चांगला परिणाम होतो. त्यामुळे महिलांचे सबलीकरण होऊन सामाजिक जाण प्राप्त होते. म्हणून महिलांनी शिक्षण घेणे गरजेचे आहे. तसेच देशात सक्तीचे शिक्षण राबवावे लागते. शैक्षणिक संस्था निर्माण झाल्या पाहिजे.

   मुलींना शिक्षणाची आवड निर्माण व्हावी याकरिता ग्रामीण भागात शैक्षणिक साधनसुविधा, मूलभूत सुविधा, पुरविल्या गेल्या पाहिजे. तरच शिक्षणाद्वारे महिलांचे सबलीकरण होईल.

३. **आर्थिक स्वावलंबन** : कोणत्याही महिलेला काम करून, उद्योगधंदा करून वेतन मिळविता येते. महिलेला आर्थिक स्त्रोत उपलब्ध झाल्यास ती स्वावलंबी बनते. त्यामुळे तिचे व कुटुंबाचे जीवनमान उंचावते. त्याकरिता बचत गटाच्या माध्यमातून महिलांना उद्योजक बनविता येते. तिला कमावते साधन प्राप्त होते. कारण बचत गटातून कर्ज देऊन व्यवसाय करता येतो. व्यवसायाचे प्रशिक्षण देता येते. बाजारपेठेची माहिती मिळू शकते. त्यामुळे ती आर्थिकदृष्ट्या स्वावलंबी बनते.

४. **कार्यसहभाग** : महिलांचे सबलीकरण व्हावे असे वाटत असेल तर प्रत्येक महिलांनी बचतगटाच्या विविध उपक्रमात सहभाग घेऊन गटाच्या कार्यास हातभार लावावा. कार्यसहभागामुळे प्रत्येक गोष्टीची माहिती होते. म्हणून बचतगटाच्या सभेपासून ते सामाजिक, आर्थिक उपक्रमात सतत सहभागी झाल्यावर सबलीकरण होऊ शकते.

५. **कल्याण** : महिलांचे सर्व आर्थिक, सामाजिक, राजकीय कल्याण झाल्यास हे सबलीकरण होऊ शकते. परंतु स्वयं-साहाय्यता बचत गटाच्या माध्यमातून महिलांचे कल्याण होत आहे. त्यांना मानसिक आधार मिळतो. गटामार्फत रोजगार प्राप्त होतो. शिवाय सामाजिक स्थान उंचावते. आयुष्यमान वाढते. हे कल्याण होत असल्यामुळे महिला सबलीकरणाचा घटक मानला जातो.

६. **नियंत्रण** : समाजामध्ये व कुटुंबामध्ये माहितीचे नियंत्रण प्रस्थापित झाल्यास सबलीकरण होऊ शकते. याकरिता गटाच्या माध्यमातून व्यावसायिक कौशल्य प्राप्त करून उद्योजकता वळविल्यास आर्थिक साधन प्राप्त होऊ शकते. त्यामुळे समाजात आपोआप नियंत्रण प्रस्थापित होऊ शकते.

७. **घरगुती ताण–तणाव मुक्ती** : महिलांचे सबलीकरण करावयाचे असल्यास घरगुती कामाच्या ताणतणावापासून मुक्ती प्राप्त झाल्यास मानसिक आरोग्य सुदृढ राहू शकते. त्याकरिता चर्चेद्वारे प्रसन्न वातावरण, खेळीमेळीचे वातावरण ठेवावे. त्यामुळे ताणतणाव कमी होऊ शकतो. स्वयं-साहाय्यता बचत गट उपयुक्त आहे.

८. **आत्मसन्मान संवर्धन** : महिलांच्या आत्मविश्वासाचे संवर्धन करण्यासाठी शासकीय पातळीवर महिला धोरण राबविले जाते. त्या धोरणातून महिलांचा कौटुंबिक, सामाजिक, आत्मसन्मान जागृत होऊन संवर्धन होते. त्याकरिता कायदेशीर गोष्टी केल्या जातात. महिलेला समाजात मान, प्रतिष्ठा प्राप्त करून देण्याचा प्रयत्न शासन करीत आहे. त्यामुळे महिलांचे सबलीकरण होत आहे.

(ब) समाजाभिमुख व्यक्तीविकास

महिला कुटुंबातील अर्धांगी असल्यामुळे समाजातील आपली भूमिका/ कार्यभाग महत्त्वपूर्ण पद्धतीने पार पाडण्यासाठी व समाजाभिमुख स्वत:चा विकास साधण्याकरिता यांना जाणीव झाली पाहिजे.

१. **जाणीव जागृती** : महिलांना समाजात नि:संकोच वावरण्याचे स्वातंत्र्य व संधी प्राप्त झाल्यास समाजातील अनेक गोष्टींविषयी जाणीव, जागरुकता निर्माण झाल्यास सबलीकरण होऊ शकते. स्त्रीसमाजातील नव्या नव्या आव्हानांची

जाणीव प्राप्त करून देण्यासाठी सतत प्रबोधन करावे लागते. अशी जाणीव, जागृती पुढीलप्रमाणे –

२. **कर्तव्याची जाणीव** : महिलांना स्वत:चे गुण, क्षमता, कौशल्ये, दर्जा, भूमिका याची जाण होऊन विकसित करण्याचे कर्तव्य आहे. समाजात कन्या, पत्नी, माता या भूमिकेतून कर्तव्य पार पाडावी लागतात. स्वत:वर अन्याय न करता कौटुंबिक व सामाजिक कर्तव्य पार पाडता आले तर महिलेचे सबलीकरण झाले असे मानता येते. त्याकरिता स्वयं–साहाय्यता बचत गटात समाविष्ट झाले पाहिजे. कारण त्याद्वारे प्रबोधन करून कर्तव्याची जाणीव निर्माण होते.

३. **अधिकाराची जाणीव** : प्रत्येक महिलांना स्वत:च्या अधिकाराची जाणीव असणे गरजेचे आहे. स्वत:चे आरोग्य सांभाळणे, त्यासाठी पैसा खर्च करणे, विश्रांती घेणे, लग्नाचे वय वाढविणे, संतती नियमन करणे, स्वातंत्र्य, समता, न्याय इ. अधिकाराची जाणीव झाली पाहिजे. त्याकरिता संपत्ती वाटा संघटित होऊन कृती केली पाहिजे. याकरिता स्वयं–साहाय्यता बचत गट उपयुक्त ठरतो.

४. **हक्काची जाणीव** : प्रत्येक महिलेला आपल्या हक्काची जाणीव झाली तर महिला सबलीकरण होईल. संभाषण, समानता, शिक्षण, रोजगार, संपत्ती, मतस्वातंत्र्य अशा हक्काची जाणीव झाली पाहिजे. वडिलांच्या संपत्तीत समान वाटा, पालनपोषणाचा हक्क याची जाणीव झाली तरच महिलेचे सबलीकरण होईल.

५. **कायद्याची जाणीव** : शासन पातळीवर महिलांच्या संरक्षणासाठी व विकासाकरिता जे कायदे पारित केलेले आहेत त्या कायद्याची जाणीव महिलांना असली पाहिजे. मुलीच्या लग्नाचे वय १८ वर्ष, द्विभार्या प्रतिबंधक कायदा, वडिलोपार्जित संपत्तीत हक्क, हुंडाबंदी, पोटगीचा दावा, अपहरण, व्यभिचारी अवैधरीत्या दुसरी पत्नी या कायद्याची जाणीव महिलांना करून त्यासाठी काम करण्याची गरज आहे. तसे नेतृत्व व धैर्य प्राप्त करावे लागते. म्हणजे महिलांमध्ये स्वत: सन्मानाने स्वभिमानाने जगण्याकरिता कायद्याची जाणीव असली पाहिजे.

६. **समानतेची जाणीव** : महिलांना आर्थिक, सामाजिक व राजकीय क्षेत्रात पुरुषांबरोबर समानतेची वागणूक दिली पाहिजे. स्त्रियांना पुरुषांबरोबर समानता दिली पाहिजे. लिंगभेद न करता हक्क, कर्तव्य याबाबत समानता दिल्यास महिलांचे सबलीकरण होऊ शकते. त्याकरिता स्वयं–साहाय्यता बचत गटाच्या माध्यमातून आर्थिक साधने प्राप्त होतात. त्यातून समानता प्राप्त होईल.

७. **सामाजिक नीतिमूल्यांची जाणीव** : महिलांना सामाजिक नीतिमूल्यांची जोपासना करण्याची जाणीव असते परंतु या नीतिमूल्यांची बंधने पुरुषांनी

पाळल्यास महिलांवरील अन्याय दूर होईल. सामाजिक मूल्याची जोपासना करण्याकरिता स्त्री व पुरुष यांना शिक्षण देणे गरजेचे आहे.

८. **नेतृत्वविकास** : नेतृत्वविकास होणे म्हणजे इतरांबरोबर पुढाकाराने काम करणे, तसेच स्वत:च्या प्रयत्नाने परिस्थितीवर अनुकूल परिणाम घडवून आणण्यासाठी कार्य केले तर नेतृत्व विकास होऊन महिलांचे सबलीकरण होईल. त्याकरिता महिलांकडे इतरांपेक्षा जास्तीचे कौशल्य असल्यास त्या चांगले नेतृत्व करू शकतील. म्हणून पुरुषांबरोबर महिलांना नेतृत्व करण्यासाठी संधी प्राप्त करून दिली पाहिजे.

१. **निर्णयक्षमता वृद्धिंगत** : महिलांची नेतृत्वक्षमता वाढविण्यासाठी त्यामध्ये जबरदस्त आत्मविश्वास, धाडसीपणा या गुणांचा विकास करण्याकरिता स्वयं-साहाय्यता बचत गटाच्या माध्यमातून प्रबोधन होते. त्यातून महिला निर्णयक्षमता विकसित होऊन जबाबदारी पेलण्यास समर्थ होतील. महिलांची निर्णयक्षमता विकसित करण्यास शासकीय पातळीवर धोरणे राबविणे तसेच गट व महिला मंडळाने प्रबोधनाचे काम केले पाहिजे.

२. **क्षमतावृद्धी** : महिलांची सर्व स्तरावर क्षमता विकसित करण्यासाठी शिक्षण व प्रशिक्षण कार्यक्रम राबवून नेतृत्व विकास करता येईल. स्वयं-साहाय्यता बचत गटाच्या चळवळीतील संस्था व व्यक्ती यांनी पुढाकार घेतल्यास महिलांची क्षमतावृद्धी होईल. क्षमतावृद्धी होणे म्हणजे खालील अंगभूत कौशल्यात वाढ होते.

(अ) संभाषण

(ब) लिखाणाचे कौशल्य

(क) माहिती मिळविण्याचे कौशल्य

(ड) व्यवस्थापन व नियोजन कौशल्य. या कौशल्य वाढीमुळे क्षमता वृद्धी होऊन सबलीकरण होऊ शकते.

३. **संपत्ती ठेवा** : महिलांच्या सबलीकरणामुळे स्वत:च्या नावावर संपत्ती जतन करून ठेवली पाहिजे. भविष्यकालीन तरतूद म्हणून विमा उतरविणे आवश्यक आहे. स्वत:जवळील संपत्तीचे संवर्धन केले पाहिजे. या संपत्तीचा उपयोग समाजहित, स्वहित साध्य करण्यासाठी केल्यास सबलीकरण साध्य होईल. त्याकरिता गटामार्फत संपत्ती जमा करावी. विम्याबाबत माहिती मिळविली पाहिजे.

४. **संघटन** : महिला सबलीकरणाचा महत्त्वाचा घटक म्हणजे महिलांचे संघटन करून सामूहिक शक्ती निर्माण करता येते. त्यातून समाजाभिमुख व्यक्तिविकास साध्य करता येतो. त्यामुळे महिलांची संघटना निर्माण करून संवर्धन करणे गरजेचे आहे. हे संघटन पुढीलप्रमाणे –

(अ) **सर्वांना संघटित करण्याचे कौशल्य** : महिलांना संघटन करण्याचे कौशल्य आत्मसात करावे लागेल. त्याकरिता कठोर परिश्रम घेऊन संघटन कौशल्य शिक्षण/प्रशिक्षण द्वारे प्राप्त करता येईल. त्यातून महिलांची जवळीक साध्य होईल. त्यातून महिलांच्या विविध समस्यांचे सादरीकरण शासन व समाजपातळीवर करता येईल. हे संघटन कौशल्य निर्माण करून समाजात महिलांचे दबाव गट तयार होतील. अशा तऱ्हेने स्वयं–साहाय्यता बचत गटाद्वारे संघटना कौशल्य प्राप्त होते. त्यातून महिलांना संघटित करता येते.

(ब) **संघटित काम करण्याची कृती** : महिलांना संघटित करण्याचे विविध पैलू अंगभूत केल्यानंतर त्या कौशल्याच्या जोरावर सामूहिक कृती आराखडा तयार करून त्यांची अंमलबजावणी कसोशीने केली, तर महिलांचे सबलीकरण होईल. म्हणून स्वयं–साहाय्यता बचत गटाद्वारे सामूहिक कृती करता येते.

अशा प्रकारे सबलीकरणाचे घटक आत्मसात करण्यासाठी शिक्षण, अनुभव, जबाबदाऱ्या, संघर्ष वातावरण ही प्रक्रिया टप्प्याटप्प्याने करावी लागेल. त्याकरिता स्वयं–साहाय्यता बचत गट उपयुक्त साधन आहे.

६.२.४ स्वयं–साहाय्यता गटाद्वारे महिलांचे सबलीकरण

समाजातील विषमता कमी करण्यासाठी विविध विकास योजना, चळवळी, फोफावत आहेत. त्यातून सबला या दृष्टिकोनातून परिवर्तन होत आहे. सबला व्यक्ती सभोवतालचे वातावरण बदलून शाश्वत विकास करतात, म्हणून कमकुवत महिला घटकांना स्थायी स्वरूपात शाश्वत आर्थिक स्त्रोत निर्माण केल्यास सबलीकरण होऊ शकते. याकरिता गेल्या १० ते १५ वर्षात स्वयं–साहाय्यता बचत गटाद्वारे महिलांचे विविध स्तरावर सबलीकरण होत आहे. सर्व स्वयं–साहाय्यता बचत गटातून महिलांचे समसमान सबलीकरण होईल असे सांगता येत नाही. कारण प्रत्येक स्वयं–साहाय्यता गटाची आर्थिक, सामाजिक परिस्थिती वेगवेगळी असते. तरी स्वयं–साहाय्यता बचत गटामार्फत पुढीलप्रमाणे सबलीकरण होत आहे.

१. **आर्थिक सबलीकरण**: स्त्री कामाचा दर्जा, परिस्थिती, हीन दर्जाची मानलेली असतात. स्त्रियांच्या कामाला केंद्रीभूत मानून त्यांच्या कामाचा, त्यागाचा विचार केल्यास सबलीकरणास सुरुवात होईल. तिच्यात आत्मविश्वास, धाडस, निर्णयक्षमता निर्माण होईल. स्वतंत्र उद्योग उभा करणे जोखमीचे वाटते, परंतु स्वयं-साहाय्यता बचत गटामार्फत धाडसाने उद्योग सुरू करतात. कारण उद्योग, प्रशिक्षण, भांडवल उभारणी, विक्री व्यवस्था, यंत्रसामग्री, कच्चा माल, कर्जफेड इ. गोष्टींचे सल्ला मार्गदर्शन गटामार्फत मिळते. त्यामुळे महिलांमध्ये निर्णयक्षमता, व्यवस्थापन कौशल्य, रोजगारनिर्मिती वाढ इ. गोष्टी दिसतात. त्यामुळे सबलीकरण होते. स्वयं-साहाय्यता गटाद्वारे आरोग्य, शिक्षण, घरखर्च, बचतीसाठी पैसा उपलब्ध होतो सामूहिक सबलीकरण शक्य होते.
जागतिकीकरणाच्या प्रक्रियेत रोजगार संधी कमी होताना स्वयं-साहाय्यता बचत गट रोजगार संधीत वाढ करीत आहे. म्हणून महिलांचे आर्थिक सबलीकरण गटाद्वारेच होईल.

२. **सामाजिक सबलीकरण** : समाजातील चालीरीती, रूढी, परंपरा या बंधनामुळे स्त्रीचे सामाजिक खच्चीकरण मोठ्या प्रमाणात होत आहे. स्त्री ही सामाजिक बंधनामुळे खच्चीकरण होऊन अबला बनलेली आहे. स्वातंत्र्यपूर्व व स्वातंत्र्यानंतर शिक्षणाच्या माध्यमातून अनेक समाजसुधारकांनी महिलांचे सामाजिक बंधन शिथिल करण्यास सुरुवात केली. यात महत्त्वाचा घटक स्वयं-साहाय्यता बचत गट होय. गटामुळे महिला एकत्र येऊ लागल्या. गावातील चावडीवर एकत्र येऊन गावप्रश्नावर चर्चा करू लागल्या. गावातल्या देवळात महिला सभा घेऊ लागल्या. गटामुळे स्त्री-पुरुष समानता प्रस्थापित होऊ लागली. गटामुळे अत्याचार, हुंडाबळी अशा प्रथांना आळा बसू लागला. स्त्रिया साक्षर होऊ लागल्या, जाणीव जागृती होऊ लागली. गटामुळे विचारांची देवाणघेवाण होऊ लागली. दबावगट निर्माण होऊ लागला. महिला प्रश्नासंबंधी मोर्चा, आंदोलने करू लागल्या आहेत. आपल्या हितासाठी गटामार्फत चळवळी उभ्या करू लागल्या आहेत.

३. **राजकीय दृष्ट्या सबलीकरण** : स्वयं-साहाय्यता गटाच्या माध्यमातून महिला राजकारणात सहभागी होत आहेत. गटामध्येच संघटन, व्यवस्थापन, निर्णय, राजकीय डावपेच यांचे कौशल्य आत्मसात होऊ लागले. त्यामुळे पंचायत राज्य संस्थांचा कारभार सुरळीतपणे पार पाडत आहे. शिवाय नेतृत्व व कर्तव्य पार पाडण्याची संधी प्राप्त झाली आहे. स्वयं-साहाय्यता बचत

गटामुळे राजकीय दबाव गट निर्माण होत आहे. राजकीय व्यासपीठावर सन्मानाने वागविले जात आहे.

अशा पद्धतीने गटाद्वारे महिलांचे विविध स्तरावर सबलीकरण होत आहे.

६.३ सबलीकरणात येणाऱ्या अडचणी

सबलीकरण ही सतत अखंड चालणारी प्रक्रिया आहे. त्यासाठी अथक परिश्रम प्रयत्नांची गरज आहे. तरच सबलीकरण होऊ शकेल. यासाठी महिलांची मानसिकता तयार करून सबलीकरण करावे लागेल. त्या प्रक्रियेत पुढीलप्रमाणे अडचणी येतात.

(१) **समाजाचा विरोध** : महिलांचे परिवर्तन स्वीकारण्यास समाजातील पुरुष, पुढारी लोक सहसा अनुकूलता दर्शवित नाहीत.कदाचित महिलांना संघटित करताना समाजाचा विरोध होईल, प्रसंगी संघर्ष होऊ शकतो.

(२) **चारित्र्यावर ठपका** : घराबाहेरील जबाबदाऱ्या, कर्तव्य महिला करू लागताना अनेक मंडळींशी कामानिमित्त संपर्क, भेटीगाठी होतात. त्यातून महिलांच्या चारित्र्यावर आरोप केले जातात. महिला यशाची पायरी चढताना अनैतिक संबंधाच्या अफवा फैलाविल्या जातात, जेणेकरून महिलांनी घराबाहेर पडू नये.

(३) **महिलांची स्वत:ची मानसिकता** : महिलांचे स्वत:चे बदललेले स्थान, सामाजिक आरोप, प्रत्यारोप टीका, अफवा या कारणामुळे बदललेले स्थान स्वीकारण्यात मानसिकता निर्माण होत नाही. स्वत:च स्वत:ला कमी लेखत असतात.

(४) **शोषक वातावरण अभाव** : महिलांचे सबलीकरण करण्यासाठी समाजात पोषक वातावरणाची आवश्यकता असते. परंतु समाजात असे वातावरण अशक्य असते. त्यामुळे महिला थोड्याफार अपयशांनी खचू शकतात.

(५) **सार्वत्रिक दारिद्र्य** : भारतामध्ये सबलीकरणात महत्त्वाचा अडसर सार्वत्रिक दारिद्र्य होय. महिलांमध्ये सर्व बाबतीत दारिद्र्याचे प्रमाण मोठे असल्यामुळे सबलीकरणात अडचणी येतात.

(६) **शैक्षणिक भेदभाव** : भारतामध्ये मुलामुलींच्या शिक्षणाबाबत सतत भेदाभेद केला जातो. त्यामुळे मुलींना उच्च शिक्षणापासून वंचित ठेवले जाते. त्यामुळे सबलीकरणात अडचणी येतात.

(७) **काम व वेतनात तफावत :** महिलांच्या व पुरुषांच्या कामात व वेतनात तफावत केली जाते. स्त्रियांना कमी वेतनावर हलक्या प्रतीचे, जास्त वेळ काम दिले जाते. त्यामुळे वैचारिक कार्यक्षमता कमी कमी होते. त्यामुळे सबलीकरण करणे अवघड असते.

समाज पूर्वग्रह दूषित व पुरुषसत्ताक पद्धती

समाज पूर्वग्रह दूषित आहे की महिलांनी घराबाहेर पडून काम करू नये. समाजात कामाच्या ठिकाणी वर्तणूक चांगली मिळत नाही. तसेच पुरुषसत्ताक पद्धतीने महिलांना निकृष्ट पद्धतीची कामे दिली जातात. त्यांच्या मताला कमी किंमत दिली जाते. त्यामुळे सबलीकरण होण्यात अडचणी निर्माण होतात.

ग्रामीण, धार्मिक, रूढी परंपरा यांचा पगडा

महिला या सामाजिक रूढी, परंपरा, धार्मिक जोखड यात बांधल्या गेल्यामुळे जगण्याची उमेद कमी होते. या परंपरांमुळे त्या घरातच अडकून राहतात. जगाचे ज्ञान प्राप्त होत नाही. त्यामुळे सबलीकरण होत नाही.

निर्णयक्षमता व कौशल्याची कमतरता

महिलांमध्ये निर्णयक्षमता असूनही त्या निर्णयक्षमतेत पुरुष मंडळी सतत हस्तक्षेप करतात. त्यामुळे निर्णय शक्तीवर मर्यादा पडतात. तसेच महिलांमध्ये कौशल्याची कमतरता असल्यामुळे सबलीकरणात अडचणी निर्माण होतात.

इतर समस्या

कौटुंबिक स्थान, वैचारिक पात्रता, महिलांकडे पाहण्याची वृत्ती, महिला वर्तणुकीबाबत साशंक अशा विविध महिलांचे सबलीकरण करण्यात अडचणी येतात.

अशा प्रकारे सबलीकरणात अडी-अडचणी असल्या तरी यावर स्वयं-साहाय्यता गटामार्फत मात करता येते.

❏

प्रकरण ७

महिलांच्या आर्थिक, सामाजिक सबलीकरणात स्वयं-साहाय्यता बचत गटाचे योगदान-विशेष अभ्यास पुणे जिल्ह्यातील इंदापूर व बारामती तालुका

प्रस्तावना

स्वयं-साहाय्यता बचत गटाने दारिद्र्य निर्मूलन व महिला सबलीकरण ही दोन उद्दिष्टे साध्य केलेली आहेत. हे बांगला देशातील ग्रामीण बँकेच्या प्रयोगाने स्पष्ट झाले आहे. याच धर्तीवर नाबार्ड बँकेने व जिल्हा ग्रामीण विकास यंत्रणा यांच्यामार्फत स्वयं-साहाय्यता बचत गट स्थापन करून दारिद्र्य व महिलांचे आर्थिक व सामाजिक सबलीकरण सिद्ध केले आहे.

स्वयं-साहाय्यता बचत गटाच्या माध्यमातून महिलांचे आर्थिक व सामाजिक सबलीकरण या विषयावर संशोधन करून त्याचे निष्कर्ष प्रस्तुत प्रकरणात नमूद केले आहेत.

७.१ संशोधनपद्धती

संशोधन करण्यासाठी तथ्यसंकलनासाठी महाराष्ट्रातील प्रगतिपथावर असलेल्या पुणे जिल्ह्याची निवड केली असून पुणे जिल्ह्यात एकूण १२७१२ स्वयं-साहाय्यता गट आहेत.

७.१.१ जिल्ह्यांची निवड

संशोधन करण्यासाठी महिला बचत गटाची निवड केलेली असून प्राथमिक व दुय्यम तथ्यसंकलन पद्धती वापरली आहे. प्राथमिक तथ्यसंकलनामध्ये महाराष्ट्र राज्याची निवड केलेली असून त्यामध्ये पुढील जिल्हा व तालुका निवडलेला आहे.

७.१.२ तालुका निवड

पुणे जिल्ह्यातील बारामती तहसीलमधून इंदापूर व बारामती तालुक्याची निवड केलेली आहे. इंदापूर तालुक्यामध्ये १७७१ व बारामती तालुक्यात १००७ स्वयं-साहाय्यता बचत गट २००४ नुसार आहेत.

७.१.३ स्वयं-साहाय्यता बचत गटाची निवड

इंदापूर व बारामती तालुक्यातील एकूण २७७८ स्वयं-साहाय्यता बचत गटांपैकी यदृच्छ नमुना निवड पद्धतीने १०% स्वयं-साहाय्यता बचत गट निवडलेले आहेत. म्हणजे २७८ स्वयं-साहाय्यता बचत गटाची निवड खालील निकषाप्रमाणे केलेली आहे.

(अ) स्वयं-साहाय्यता बचत गट सतत ५ वर्ष कार्यरत पाहिजे.

(ब) स्वयं-साहाय्यता बचत गट व्यावसायिक असला पाहिजे.

(क) स्वयं-साहाय्यता बचत गट बँकेशी संलग्न असावा.

(ड) या निकषानुसार गटांची निवड केलेली आहे.

७.१.४ गावांची निवड

स्वयं-साहाय्यता बचत गटाच्या निवडीच्या निकषावरून गावांची निवड झालेली आहे. इंदापूर तालुक्यातील १४३ गावांपैकी ७७ गावे व बारामती तालुक्यातील ११७ गावांपैकी ५७ गावे अशा एकूण १३४ गावांमधील गट अभ्यासास प्राप्त झाले आहेत.

७.१.५ संघटिका किंवा सभासद निवड

प्राथमिक तथ्यसंकलनासाठी गटातून एक संघटिका तसेच वरिष्ठ सभासद यांची निवड करून मुलाखती घेतलेल्या आहेत. संघटिका २७८ आणि सभासद २७८ अशा ५५६ महिलांच्या मुलाखती घेतलेल्या आहेत.

७.१.६ बँकांची निवड

स्वयं-साहाय्यता बचत गटाच्या अभ्यासासाठी इंदापूर व बारामती तालुक्यातील ४० बँकांच्या मुलाखती घेतलेल्या आहेत.

७.२ गृहीतके (Hypotheses)

१. ग्रामीण महिलांच्या आर्थिक व सामाजिक विकासात स्वयं-साहाय्यता बचत गट महत्त्वपूर्ण व प्रभावी साधन ठरलेले आहे.

२. स्वयं-साहाय्यता बचत गट सभासदांचे बचत व ठेवी संकलनाचे कार्य प्रभावीपणे करत आहे.

३. ग्रामीण महिलांचे आर्थिक, सामाजिक, राजकीय, शैक्षणिक व आरोग्य सबलीकरणात महत्त्वपूर्ण योगदान आहे.

४. महिलांच्या सबलीकरणाबरोबर, ग्रामीण विकासासह राष्ट्रीय विकास करीत आहे.

संशोधनाअंती ही चार गृहीतके वैध ठरली आहेत.

७.३ संशोधन-अभ्यासाची उद्दिष्टे (Objectives of the study)

१. स्वयं-साहाय्यता बचत गटाची ऐतिहासिक पार्श्वभूमी अभ्यासणे.

२. महिला सबलीकरणाच्या प्रक्रियेत स्वयं-साहाय्यता बचत गटांच्या कार्याचा अभ्यास करणे.

३. पुणे जिल्ह्यातील इंदापूर व बारामती तालुक्यातील गटातील महिलांच्या आर्थिक, सामाजिक, राजकीय स्थानांचा अभ्यास करणे.
४. इंदापूर व बारामती जिल्ह्यातील बचत गटाद्वारे महिलांच्या आर्थिक व सामाजिक विकासात तसेच नेतृत्व गुणनिर्मितीत वाढ इत्यादीचे मूल्यमापन करणे.
५. स्वयं-साहाय्यता बचत गटाच्या कार्यातील उणीवांचा अभ्यास करून उपाययोजना सुचविणे व महिला सबलीकरण प्रतिमानाचा अभ्यास करणे.

या उद्दिष्टांची वैधता तपासणी केली असून संशोधनाअंती उद्दिष्टे वैध ठरली आहेत.

संशोधकाने प्राथमिक तथ्यसंकलन वरीलप्रमाणे करून खालीलप्रमाणे निष्कर्ष प्राप्त झालेले आहेत. ही निष्कर्षांची वर्गवारी पाच विभागात केलेली आहे.

१. इंदापूर, बारामती तालुक्यातील स्वयं-साहाय्यता बचत गटांची स्थापना.
२. स्वयं-साहाय्यता बचत गटातील सदस्यांचे आर्थिक, सामाजिक, राजकीय पार्श्वभूमीचे विश्लेषण.
३. स्वयं-साहाय्यता बचत गटातील लाभार्थींचे विश्लेषण.
४. वित्तीय संस्थांच्या अधिकाऱ्याचे स्वयं-साहाय्यता बचत गटाबाबत विश्लेषण.
५. स्वयं-साहाय्यता बचत गटाच्या प्रतिमानाचे विश्लेषण.

या पाच विभागाचे सविस्तर विश्लेषण पुढीलप्रमाणे आहे.

७.४ इंदापूर व बारामती तालुक्यातील गट स्थापना

७.४.१ स्वयंसेवी संस्थांकडून गटस्थापना

स्वयं-साहाय्यता बचत गटाची ९९.४३% निर्मिती इंदापूर तालुका व १००% गटाची निर्मिती किंवा स्थापना स्वयंसेवी संस्थेच्या कार्यकर्त्यांकडून झालेली आहे.

७.४.२ स्थानिक स्वराज्य संस्थांकडून गटस्थापना

स्वराज्य संस्थेमध्ये गटविकास अधिकारी ग्रामसेवक, अंगणवाडी, कार्यकर्त्या, निवृत्त शिक्षक इ. गटाची स्थापना करतात. इंदापूर तालुक्यात २४ गटांची (१३.५५%) बारामती तालुक्यात ३२ (३१.६८%) गटांच्या स्थापनेस राजकीय पक्षांनी मदत केली आहे. तसेच १५३ (८६.४५%) गटांची इंदापूर तालुका आणि ६९ (६८.३२%) अंगणवाडी कार्यकर्त्यांनी केली आहे.

७.४.३ महिला सरपंचाकडून गट स्थापना

इंदापूर तालुक्यात ३१ (१७.५२%) व बारामती तालुक्यात ३४ (३३.६६%) गटांची स्थापना महिला सरपंचाकडून झालेली आहे.

७.४.४ उद्दिष्टानुसार गटांची स्थापना

सावकारी मगरमिठीतून सुटका होण्यासाठी व बचतीची सवय लागण्यासाठी गटाची स्थापना झालेली आहे. १० (३.५९) स्वयं-साहाय्यता बचत गटाची स्थापना गरजेतून झालेली आहे. तसेच १७९ (६४.३८%) शेजार, मैत्रीण आहे सांगितल्यामुळे तसेच ४२ (१५.११) स्वत: इच्छेनुसार स्थापन झालेले आहेत. तर ४२ (१६.९२) गट एकापेक्षा जास्त उद्दिष्टांकरिता स्थापन झालेले आहेत.

७.४.५ संघटिका व सहसंघटिका यांचा कालावधी

स्वयं-साहाय्यता बचत गटातील सभासद संघटिका व सहसंघटिका यांची निवड एकमताने करतात. सर्वसाधारणपणे ५ वर्षांपर्यंत निवड करू शकतात. सर्वेक्षणावरून स्पष्ट होते की, ९ (३.२४%) १ ते २ वर्षांपर्यंत ८२ (१९.५०%) १ ते ५ वर्षांपर्यंत १८७ (६७.२६%) कायम कालावधी नसलेल्या संघटिका व सहसंघटिका कार्यरत आहेत. म्हणजे सर्वात जास्त संघटिका व सहसंघटिका यांचा कालावधी निश्चित केलेला नाही.

७.४.६ स्वयं-साहाय्यता बचत गटाची सभा

इंदापूर व बारामती तालुक्यातील स्व.ब. गटाची महिन्यातून एखादी सभा होणारे २६० (९३.५२%) गट आहेत. तसेच १८ (६.४८%) नियमित सभा न होणारे गट आहेत. म्हणजे गटांचा कारभार नियमितपणे होत आहे.

७.४.७ सभेची जागा

स्वयं–साहाय्यता बचत गटाच्या सभा वेगवेगळ्या जागेवर होतात.

सभा जागा	गट संख्या	टक्केवारी
घर	१८८	६७.६२%
शाळा	५१	१८.३४%
देऊळ	०५	१.७९%
चावडी	०९	३.२३%
समाजमंदिर	१८	६.४७%
अस्मिता भवन	०७	२.५१%
एकूण	२७८	१००%

या तक्त्यावरून स्पष्ट होते की गटातील सभासदांच्या घरी १८८ (६७.६२%) सभा होतात. तर महिला अस्मिता भवनामध्ये ७ (२.५१%) सभा होतात. परंतु अजून अस्मिता भवन बांधण्याची प्रक्रिया सुरू आहे.

७.४.८ सभेची सुयोग्य वेळ

स्वयं–साहाय्यता बचत गटाची सभा संध्याकाळी घेणे हे उत्तम गटाचे लक्षण असते. २०० (७१.९४%)च्या मतानुसार इंदापूर व तालुक्यातील गटांच्या सभा संध्याकाळी होतात. कारण सर्व सभासद दिवसभर कामाला जातात. संध्याकाळची वेळ निवांत असते. तसेच ७.१९ (२०) सभा आठवड्याच्या बाजार दिवशी होतात.

७.४.९ गटाचे रेकॉर्ड देखभाल

स्वयं–साहाय्यता बचत गटाची सर्व कागदपत्रे, दप्तर यांची देखभाल २५३ (९१.००%) संघटिका व सहसंघटिका करतात. तसेच ४५ (१६.१८%) सभासद आणि इतर त्रयस्थ व्यक्ती २९ (१०.४३%) रेकॉर्ड देखभाल करतात. म्हणजे संघटिका व सहसंघटिका स्वत:ची जबाबदारी पार पाडतात.

७.४.१० गटाची बचतरक्कम भरणा जबाबदारी

स्वयं–साहाय्यता बचत गटातील बचत रक्कम संबंधित बँकेने भरण्याची जबाबदारी २१३ (७६.६१%) संघटिका व सहसंघटिका पार पाडतात. तसेच ८१ (२९.१३%) सभासद आणि ३६ (१२.९४) सभासद रोटेशन पद्धतीने बचतरक्कम भरणा करतात.

७.४.११ स्वयं-साहाय्यता गटाचे मूल्यांकन

स्वयं-साहाय्यता बचत गटाचे मूल्यांकन करणे हे फार महत्त्वाचे असते. इंदापूर व बारामती तालुक्यातील १३१ (४७.१२%) गटाचे दोन्ही मूल्यांकन करून अ व ब श्रेणीतील आहेत. तसेच १३८ (४९.६४%) गटांचे अ दर्जाचे प्रथम श्रेणीकरण केलेले आहे. तसेच ९ (३.२५%) गटाचे मूल्यांकन झालेले नाही. म्हणजे प्रथम मूल्यांकन करणाऱ्या गटाचे प्रमाण जास्त आहे.

७.४.१२ स्वयं-साहाय्यता बचत गटाचे ऑडिट

स्वयं-साहाय्यता बचत गटाचे ऑडिट विविध स्वयंसेवी संस्था आणि बँका करतात. ऑडिट केल्यानंतर कर्जपुरवठा करतात. तसेच गटविकास अधिकारी गटाचे ऑडिट करतात. इंदापूर व बारामतीतील १००% गटाचे ऑडिट झालेले आहे.

७.४.१३ स्वयं-साहाय्यता बचत गटासाठी कायद्याची गरज

गटाचे कामकाज व स्थापना करण्याकरिता त्याबाबत मार्गदर्शक कायदा नाही. परंतु संशोधनाने असे स्पष्ट होते की, २७४ (९८.५६%) सभासदांचे मत आहे की, गटासाठी कायद्याची आवश्यकता आहे.

७.४.१३ गटाच्या समस्या

स्वयं-साहाय्यता बचत गटाच्या कामकाज व स्थापनेमध्ये समस्या निर्माण होतात. पाहणीवरून असे स्पष्ट होते की १२९ (४६.४०%) गटांना प्रशासकीय समस्या ५० (१७.९८%) गटांना वित्तीय समस्या २० (७.१९%) बाजारपेठ समस्या १२ (३.३१%) गटांना सामाजिक समस्या निर्माण झालेल्या आहेत.

७.४.१५ समस्या सोडविण्याची यंत्रणा

स्वयं-साहाय्यता बचत गटाच्या समस्या सोडविण्यासाठी खास यंत्रणा नाही. परंतु पाहणीवरून स्पष्ट होते की या समस्या चर्चेद्वारे सोडविल्या जातात. १६७ (६०%) गटांच्या समस्या स्वयंसेवी संस्थांमार्फत ६८ (५.७५%) गटांच्या समस्या महिला मंडळ आणि ६८ (२४.४६%) गटांच्या समस्या पंचायत समितीने सोडविल्या आहेत आणि २० (७.१९) समस्या बँका, जेष्ठ सामाजिक व्यक्ती इत्यादींनी सोडविल्या आहेत. या सर्व समस्या गटांच्या सभा होऊन सोडविल्या जातात.

७.५ इंदापूर आणि बारामती तालुक्यातील स्वयं-साहाय्यता बचत गटातील महिला सदस्यांची आर्थिक, सामाजिक, राजकीय पार्श्वभूमी

७.५.१ सामाजिक निकष (Social aspect)

इंदापूर व बारामती तालुक्यातील प्राथमिक तथ्यसंकलन करून स्वयं-साहाय्यता बचत गटातील संघटिका व सभासद यांची आर्थिक, सामाजिक व राजकीय पार्श्वभूमी अभ्यासली आहे. प्रत्यक्षात पाहणी करून माहिती संकलित केली आहे. सामाजिक निकषांमध्ये पुढील घटकांचा अभ्यास केला आहे.

(A) कुटुंबातील सदस्य संख्या

सर्वेक्षणावरून स्पष्ट होते की, स्वयं-साहाय्यता बचत गटातील संघटिकेचा कौटुंबिक आकार सरासरी ३.२८ असून सभासदांचा कौटुंबिक सरासरी आकार ३.३३ इतका आहे. म्हणजे कुटुंबे लहान आकाराची आहेत.

(B) वयानुसार वर्गवारी

सर्वेक्षणानुसार स्पष्ट होते की, २१ ते ४० वयोगटातील संघटिका २३० (८२.७५%), सभासद २२० (७९.१३%) आणि ४१ ते ६० वयोगटातील संघटिका ४३ (१५.४७%), सभासद १५ (८.६) आहेत म्हणजे गटातील सभासद व संघटिका तरुण वयातील जास्त आहेत.

(C) जातीनिहाय वर्गवारी

इंदापूर व बारामती तालुक्यातील लाभार्थी संघटिका १२५ (४४.९६) व सभासद ११६ (४१.७२%) खुल्या संवर्गातील असून सर्वाधिक प्रमाण आहे. तसेच अनुसूचित जातीतील संघटिका ५१ (१८.३३) व सभासद ५५ (१९.७८%) असून अनुसूचित जमातीतील संघटिका ०८ (२.८७%) सभासद १० (३.५९%) इतके प्रमाण आहे आणि भटक्या विमुक्त जाती व जमाती ३५ (१२.५८%) आहे.

(D) शैक्षणिक स्तरनिहाय वर्गवारी

अ.क्र.	शैक्षणिक स्तर	संघटिका	सभासद
१.	निरक्षरता	०२ (०.७२%)	५८ (२०.८६%)
२.	प्राथमिक	१३२ (४७.४८%)	१३९ (५०.००%)
३.	माध्यमिक	७९ (२८.४१%)	५० (१७.९८%)
४.	उच्च माध्यमिक	५३ (१९.०६%)	२७ (९.७३%)
५.	पदवीधारक	१२ (४.३३%)	०४ (१.४३%)
		एकूण २७८ (१००%)	२७८ (१००%)

या तक्त्यावरून स्पष्ट होते की बारामती व इंदापूर तालुक्यात स्वयं-साहाय्यता बचत गटातील संघटिका व सभासद यांची प्राथमिक शैक्षणिक पात्रता सर्वाधिक आहे. पदवीधारकांचे प्रमाण कमी आहे. म्हणजे गटासाठी आवश्यक शिक्षण पूर्ण झालेले आहे.

(E) सामाजिक कार्यात सहभागी

स्वयं-साहाय्यता बचत गटामार्फत विविध सामाजिक कार्ये केली जातात. अशा सामाजिक कार्यात सभासद सहभागी होतात. सर्वसाधारणपणे ९०%च्या वर गट, बचत गट मेळाव्यात सहभागी होतात. ७६% गट वनराई बंधारा, ९५% गट आरोग्य शिबिरे, ९२% गट दारूबंदी जलसंधारण कामात, ६७% गट अशा सामाजिक कार्यात सहभागी होतात. त्याचप्रमाणे स्वच्छता, अस्मिता भवन व घरकुल अशा योजनेत सहभागी होतात.

७.५.२ आर्थिक निकष (Economic aspect)

इंदापूर व बारामती तालुक्यातील गटातील सदस्यांचे आर्थिक निकषानुसार सर्वेक्षण केलेले आहे. त्यामध्ये व्यवसाय, जमीनधारण, इतर संपत्ती, बचत, विमा इ. घटकांचा विचार केलेला आहे.

(१) जमीनधारण : सर्वेक्षणावरून स्पष्ट होते की स्वयं-साहाय्यता बचत गटातील संघटिका १६१ (५७.९१%) व १३३ (४७.८४%) सभासद जमीनधारक आहेत. तसेच त्यामध्ये संघटिका ६१ (२२%) व सभासद ६१ (२२%) बागायत जमीनधारक आहेत म्हणजे ५०% पेक्षा जास्त सभासद भूमिहीन असून जमीनधारकांमध्ये जिरायत क्षेत्रधारकांचे प्रमाण सर्वाधिक आहे. म्हणजे गटामध्ये शेतमजुरांचे प्रमाण जास्त आहे.

(२) उत्पन्नानुसार वर्गवारी

अ.क्र.	उत्पन्न पातळी	संघटिका	सभासद
१.	५,०००	१३२ (४७.४८%)	१४१ (५०.७१%)
२.	५००१ ते १०,०००	२९ (१०.४३%)	५३ (१९.०६%)
३.	१०००१ ते १५०००	५८ (२०.८६%)	४३ (१५.४६%)
४.	१५००१ ते २०,०००	१८ (६.४७%)	०७ (२.५४%)
५.	२०,००० वर	४१ (१४.७६%)	३४ (१२.२३%)
	एकूण	२७८ (१००%)	२७८ (१००%)

या तक्त्यावरून स्पष्ट होते की वार्षिक ५,०००रु. उत्पन्न असणाऱ्या संघटिका व सभासद प्रमाण सर्वाधिक आहे. तसेच वार्षिक १५,००० ते २०,००० रु. उत्पन्न असणाऱ्या संघटिका व सभासद यांचे प्रमाण सर्वात कमी आहे.

(३) व्यवसायनिहाय वर्गवारी : सर्वेक्षणावरून स्पष्ट होते की, स्वयं-साहाय्यता बचत गटातील संघटिका व सभासद हे वेगवेगळे व्यवसाय करीत आहेत ते खालील तक्त्यावरून स्पष्ट होते.

अ.क्र.	व्यवसाय	संघटिका	सभासद
१.	शेती	४६ (१६.५५%)	७८ (२८.०५%)
२.	शेती संलग्न	९३ (३३.४५%)	९७ (३४.९०%)
३.	घाऊक	६४ (२३.०२%)	५३ (१९.०६%)
४.	व्यापार	२४ (८.६३%)	२३ (८.२७%)
५.	घरकाम	३४ (१२.४४%)	१० (३.६०%)
६.	इतर	१७ (६.११%)	१७ (६.११%)
	एकूण	२७८ (१००%)	२७८ (१००%)

या आकडेवाडीवरून स्पष्ट होते की ५०% संघटिका आणि ६२% सभासद यांचे शेती व शेती संलग्न व्यवसाय आहेत. घाऊक व किरकोळ व्यापार करणाऱ्या संघटिका ३२% असून सभासद २७% आहेत. म्हणजे सर्वात जास्त संख्या शेती व्यवसाय करणारी आहे.

(४) **संपत्ती :** स्वयं-साहाय्यता बचत गटातील ३५% संघटिकेच्या नावावर जमीन, घर, प्लॉट अशी संपत्ती आहे. तसेच सभासदांच्या नावावर ४७% जमीन, घर, प्लॉट आहेत. ५५% पेक्षा जास्त महिलांच्या नावावर कसलीही संपत्ती नाही.

(५) **मासिक बचत रक्कम :** स्वयं-साहाय्यता बचत गटातील महिला दारिद्र्यरेषेखालील असून आपल्या गरजांच्या पूर्ततेसाठी सावकारावर अवलंबून असतात. दरडोई उत्पन्न फार कमी आहे. या महिला स्वबळावर उभे राहण्यासाठी लहान प्रमाणावर बचत करतात. या बचत रकमेचे प्रमाण खालीलप्रमाणे -

बचत	संघटिका व गट	सभासद
२० पर्यंत	१० (३.५९%)	१५ (५.३९%)
२१ ते ३० पर्यंत	२५ (८.९९%)	२५ (८.९९%)
३१ ते ४० पर्यंत	१ (०.५९%)	०२ (०.७%)
४१ ते ५० पर्यंत	१५० (५३.९५%)	१४९ (५३.५९%)
५१ ते १००पर्यंत	९० (३२.३७%)	८४ (३०.२१%)
१०१ ते १५० पर्यंत	-	०१ (०.९९%)
१५१ ते २०० पर्यंत	२(०.७%)	०२ (०.७%)
एकूण	२७८ (१००%)	२७८ (१००%)

या क्षेत्रीय पाहणीवरून असे स्पष्ट होते की ४१ ते ५०रु. दरमहा बचत करणाऱ्या गटांचे प्रमाण ५३% आहे आणि ५१ ते १००रु. दरमहा बचत करणारे ३०%च्या पुढे आहे. म्हणजे गटातील सदस्य मध्यम उत्पन्न गटातील आहेत.

(६) **बचत रक्कम स्त्रोत :** दरमहा बचत रक्कम सदस्य विविध मार्गांनी उपलब्ध करतात. व्यवसायातून शिल्लक रक्कम बचत करणारे २०० (७१.९४%) महिला आहेत. तसेच स्वत:च्या मजुरीतून बचत करणारे ४३ (१५.४६%) महिला आहेत. त्याचप्रमाणे पतीकडून ३० (१०.७९%) व मुलाकडून ५ (१.७९%) महिला बचत रक्कम घेणाऱ्या आहेत. म्हणजे स्वत:च्या व्यवसायातून बचत रक्कम भरणाऱ्या महिलांचे प्रमाण सर्वाधिक आहे.

(७) **नियमित बचत करणाऱ्या सदस्यांची वर्गवारी :** दरमहा नियमित बचत रक्कम भरणे हे उत्तम गटाचे लक्षण मानले जाते. नियमित बचत केल्यास कर्जपुरवठा करता येतो. गटामध्ये नियमित बचत भरणारे २३५ (८४.५३%) सदस्य आहेत आणि २८ (१५.४७%) सदस्य दंडात्मक बचत भरणारे आहेत.

(८) **सभासदांना कर्ज स्त्रोत :** स्वयं-साहाय्यता बचत सभासदांना स्वत:च्या गटातून तसेच गटागटांतून आणि बँकांकडून कर्ज मिळतात. सर्वाधिक कर्जपुरवठा करणारा स्त्रोत स्वयं-साहाय्यता बचत गट आहे.

(९) **रक्कमनिहाय कर्जपुरवठा :** स्वयं-साहाय्यता बचत गटातील सदस्यांना गरजेनुसार गटातून तसेच बँकेतून कर्ज मिळू शकते. क्षेत्रीय पाहणीवरून

असे स्पष्ट होते की रु. ५०००=०० कर्ज घेणाऱ्या सभासदांचे प्रमाण ६०% पर्यंत आहे. म्हणजेच छोट्या रकमेचे कर्ज घेणाऱ्यांचे प्रमाण जास्त आहे.

(१०) **व्यवसायनिहाय कर्ज :** स्वयं-साहाय्यता बचत गटातील सदस्य गरीब असून वार्षिक उत्पन्न कमी असल्यामुळे इतर आर्थिक व्यवहार करीत नसतात. त्यामुळे सदस्य गटावर अवलंबून असतात. गटातून व्यवसायासाठी ५००० ते ३०,००० रु. कर्ज मिळू शकते. सर्वेक्षणावरून स्पष्ट होते की ३६.७२% सभासद इंदापूर व ४७.५२% सभासद बारामती तालुक्यातील यांनी अनुत्पादक कारणासाठी कर्ज घेतलेले आहे. यामध्ये मुलींच्या लग्नासाठी कर्ज घेतलेल्यांचे प्रमाण सर्वात जास्त आहे. तसेच उत्पादक कामाकरिता शेती व व्यापार यासाठी कर्ज घेतल्याचे प्रमाण सर्वसाधारण ५०% आहे.

(११) **कर्जाची वारंवारता व कालावधी** : स्वयं-साहाय्यता बचत गटातील संघटिका एक वेळेस कर्ज घेणाऱ्या ९९ (३५.६१%) आहेत. तसेच दोन ते तीन वेळेस कर्ज घेणाऱ्या संघटिका १६५ (५९%) आहेत. तसेच सभासद एका वेळेस कर्ज घेणारे १४८ (५३.२३%) आहेत व दोन ते ३ वेळेस कर्ज घेणारे सभासद ९३ (३३.४५%) आहेत. यावरून स्पष्ट होते की कर्ज वारंवार घेतात त्यामुळे कर्जफेड प्रमाण चांगले आहे. कारण एक कर्ज परतफेडीवर दुसरे कर्ज दिले जाते.

गटांतर्गत कर्जाचा कालावधी १२ महिने व बँककर्ज ६० महिने मुदतीपर्यंत दिसून येते.

(१२) **व्याजदर :** गटांतर्गत कर्जावरील व्याजदर ठरविण्याचा अधिकार सर्वस्वी गटांचा असतो. सर्वसाधारणपणे २ ते ३% दरमहा कर्जावरील व्याजदर दिसून येतो. हा व्याजदर जास्त वाटत असला तरी सावकारी व्याजदरापेक्षा फार कमी आहे. हा २ ते ३% व्याजदर ठेवण्याचे कारण ७ (२.५%) च्या मते गटाचा विकास, १२२ (४३.८८%) सभासदांच्या मते गटातील सभासदांना फायदा होतो. शिवाय ५५% सभासदांच्या मते जास्त व्याजदरामुळे कर्जाची परतफेड लवकर होते, म्हणून हा व्याजदर ठेवलेला आहे.

(१३) **कर्जपरतफेड प्रमाण :** स्वयं-साहाय्यता बचत गटाच्या कर्जफेडीची फारशी गंभीर समस्या नाही. सर्वसाधारणपणे कर्जफेडीचे ९० ते ९५% प्रमाण आहे. .सर्व्हेक्षणावरून असे दिसून आले की ८५% कर्जफेड नियमित करणारे

सभासद असून ५% कर्जफेड चालू आहे. त्यामुळे कर्जाचा विस्तार होतो. गट सबल होत जातो. गटाचा नफा वाढतो.

(१४) **कर्ज थकबाकी प्रमाण :** स्वयं-साहाय्यता बचत गटातील सर्व थकबाकीचे प्रमाण अतिशय नगण्य म्हणजे ५% आहे. या थकबाकीकरिता वसुली हप्ते रक्कम कमी करणे, कर्जमुदत वाढवून देणे, व्याजरक्कम फक्त घेणे, बचतीतून कर्ज घेणे असे उपाय करून कर्ज वसूल केले जाते. तसेच कर्जवसुलीच्या सामूहिक जबाबदारीमुळे थकबाकीचे प्रमाण कमी आहे.

(१५) **कर्ज थकबाकी होण्याची कारणे :** स्वयं-साहाय्यता बचत गटाची ५% थकबाकी होण्याची कारणे सर्वेक्षणानुसार स्पष्ट होतात की, घरगुती कारण ०७ (९२.५%), ३२ (११.५१%) दुष्काळ, ५ (१.७९%) दुग्धव्यवसायातील अडचणी या कारणामुळे कर्ज थकबाकी झालेली आहेत.

(१६) **अनुदान** : बिगर दारिद्र्यरेषेखालील गटांना अनुदानाची तरतूद नाही. दारिद्र्यरेषेखालील गटांना खेळते भांडवल म्हणून १०,००० प्रथम अनुदान प्राप्त होते. तसेच स्वरोजगार प्रकल्पाच्या ५०% किंवा प्रत्येक सभासदास २५००० रु. अनुदान स्वरोजगारी कर्जफेड केल्यानंतर मिळू शकते. सर्व्हेक्षणावरून स्पष्ट होते की ६५% गटांना अनुदान प्राप्त झाले आहे.

(१७) **विमा :** स्वयं-साहाय्यता बचत गटातील सदस्य व व्यवसायाचा विमा गटामार्फत काढला जातो. क्षेत्रीय पाहणीवरून निष्कर्ष निघतो की ३४% संघटिका व ४६% सभासद विमाधारक आहेत. म्हणजे विम्याबाबत गटामध्ये जागृती करणे आवश्यक आहे. हे प्रमाण कमी आहे.

(१८) **वारसदार नियुक्ती :** स्वयं-साहाय्यता बचत गटातील सर्व सभासदांनी गटामध्ये आपला वारसदार नियुक्त करणे गरजेचे आहे. सर्वेक्षणावरून असा निष्कर्ष येतो की १०९ (३९.२०%) सभासदाने मुलगा, ५० (१७.९८%) सभासदाने मुलगी, १०३ (३७.०५%) सभासदाने पती, असे ०७ (२.६०%) नातू व नाती असे सभासदाने वारसदार नियुक्त केले आहेत. ९ (३.२३%) सभासदाने वारसदार नियुक्त केलेले नाहीत. म्हणजे स्वयं-साहाय्यता बचत गटाने आधुनिक बँक व्यवसाय स्वीकारलेला दिसतो.

(१९) **दंड :** स्वयं-साहाय्यता बचत गटामध्ये बचत व कर्ज, सभा उपस्थिती याबाबत शिस्त म्हणून दंड आकारला जातो. सर्वेक्षणावरून स्पष्ट होते की २०१(७२%) सभासदांना वेगवेगळ्या कारणाकरिता दंड आकारण्यात आला आहे. हे प्रमाण स्वयं-साहाय्यता बचत गटाच्या पोषक वाढीस मारक ठरते.

(२०) **गटाचे सदस्यत्व रद्द होण्याबाबत :** स्वयं-साहाय्यता बचत गटातील सदस्यत्व हे मृत्यू, बचत भरण्यास असमर्थ, स्थलांतर या कारणामुळे रद्द होऊ शकते. सर्वेक्षणावरून स्पष्ट होते की, २४ (८.६३%) सभासदत्व बचत भरण्यास असमर्थ, ५ (१.७९%) मृत्युमुळे तसेच १२ (४.३१%) स्थलांतरामुळे, ९ (३.२३%) अंतर्गत हेवेदावे, ३ (१.०७) पती बँक कर्ज थकबाकीदार या कारणामुळे सभासदत्व रद्द झालेले आहे.

(२१) **जागतिकीकरणाचा परिणाम :** स्वयं-साहाय्यता बचत गटातून चालणाऱ्या व्यवसायावर जागतिकीकरणाचा परिणाम तपासण्यात आला. स्वयं-साहाय्यता बचत गटाच्या ५०% संघटिका व सभासद यांना जागतिकीकरण संकल्पना माहीत नाही. परंतु २६% संघटिकांनी जागतिकीकरणाचा हस्तकला, कुटीरोद्योगावर परिणाम होतो हे स्पष्ट केले आहे. १५% सभासदाने दुग्धव्यवसायावर परिणाम होतो, स्पर्धा वाढते, गुणवत्ता वाढविणे असे मत व्यक्त केले आहे. शिवाय बाजारपेठेत तग धरू शकत नाही.

(२२) **विपणन व्यवस्था :** स्वयं-साहाय्यता बचत गटातील उत्पादित वस्तूंना बाजारपेठ ही गंभीर समस्या आहे. सर्वेक्षणावरून स्पष्ट होते की, स्वयं-साहाय्यता बचत गटाने आपले उत्पादन स्थानिक बाजारपेठ, सावित्री मार्केटिंग ७५% उत्पादन विक्री करतात, तसेच भीमथडी नावाच्या प्रदर्शनात पुण्यात विक्री करतात असे प्रतिपादन केले आहे. ८२% सभासदांनी मत व्यक्त केले की व्यक्तिगत गाठीभेटी घेऊन तालुक्यात माल विक्री करतो. बारामती तालुक्यातील ॲग्रीकल्चरल डेव्हलपमेंट ट्रस्ट ही स्वयंसेवी संस्था गटाच्या उत्पादनाला शहरी बाजारपेठ उपलब्ध करून देण्याचा प्रयत्न करते. त्यासाठी दरवर्षी डिसेंबर महिन्यात भीमथडी नावाचे प्रदर्शन भरविण्यात येते. त्याचप्रमाणे जिल्हा ग्रामीण यंत्रणा पुणे दख्खनची जत्रा प्रदर्शन गटाच्या मालाकरिता भरवितात. त्याचप्रमाणे पश्चिम महाराष्ट्रात प्रत्येक जिल्ह्यातील गट ब्रँडनेमप्रमाणे मालाची विक्री करतात. पुणे सावित्री, सोलापूर, रुक्मिणी, सातारा मानिनी, सांगली कृष्णामाई, कोल्हापूर आम्ही कोल्हापूरी, बारामती भीमथडी या नावाने प्रदर्शन भरवून मालाची विक्री करतात. तसेच राज्यसरकारे व केंद्रसरकारे मुंबईत महालक्ष्मी महोत्सव भरवून भारतातील नामवंत गटाचे उत्पादन विक्री केंद्र निर्माण करतात.

(२३) **दैनंदिन उलाढाल :** स्वयं-साहाय्यता बचत गटाच्या उत्पादनामधील दैनंदिन उलाढाल १०० ते ५०० रु. असणारे २३० (८२%) सभासद आहेत. तसेच ५०० ते १००० रु. दैनंदिन उलाढाल असणारे २ (०.७१%) सभासद आहेत. तसेच ही उलाढाल हंगामानुसार कमी जास्त होते असे प्रतिपादन केले आहेत.

७.१६.३ राजकीय निकष

स्वयं-साहाय्यता बचत गटामुळे महिला सदस्यांचे राजकीय महत्त्व १८८ (६७.६२%) वाढलेले आहे. तसेच १२२ (४३.८८%) सभासद राजकीय कार्यात सहभागी झाल्या आहेत, असे मत व्यक्त केले आहे. म्हणजे गटामुळे महिलांचे राजकीय सबलीकरण झालेले आहे हे स्पष्ट होते.

१. **सरपंच :** स्वयं-साहाय्यता बचत गटातील इंदापूर तालुका २ (१.१२%) बारामती तालुक्यात ०२ (१.९८%) सभासद सरपंच झालेल्या आहेत. स्त्री राखीव मधून झालेल्या नाहीत. गटामार्फत उभे राहून सरपंच झालेल्या आहेत. हे क्षेत्रीय पाहणीतून स्पष्ट झाले आहे.

२. **ग्रामपंचायत सदस्य :** स्वयं-साहाय्यता बचत गटातील स्त्री राखीव नसणाऱ्या परंतु खुल्या मतदारसंघातून गटामार्फत इंदापूर १४ (५.०३%) बारामती तालुक्यात १० (३.५९%) महिला ग्रामपंचायत सदस्य झाल्या आहेत.

३. **प्रचारक, मतदार म्हणून सहभागी** : स्वयं-साहाय्यता बचत गटातील महिला सदस्या गटामुळे १९० (६८.३४%) उमेदवाराचे प्रचारक म्हणून सहभागी झालेल्या आहेत. तसेच २३३ (८३.८१%) महिला मतदानात हिरिरीने भाग घेतात. असे पाहणीवरून स्पष्ट झालेले आहे.

४. **ग्रामसभा सहभागी :** स्वयं-साहाय्यता बचत गटामुळे ग्रामसभेला २५० (९०%) महिला उपस्थित राहून महिला प्रश्नाबाबत आवाज उठवित आहेत. शिवाय गावातील प्रश्नाबाबत चर्चेत सहभागी होतात.

७.१७ स्वयं-साहाय्यता बचत गटामुळे लाभार्थींच्या सभासदांची वर्गवारी

स्वयं-साहाय्यता बचत गटामुळे महिलांना शिक्षण, उत्पन्न, रोजगार निर्मिती, व्यवसाय प्रशिक्षण, व्यक्तिमत्त्व विकास महिलेचे प्रतिमान या स्वरूपात लाभ प्राप्त झाले आहेत. त्यातून महिलांचे सबलीकरण झाले आहेत. गटामुळे महिला सदस्यांना कितपत लाभ प्राप्त झालेले आहेत हे सर्वेक्षणावरून स्पष्ट झाले आहे.

७.१७.१ महिलांचे सर्वांगीण सबलीकरण

स्वयं-साहाय्यता बचत गटात महिला सहभागी झाल्यामुळे आर्थिक, सामाजिक, राजकीय सबलीकरण झाले आहे. महिलांना नियमित बचतीची सवय लागून बँक व्यवहाराची माहिती झाली आहे. शिवाय एकमेकांना समजून सहकार्य करीत आहेत.

गटामुळे दारिद्र्यरेषेतील कुटुंबांना भांडवल वृद्धी, व्यवसायनिवड, व्यवसाय कौशल्ये, रोजगार इ. प्रशिक्षण प्राप्त झाले आहे. प्रत्येक सभासद आर्थिकदृष्ट्या स्वावलंबी होत आहे. बचतीमुळे कर्ज मिळू लागले, बँकांकडून वित्तपुरवठा होऊ लागला त्यामुळे व्यवसाय निर्माण होऊन आर्थिक सुबत्ता प्राप्त झाली आहे. काही महिला स्वावलंबी होऊन स्वत: बँक व्यवसाय करू लागल्या आहेत. घरातून बाहेर पडत आहेत. समाजात दबदबा वाढला आहे. घरात व समाजात निर्णय प्रक्रियेत सहभागी करून घेतल्या जात आहेत. राजकारणात सहभागी होत आहेत. तसेच त्यांच्या स्वत:च्या नावावर संपत्ती जमा होत आहे. असे लाभ प्राप्त होत आहे.

सर्वेक्षणावरून स्पष्ट होते की ६३% राष्ट्रीयीकृत बँका ३७% सहकारी बँकेच्या मते महिलांना सूक्ष्मवित्तपुरवठ्याद्वारे विविध व्यवसाय निर्माण झाले. त्यामुळे स्वहिताची जाणीव झाली आहे. महिलांचे सर्वांगीण सबलीकरण झाले आहे.

७.१७.२ स्वहित जाणीव निर्मिती

स्वयंसहाय्यता बचत गटातील २७६ (९९%) महिलांना स्वहित जाणीव जागृती, तसेच महिला विकास वातावरण निर्मिती झाली आहे.

७.१७.३ व्यक्तिमत्त्व विकास

स्वयं-साहाय्यता बचत गटामुळे महिलांचा व्यक्तिमत्त्व विकास होण्यास मदत झाली आहे. सर्वेक्षणावरून स्पष्ट होते की ९६ ते ९८% महिलांमध्ये संभाषण, नेतृत्व गुण, निर्णयक्षमतावृद्धी, वाचन लेखन, सामंजस्य, आदर, विचारांची कदर, नातेसंबंधात वृद्धी, धाडसीपणा, कार्यक्षमतावृद्धी, मतस्वातंत्र्य, कामात नम्रपणा, उदारमतवादी, घरात महत्त्वाची भूमिका, समाजात दबाव गट अशा गुणात वाढ झाली आहे. त्यामुळे महिलांचे आरोग्य सुधारून, राहणीमान सुधारून, सरासरी आयुष्य वाढलेले आहे.

७.१७.४ वास्तव उत्पन्नाचा लाभ

स्वयं-साहाय्यता बचत गटामुळे सभासद महिलांचे वास्तव उत्पन्न वाढलेले आहे. गटामुळे १४९ (५३.५९%) महिलांच्या घरात गॅस, फर्निचर, भांडी, टी.व्ही,

रेडिओ, इस्त्री या वस्तू दिसत आहेत. तसेच ८३ (२९.८५%) महिला सदस्यांनी स्वत:साठी सायकल, पतीसाठी मोटार सायकल, मालवाहतूक गाडी खरेदी केल्या आहेत. तसेच ४० (१४.३८%) महिलांना स्वत: घर बांधता आले व जुने घर दुरुस्त करता आले. तसेच मुलाच्या व मुलीच्या शिक्षणास मदत झाली आहे. मुलीच्या लग्नकार्यास मदत झाली आहे.

७.१७.५ शैक्षणिक कार्याचा लाभ

स्वयं-साहाय्यता बचत गटामुळे ८५% महिलांना स्वत:च्या मुला-मुलींना गटातून शिक्षणास मदत झाली आहे. शिवाय गटाच्या सभेमध्ये शिक्षणाबाबत सतत चर्चा रूढ असते. १४.३९% गटांनी शिक्षणासाठी खास तरतूद करून ठेवली आहे. एवढेच नव्हे तर गटाबाहेरील महिलांच्या मुला-मुलींनासुद्धा गटातर्फे शैक्षणिक कार्यात मदत झालेली आहे.

७.१७.६ व्यवसाय निवड स्वातंत्र्य

महिला गटात आल्यामुळे व्यवसाय निवडीचे कौशल्य प्राप्त झालेले आहे. शिवाय व्यवसायास भांडवल प्राप्त होत आहे. गटामुळे १६१ (५२.९१%) सदस्यांना शेती व शेतीसंलग्न व्यवसायाची निवड करता आली. ५२ (१८.५%) महिला व्यापार करू लागल्या आहेत. ४० (१४.३८%) महिला सदस्या सेवाक्षेत्रात काम करू लागल्या आहेत. हा फायदा गटामुळे होत आहे. शिवाय स्वत:ला व्यवसाय निवड स्वातंत्र्य पाप्त झाले आहे.

७.१७.७ व्यावसायिक प्रशिक्षण

महिला स्वयं-साहाय्यता बचत गटात आल्यामुळे पंचायत समिती, स्वयंसेवी संस्था यांच्यामार्फत प्रशिक्षण मिळाले आहे. पंचायत समिती मार्फत ४३ (१५.४६%) महिलांना ५५ (१९.७८%) स्वयंसेवी संस्थामार्फत व्यवसाय प्रशिक्षणाचा लाभ प्राप्त झाला आहे. त्याचप्रमाणे १८१ (१९.७८%) संघटिकांना गटाबाबत प्रशिक्षण प्राप्त झाले आहे. त्यामुळे व्यवसाय करण्यास कौशल्य प्राप्त झाले आहे.

७.१७.८ रोजगार निर्मिती

स्वयं-साहाय्यता बचत गटात महिला आल्यामुळे नवीन व्यवसाय निर्मिती झाल्याने रोजगार प्राप्त झालेला आहे. क्षेत्रीय पाहणीवरून स्पष्ट होते की, इंदापूर तालुक्यात

शेती संलग्न व्यवसायात ६६४ (६२.४६%) सदस्य व बारामती तालुक्यात शेती संलग्न व्यवसायातून ८०६ (८२%) सदस्यांना रोजगार नव्याने प्राप्त झाला आहे. तसेच व्यापार व सेवा क्षेत्रात इंदापूर ३९९ (३७.७४%) सदस्य व बारामती तालुक्यातील सदस्यांना व्यापार व सेवाक्षेत्र ३९४ (३८%) सदस्य असे एकूण बारामती तालुक्यात १३०० व इंदापूर तालुक्यात १०६३ = २३६३ सदस्यांना व्यक्तिगत रोजगार प्राप्त झाला आहे.

७.१७.९ सदस्यांच्या कुटुंबाना रोजगार

स्वयं-साहाय्यता बचत गटात आल्यामुळे व्यवसाय प्रशिक्षण सदस्यांना मिळून रोजगार प्राप्त झालेला आहे. प्रत्येक गटातील सदस्यांच्या कुटुंबातील १ ते २ व्यक्तींना रोजगार प्राप्त झाला आहे. तसेच व्यवसायातून अप्रत्यक्षपणे इतरांना रोजगार प्राप्त होतो. सर्वेक्षणावरून असे स्पष्ट होते की १३२ (४७.४८%) सदस्यांना रोजगार प्राप्त झाला. कुटुंबातील १ ते २ व्यक्तींना रोजगार प्राप्ती १०० (३६.३३%) सदस्यांच्या कुटुंबात झाली आहे.

७.१८ बँकवित्त पुरवठ्यामुळे रोजगार निर्मिती

गटांना बँकेकडून स्वरोजगारीसाठी वित्तपुरवठा केला जातो. इंदापूर व बारामीत तालुक्यातील राष्ट्रीयीकृत व सहकारी बँकेच्या सर्वेक्षणावरून स्पष्ट होते की, बँकेनी वित्तपुरवठा केल्यामुळे रोजगार प्राप्त झालेला आहे. सहकारी व राष्ट्रीयीकृत बँकेच्या मते इंदापूर तालुक्यात १२८५ बारामती तालुक्यात ११२९ असे २४१४ सदस्यांना रोजगार प्राप्त झालेला आहे. म्हणजे स्व. ब. गटातून रोजगार प्राप्तीचे प्रमाण चांगले आहे. त्यामुळे ग्रामीण भागातील विशेषत: महिलांमधील छुपी बेकारी कमी झालेली आहे. हा सर्वात महत्त्वाचा लाभ स्व. ब. गटामुळे प्राप्त झालेला आहे.

७.१८.१ बँकांचे स्वयंबचत गटाबाबत वर्गवारी

स्वयं-साहाय्यता बचत गटाच्या माध्यमातून वित्तीय संस्था महिलांचे आर्थिक सबलीकरण करण्यात आघाडीवर आहे. वित्तीय संस्था स्वत: गट स्थापन करतात. गटांना प्रशिक्षण देतात. व्यवसाय निवडीस मदत करतात. व्यवसायास बाजारपेठांची माहिती देतात. गटांच्या सभा व मेळावे आयोजित करतात. गटांच्या व्यवसायास कर्जपुरवठा करतात. अशी सेवा वित्तीय संस्था देत असल्यामुळे महिलांचे सबलीकरण होत आहे.

इंदापूर तालुक्यात राष्ट्रीयीकृत १४ व पुणे जिल्हा मध्यवर्ती बँक ८ अशा २२ आणि बारामती तालुक्यातील राष्ट्रीयीकृत सहकारी बँका १३ आणि पुणे जिल्हा मध्यवर्ती बँका ५ अशा १८ बँका अशा ४० बँकेच्या मुलाखती घेण्यात आल्या आहेत. त्यांच्या मुलाखतीवरून स्वयं-साहाय्यता बचत गट चळवळीबाबत निष्कर्ष काढण्यात आलेले आहेत. या वित्तीय संस्थांनी स्वयं-साहाय्यता बचत गटांना पुढीलप्रमाणे सेवा दिलेल्या आहेत.

७.१८.२ बँकांकडून गटांना सेवा

राष्ट्रीयीकृत व सहकारी बँका स्वयं-साहाय्यता बचत गटाचे संलग्नीकरण झाल्यानंतर व्यवसाय, प्रशिक्षण, बाजारपेठा, भांडवल उभारणी गटाच्या सभांना व मेळाव्यांना उपस्थित अशा स्वरूपाच्या सेवा पुरवित आहेत. सर्वेक्षणावरून असे स्पष्ट होते की १५ (३७.५०%) बँकांनी व्यवसाय निवड, ३१ (७७.५०) बँकांनी व्यवसाय प्रशिक्षण तसेच ११ (२७.५०%) बँकांनी भांडवलवृद्धी अशा सेवा पुरविण्यास मदत केलेली आहे. त्याचप्रमाणे कर्ज घेण्यास व कर्जफेडीस मदत करीत आहेत.

७.१८.३ गटांच्या कार्यात बँकांचे महत्त्व

राष्ट्रीयीकृत व सहकारी बँका या स्वयं-साहाय्यता बचत गटांना विविध सेवा पुरवित असल्या तरी दैनंदिन कारभारात रेकॉर्ड, इ. बाबत लक्ष घालतात. शिवाय गटांची निर्मिती, मेळावे आयोजित करतात. गटांच्या सभांबाबत बँका पुढाकार घेतात. शिवाय गटांना प्रशिक्षण, प्रदर्शन, बाजारपेठ इ. बाबत माहिती देतात. तसेच गटांच्या सामाजिक कार्यात सहभागी होतात. सर्वेक्षणावरून स्पष्ट होते की गटांना व्यवसाय प्रवर्तन करण्यास १००% बँका मदत करतात. महिला सबलीकरणात १००% बँका मदत करतात. महिला सबलीकरणात १००% बँका सहभागी होतात. सदस्यांना गटाच्या सभेस हजर राहण्यास ८७.५% बँका प्रोत्साहन देतात. स्वयं-साहाय्यता बचत गटातील सदस्यांना सूक्ष्मवित्ताचा लाभ देण्यासाठी १००% बँका मदत करतात.

स्वयं-साहाय्यता बचत गटाचे जलसंधारण कार्य म्हणून वनराई बंधारे बांधण्यासाठी (६०.६%) बँका सहभागी होतात. म्हणजे या वित्तीय संस्था गटांच्या आर्थिक व सामाजिक कार्यात महत्त्वपूर्ण योगदान देत आहेत.

७.१९ स्वयं-साहाय्यता बचत गटाचे प्रतिमान

संशोधनावरून व पाहणीवरून स्वयं-साहाय्यता बचत गटाच्या महिला सदस्याच्या विकासाचे प्रतिमान तयार केले आहे. महिला गटात आल्यामुळे तिच्या अंगभूत शक्तीत व गुणात बदल किंवा वाढ झाली का? याचे संशोधन केलेले आहे. याकरिता प्रतिमानाचे निकष तयार केले होते. या निकषाप्रमाणे बँका, पंचायत समिती अधिकारी, स्वयंसेवी संस्था याच्या मताप्रमाणे प्रतिमान यशस्वी झाले, हे पाहणीवरून स्पष्ट झाले. प्रतिमानातील निकष पुढीलप्रमाणे -

७.१९.१ नियंत्रण

९०% वित्तीय संस्थांच्या मते गटामुळे महिलांमध्ये नियंत्रण करण्याची शक्ती, उर्मी प्राप्त झाली आहे. तसेच ९६% सदस्यांची मते नियंत्रण क्षमता वाढलेली आहे.

७.१९.२ निर्णय क्षमता

सर्वेक्षणावरून स्पष्ट होते की ९८% सदस्यांची निर्णयक्षमता वाढलेली आहे. तसेच ९२.५% वित्तीय संस्थांच्या मते निर्णयक्षमता वाढलेली आहे.

७.१९.३ जाणीव जागृती

स्वयं-साहाय्यता बचत गटामुळे वित्तीय संस्थांच्या मते ९२.५% व सदस्यांच्या ९९.२८% मते महिलामध्ये जाणीव, जागृती, स्वहित जाणीव झाली आहे.

७.१९.४ स्रोतांची उपलब्धता

९७.५% वित्तीय संस्थांच्या मते आणि ९९.२८% सदस्यांच्या मते गटामुळे महिलांना विविध स्रोतांची उपलब्धता व जुळणी करण्याची माहिती झाली आहे.

७.१९.५ कल्याण

९७.५% वित्तीय संस्थांच्या मतानुसार आणि सदस्यांच्या मते गटामुळे महिलांच्या कल्याणात ९६% पडली आहे. तसेच महिलांच्या कुटुंबातील लोकांच्या कल्याणात भर पडली आहे.

७.१९.६ साक्षरता

९८.२% सदस्यांच्या मते व ९६% वित्तीय संस्थांच्या मते गटातील महिलांमध्ये साक्षरता वाढलेली आहे. महिला स्वत: बँक व्यवहार करण्यास बँकेत जातात. तसेच गटाचे व्यवहार करतात.

७.१९.७ लग्नाचे वय

८७.५% वित्तीय संस्थांच्या मते व ९६.२% सदस्यांच्या मते गटामुळे महिलांना मुलीच्या लग्नाचे वय १८ वर्षांपेक्षा जास्त व मुलाचे वय २१ वर्षांपेक्षा जास्त असावे याची जाणीव झालेली आहे.

७.१९.८ कार्यात वाढता सहभाग

१००% वित्तीय संस्थांच्या मते व ९४.२४% सदस्यांच्या मते महिला गटात आल्यामुळे गटाच्या कार्यात सामाजिक, राजकीय, आर्थिक तसेच सांस्कृतिक कार्यातील सहभाग वाढलेला आहे.

वरील निकषाच्या आधारे विश्लेषण करता महिलांच्या विकासाचे प्रतिमान गटामुळे विकसित झालेले आहे.

अशा प्रकारे प्रस्तुत प्रकरणात इंदापूर व बारामती तालुक्यातील गटांचे आणि बँकांचे प्रश्नावलीद्वारे तथ्यसंकलन करून वरील माहितीचे विश्लेषण केले आहे. त्यावरून स्पष्ट होते की, स्वयं-साहाय्यता बचत गट चळवळीचे भवितव्य अतिशय उज्ज्वल आहे.

❒

प्रकरण ८

स्वयं-साहाय्यता बचत गटाच्या समस्या व उपाय
Problems & Solution

८.१ समस्या, ८.२ उपाय

प्रस्तावना

     भारतामध्ये महिला बचत गट ग्रामीण, आदिवासी व शहरीभागात तग धरून सक्षम होत आहेत. मोठ्या प्रमाणात महिलांचे सबलीकरण होत आहे. गटामुळे महिला कमावत्या होऊ लागल्या आहेत. तसेच ग्रामीण भागात सहकाराला पर्याय म्हणून स्वयं-साहाय्यता बचत गट चळवळ जोमात सुरू आहे. शासकीय सहकार्य मिळत आहे. जागतिक स्तरावर बँका, बहुराष्ट्रीय कंपन्या, विमा कंपन्या या चळवळीत रस दाखवीत आहेत. म्हणून जगाच्या कानाकोपऱ्यात चळवळ पसरली असली तरी सहकाराप्रमाणे या चळवळीत वर्तमान व भविष्यात फार मोठी आव्हाने उभी राहतील. त्या दृष्टीने धोरणे राबवून अंमलबजावणी करणे आवश्यक आहे. सद्य:स्थितीतील

८.१ समस्या

१.   बचतगट चळवळीत राजकीय पक्ष वेगळ्या उद्दिष्टाने उतरल्यामुळे ही चळवळ सहकाराप्रमाणे राजकीय बटीक बनत आहे. प्रत्येक राजकीय पक्ष आपापल्या परीने वोटबँकप्रमाणे चळवळीच्या ताकदीचा वापर करीत आहे. शिवाय राजकीय पक्ष निर्णयात स्त्रियांना नगण्य स्थान आहे. त्यामुळे राजकीय पक्ष फक्त गटांचा वापर करणार आहेत. म्हणून राजकीय पक्षाने फक्त गटांना प्रबोधन करावे अन्यथा निर्हस्तक्षेपाचा अवलंब करावा.

२.   बचत गटात राजकीय पक्ष जातीयवादाला खतपाणी घालत आहेत. ग्रामीण, शहरी, प्रादेशिक, मागास, आदिवासी, धर्म, जाती-पोटजाती अशा विविध

रूपाने चळवळीची ताकद कमी करीत आहेत. त्यांच्यात फूट पाडत आहेत. हे फार मोठे आव्हान गटासमोर उभे आहे. याबाबत व्यापक दृष्टिकोनातून धोरण असावे.

३. शासनाने चांगल्या उद्देशाने योजनेच्या सक्षमीकरणाला प्राधान्य दिले असले तरी दारिद्र्य, बिगर दारिद्र्य अशी वर्गवारी केलेली आहे. महिलांच्या अनुदानाबाबत भेद केला आहे. दारिद्र्यरेषेतही फक्त अनुसूचित जाती, जमाती यांना अनुदान दिले जात आहे. म्हणून अनुदानाबाबत एक सामाईक धोरण असावे. अन्यथा अनुदान बंद करावे कारण अनुदान तुटपुंज्या स्वरूपाचे आहे.

४. स्त्रियांच्या नित्यनियमित असणाऱ्या सामाजिक बाबतीत शासन खासगीकरण कोलीत पुढे करून जबाबदाऱ्यातून मुक्त होत आहे. अशा सामाजिक सुविधांबाबत बचत गटांना सामावून पूर्तता करण्याचे धोरण गटामार्फत आखावे.

५. बचतगट चळवळ ही लोकशाही संघटन, पारदर्शक, सामूहिकवाद, स्वावलंबन, सामाजिक, सांस्कृतिक मूल्य जपणारी आहे. परंतु जागतिकीकरणाच्या विळख्यात मूल्यावर घाला घातला जात आहे.

६. स्वयं-साहाय्यता गटात आर्थिक, राजकीय सोई म्हणून मेळाव्यांना उपस्थितीसाठी पैसा, गाड्या, जेवणावळ अशी प्रलोभने देऊन गट भावना नष्ट करतात. कर्जफेड भावना नष्ट करतात. अशा कार्यकर्त्यांनी फक्त प्रबोधनाचे काम करावे.

७. बचतगटामध्ये फार मोठी मार्केटिंग नेटवर्किंग आहेत. परंतु स्त्री संबंधित बाजारपेठांचा फायदा अशिक्षितपणा, कुटुंबाचा दबाव यामुळे उचलता येत नाही.

८. गटामध्ये फार मोठा पैसा जमा होत आहे. असा पैसा हाताळण्यासाठी संघटन कौशल्य, वक्तृत्वकौशल्य, सभेचे संकेत याबाबत फार मोठी आव्हाने आहेत. याकरिता व्यवस्थापक प्रशिक्षण धोरण आखणे काळाची गरज आहे.

९. गटबांधणी, मजबुतीकरण, सक्षमीकरण याबाबत स्वयंसेवी संस्थांचे कार्य कौतुकास्पद आहे. परंतु स्वयंसेवी संस्थांच्या सहयोगिनी कमी मानधनावर काम करतात. गटांची संख्या, प्रादेशिक असंतुलन, यामुळे गुणात्मक काम होत नाही. याकरिता मानधन, प्रवासखर्च, गटसंख्या व अंतरानुसार देण्याचे धोरण अवलंबावे.

१०. गटाच्या अंतर्विरोधापासून जागतिक पातळीवर आव्हाने निर्माण होत आहेत. संशोधकांच्या मते बचत गटांचा जागतिकीकरणाचे एक शस्त्र म्हणून वापर होत आहे. कारण बहुराष्ट्रीय कंपन्या जास्त व्याजदरात गुंतवणूक करण्यास तयार आहेत.

११. गटांच्या चळवळीला बाजारू स्वरूपापासून दूर ठेवायचे असेल तर चळवळीची फेरमांडणी, तपासणी, व्यवहार नोंदी इ.बाबत धोरणे आखून अंमलबजावणी करावी.

१२. गटबांधणी संख्यात्मक व अनुदान हव्यास होत आहे. गुणात्मक वाढीकडे लक्ष देणे हितावह ठरते.

१३. काही गटांमध्ये आर्थिक संस्थेच्या प्रमुखाचा ताबा दिसतो. हा प्रमुख गटाचे व्यवहार, कागदपत्र लिहिणे, मांडणी, ताळेबंद अशी सर्व कामे करतो. अशा समयी महिला सबलीकरणाबाबत आव्हाने निर्माण होतात. गटाचा आत्मा नष्ट होतो. अशी अपप्रवृत्ती थांबविण्यासाठी सहयोगिनीमार्फत सर्वंकष प्रबोधन आवश्यक आहे.

१४. महिलांच्या अशिक्षितपणाचा, अज्ञानाचा, अबोल अशा गुणांचा फायदा स्वयंसेवी संस्था, सहयोगिनी बँका, पंचायत समिती, विमा अभिकर्ते लाचखोरपणा करीत आहेत ही अपप्रवृत्ती चळवळीस आव्हाने देत आहे.

१५. बचत गटातील व्याजदराचे आव्हान गटांना आहे. गटाचे मसिक व्याजदर रुपये २.३% व वार्षिक २४, ३६% आहे. या व्याजातून प्रदर्शन, हारतुरे, छोटे-मोठे संघनिधी याकरिता खर्च होतो. म्हणून व्याजदर सहभागीदार वाढतात. त्याबाबत एक सामाईक व्याजदर धोरण ठरवावे.

१६. राष्ट्रीयीकृत बँकांना कार्यक्षेत्र ठरवून दिलेले असते. त्या कार्यक्षेत्रातील बँकेत गटाचे खाते असावे. परंतु कार्यक्षेत्रात, एकापेक्षा जास्त बँक शाखांमुळे काही महिला दोन्ही गटात सदस्य होऊन दोन्ही बँकेतून फायदा प्राप्त करतात. शिवाय काही महिला दारिद्र्यरेषेतील गटात राहतात. तीच महिला बिगर दारिद्र्यरेषेच्या गटात असते. म्हणून कार्यक्षेत्रात एकच बँक असणे गरजेचे आहे.

सर्व आव्हाने या स्पर्धेच्या युगात गटापुढे दिसून येतात. त्यांची स्वायत्तता, स्वावलंबन टिकविणे याकरिता समग्र धोरणांची अंमलबजावणी करणे गरजेचे आहे.

८.२ उपाय

वरील आव्हानांना समर्थपणे तोंड देण्यासाठी व गट मजबुतीकरणासाठी शासकीय पातळीवर महिला बचत गट सक्षमीकरणासाठी व स्वयंरोजगार निर्माणासाठी शासकीय पातळीवर निर्णय घेतलेले आहेत. त्याची अंमलबजावणी होत आहे. असे निर्णय पुढीलप्रमाणे

१. महिला बचत गटांनी उत्पादित केलेल्या वस्तूंना बाजारपेठ उपलब्ध व्हावी म्हणून 'सावित्री बाजार' जिल्ह्याच्या ठिकाणी सुरू केले आहेत.

२. पुणे जिल्ह्यातील महिला बचत गटांनी उत्पादित केलेल्या वस्तूंना पुणे मुंबई द्रुतगती मार्गावर रस्ते विकास महामंडळातर्फे माल बांधणीमध्ये तीन गाळे गटांसाठी दिले आहेत.

३. स्वयं-साहाय्यता गटाद्वारे अन्नधान्य, केरोसिन वितरण सुरू करण्याचे निर्णय घेऊन अंमलबजावणी केली आहे.

४. स्वस्त धान्य दुकाने महिला बचत गटांना चालविण्यासाठी सार्वजनिक इमारतीमध्ये जागा उपलब्ध करून देण्याचे आदेश ग्रामपंचायत यांना दिले आहेत.

५. सार्वजनिक वितरणव्यवस्था महिला बचत गटाद्वारे चालविण्यासाठी नाबार्डशी कर्ज धोरणाबाबत चर्चा करून निर्णय घेण्यात आला आहे.

६. महिला विकास करण्यासाठी महिला आर्थिक विकास महामंडळामार्फत 'स्वयंसिद्धा' प्रकल्प राबविण्यात येत आहे.

७. महाराष्ट्र शासनातर्फे हिंदुस्थान लिव्हर लि. या उद्योगाकडून उत्पादन उपलब्ध करून दिले जाईल. ते गटांनी विकून कमिशनद्वारे उत्पन्नात वाढ होईल. एकूण प्रोजेक्ट शक्ती महाराष्ट्रात सुरू केली आहे.

८. महिला संरक्षणासाठी शासनाने भारतीय आयुर्विमा महामंडळ व न्यू इंडिया ॲश्यूरन्स कंपनी इ. मार्फत विमा योजना कार्यान्वित केली आहे.

९. शालेय पोषक आहार योजनेअंतर्गत खिचडी शिजविण्याचे काम महिला बचत गटांना देण्यात आले आहे.

१०. महिला बचत गट सक्षम करण्यासाठी रु. १०४ कोटी, साहाय्य जर्मन संस्था आणि राज्यशासनातर्फे केले जाणार आहे. सन २००६ ते २००८ या कालावधीत रक्कम दिली जाणार आहे.

११. महिला आर्थिक विकास महामंडळातर्फे 'रमाई' प्रकल्प राबविले जातात.

१२. गाव हागणदारीमुक्त करण्यासाठी, शौचालय बांधणीसाठी अतिशय कमी व्याजदराने महिला गटांना कर्जपुरवठा धोरणाची अंमलबजावणी सुरू आहे.

१३. 'माविम घर' या संकल्पनेद्वारे बचत गटांचा महासंघ उभारत आहे.

१४. कामधेनू योजना राबवून महिलांना आर्थिक स्वावलंबन करण्यासाठी उत्पादन व व्यापार क्षेत्रात काम मिळावे म्हणून महिला गटांना निविदा न भरता ५०% कंत्राट कामे देण्याचे धोरण राबवित आहेत.

१५. सरकारी, निमसरकारी कार्यालयाच्या आवारात जागा उपलब्ध करून दिल्या जातात. त्या ठिकाणी उपाहारगृहे महिला गटांना दिली जातात.

१६. दारिद्र्यरेषेखालील महिलांना विद्यावेतन देऊन प्रशिक्षण देण्याची सुविधा ग्रामीण विकास यंत्रणा व नाबार्ड यांनी केली आहे.

१७. महिला बचत गटांना सहकारी तत्त्वावर दूध डेअरी व्यवसाय करण्यासाठी प्राधान्याने परवानगी देण्याचे धोरण आहे.

१८. तालुका पातळीवरील महिला दक्षता समितीमध्ये बचत गटातील महिलांना प्राधान्य आहे.

१९. गाव पातळीवर छोटी छोटी कामे गटांना देण्याचा निर्णय घेतला आहे.

२०. शिक्षण क्षेत्रातील वसतिगृहातील खानावळ चालविण्यास देण्याचा निर्णय घेतला आहे.

२१. महिला बचत गटासाठी वित्तसाहाय्य करणाऱ्या संस्थांनी व्याजदरात कपात केली आहे. सर्वसाधारणपणे ८ ते १०% व्याजदर आकारणी केली जाते.

२२. प्रत्येक वर्षाच्या अंदाजपत्रकात गटाविषयी तरतुदी करण्यास सुरुवात झाली आहे.

२३. शैक्षणिक क्षेत्रात महिला सबलीकरणासाठी स्वयं-साहाय्यता गटाबाबत अभ्यासक्रम सुरू करण्यात येत आहे.

२४. बचत गट चळवळीच्या मजबुतीकरणासाठी जिल्हा, राज्य, केंद्रपातळीवर उत्कृष्ट गट, स्वयंसेवी संस्था, बँका, प्रेरक इ.साठी प्रोत्साहनात्मक पारितोषिक ठेवण्यात आले आहे.

२५. जिल्ह्या-जिल्ह्यामध्ये ग्राहकसंरक्षण मंच स्थापन करून त्यामध्ये गटातील महिलांना सदस्य करून घेतले जात आहे.

२६. पंचायतराज मजबूत करण्यासाठी व ग्रामविकासात गटाचे योगदान यासाठी महिला ग्रामसभा घेण्याचे सक्तीचे धोरण राबविले आहे.

२७. भारतामध्ये सार्वजनिक जमीन पडीचे प्रमाण जास्त आहे. अशा पडीक जमिनी महिला गटांना प्राधान्याने देण्यात येत आहेत. त्यामुळे सार्वजनिक पडीक जमिनीचे उत्पादक घटकात रूपांतर होऊन पाणलोट क्षेत्रात महिला सहभाग वाढत आहे.

२८. महाराष्ट्रात दारूबंदी करण्यासाठी गावातील एकूण महिलांपैकी ५०% महिलांनी मागणी केल्यास तत्काळ दारूबंदीचा निर्णय घेतला जात आहे.

२९. ग्रामपातळीवरील घरपट्टी, पाणीपट्टी, स्वच्छता कर अशी वसुलीची कामे कमिशन पद्धतीवर गटांना दिल्यास ग्रामपंचायतीची १००% वसुली होईल.

शिवाय महिला गटांना उत्पन्न प्राप्त होईल. तसेच महाराष्ट्र शासनाने घरगुती वीजमीटर रिडिंग, वीज बिल वितरण व वीज बिलवसुली इ. कामे महिला गटांना कमिशन स्वरूपात दिल्यास महिलांना रोजगार प्राप्त होईल. शिवाय प्रामाणिकपणे काम होईल. तसेच वीजचोरीचे प्रमाण कमी होईल.

३०. विविध गटांमधील उद्योग करू इच्छिणाऱ्या महिलांचा स्वतंत्र उद्योग सहकारी सोसायटी स्थापन करून त्यांना सामूहिक सेवा व विक्री इ. सुविधा अनुदानावर देण्यास हरकत नाही.

३१. स्वयं–साहाय्यता बचत गटांच्या महिलांनी उत्पादित केलेल्या वस्तूंना शहरी बाजारपेठ उपलब्ध व्हावी याकरिता ॲग्रीकल्चरल डेव्हलपमेंट ट्रस्ट बारामती ही संस्था दरवर्षी 'भीमथडी' जत्रा नावाचे प्रदर्शन भरवित आहे. असे प्रदर्शन सर्व जिल्ह्यात झाल्यास बाजारपेठ उपलब्धता होऊ शकते.

३२. पश्चिम महाराष्ट्रामध्ये प्रत्येक जिल्ह्यात गटाच्या उत्पादित मालास विशिष्ट ब्रँडनेम दिलेले आहेत. याचा धर्तीवर संपूर्ण राज्यात ब्रँडनेम केल्यास गटाच्या उत्पादनास बाजारपेठ प्राप्त होऊ शकते. असे धोरण शासनाने जाहीर करावे.

❏

संदर्भ सूची

१. कुसुम बाळसराफ–सहयोगिनी, स्वयंसाहाय्यता बचत गट चळवळीचा कणा

२. डॉ. कांकरिया राजेंद्र , डॉ. गोटे–गव्हाणे शुभांगी – महिला सबलीकरण स्वरूप व समस्या

३. डॉ. घोरपडे अश्विनी, श्री शिवतरे सुरेश – आमचे व्यासपीठ, स्वयं–साहाय्यता समूह

४. प्रा. कुलकर्णी विजय – बचतनामा

५. श्रीमती दासगुप्ता कविता, श्री. देसाई रवीन्द्र – महिलांचे सबलीकरण – दारिद्र्य निर्मूलन व स्वयंसाहाय्यता गट

६. J. F. Patil., V. S. Patil. - Theory And Practice of Micro Finance

७. Johnson S. F., Rogaly B.- Micro Finance And Poverty Reduction

८. Kurumi Fukaya, Shadagopan Narayanan - Micro Finance Regulation In India

९. M. L. Naras - Micro Credit And Rural Poverty

१०. NABARD Progress of SHG Bank Linkage In India 2005-06

www.ingramcontent.com/pod-product-compliance
Lightning Source LLC
Chambersburg PA
CBHW071657200326
41519CB00012BA/2539
* 9 7 8 8 1 8 4 8 3 0 9 2 7 *